एक विचारप्रवृत्त करणारं तसंच मनाला गुंगवून टाकणारं पुस्तक

— हीट

कँडी मिलरचं श्रेय हेच आहे की एका छोट्याशा पुस्तकात तिने फार मोठा आशय व्यक्त केला आहे. या महत्त्वाकांक्षी कादंबरीचा आवाका फार मोठा आहे आणि तिला मातीचा स्पर्श आहे.

— बार्बरा ट्रापिडो

ते खरंच भारावून टाकणारं आहे. कोणत्यातरी वयाच्या दृष्टिकोनाच्या किंवा मतप्रणालीच्या व्यक्तीने ते वाचावं अशी मी शिफारस करेन.

— मर्डी आयलंड या ब्लॉगवरील

'सर्व्हायव्हल इंटरनॅशनल' *या संस्थेची मिरियम रॉस वृत्तसंपर्क अधिकारी म्हणते की,* ***'सॉल्ट ॲण्ड हनी'*** *सारखी पुस्तके भटक्या, विमुक्त जमातींवर होणाऱ्या अन्यायाची जाणीव करून द्यायला मदत करतात.*

आजच सकाळी ज्युलिएट डॉयल हिच्या 'ग्रेट म्युसिंग्ज फ्रॉम अ मुडी आयलंड' या ब्लॉगवरच्या 'सॉल्ट अ‍ॅण्ड हनी' या कँडी मिलर हिच्या पुस्तकावरचा अभिप्राय वाचून मला फार आनंद झाला. ज्युलिएट म्हणते की आफ्रिकेच्या पार्श्वभूमीवर घडणाऱ्या, कलहारी वाळवंटातल्या भटक्या जमातीतल्या, आपल्या जमातींपासून तोडल्या गेलेल्या 'कोबा' या लहानग्या मुलीविषयीचं हे पुस्तक. मला एका विलक्षण सौंदर्याने नटलेल्या आणि त्याचवेळी भीतीदायक क्रौर्याने भरलेल्या एका वेगळ्याच दुनियेत घेऊन गेलं. माझ्यासाठी तरी हे पुस्तक म्हणजे विविध पातळ्यांवरचा आत्मशोध होता आणि त्याचा परिणाम अगदी भारावून टाकणारा होता.

हे एक फारच चांगलं समीक्षण आहे आणि संपूर्ण पुस्तक वाचायला ते तुम्हाला प्रवृत्त करतं. जर तुम्ही अजूनपर्यंत हे पुस्तक विकत अथवा उधार घेतलं नसावं किंवा अन्य कोणत्याही मार्गाने वाचलं नसेल तर तुम्ही ताबडतोब ते करावं असं मी सुचवेन. ते खरंच एक संस्मरणीय आणि प्रत्येकानं वाचायलाच हवं असं पुस्तक आहे.

नष्ट होऊ घातलेल्या संस्कृतीच्या अंतरंगाची झलक

अक्षरयात्रा, रविवार, ५ फेब्रुवारी, २०१२

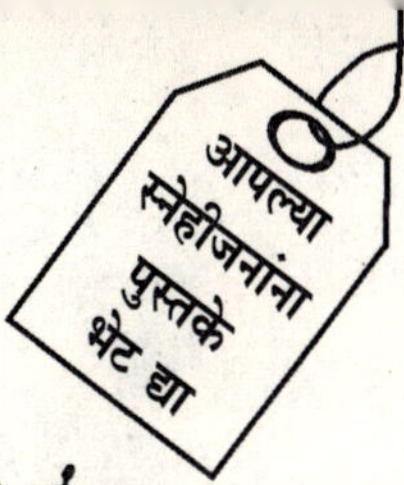

सॉल्ट ॲण्ड हनी

लेखक

कँडी मिलर

अनुवाद

वैजयंती पेंडसे

मेहता पब्लिशिंग हाऊस

© +91 020-24476924 / 24460313 / Mob. No. 9545000513

Email : production@mehtapublishinghouse.com

Website : www.mehtapublishinghouse.com

SALT & HONEY by CANDI MILLER

First Published by Legend Press Ltd., London

Translated into Marathi Language by Vaijayanti Pendse

सॉल्ट अँड हनी / अनुवादित कादंबरी

अनुवाद : वैजयंती पेंडसे

मराठी अनुवादाचे व प्रकाशनाचे हक्क : मेहता पब्लिशिंग हाऊस, पुणे ३०.

प्रकाशक : सुनील अनिल मेहता, मेहता पब्लिशिंग हाऊस,
१९४१, सदाशिव पेठ, माडीवाले कॉलनी, पुणे - ४११ ०३०.

मुद्रक : ट्रिनिटी अॅकॅडमी फॉर कॉर्पोरेट ट्रेनिंग लिमिटेड

मुखपृष्ठ : चंद्रमोहन कुलकर्णी

प्रथमावृत्ती : जून, २०११

किंमत : ₹ २००

P Book ISBN 9788184982558

Indian English Edition of this Book is Published & Printed by
Mehta Publishing House, Pune.

इयान्नो हिला, जिने नेहमीच विश्वास टाकला...

दक्षिण आफ्रिकेचा नकाशा – १९व्या शतकाच्या मध्यातला

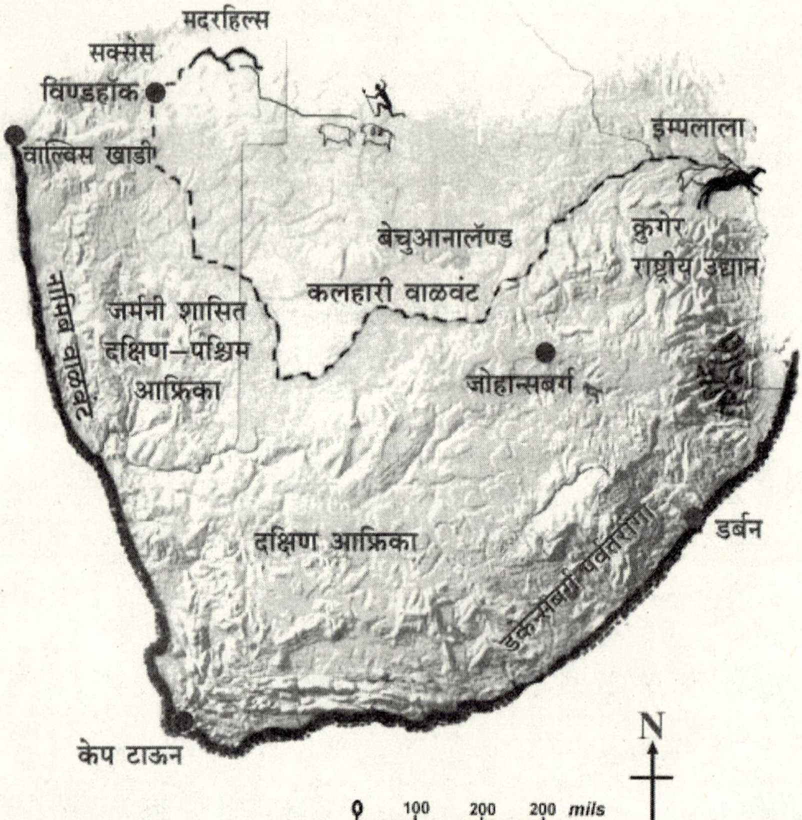

उपोद्घात

नैर्ऋत्य अफ्रिका १९५८ –

राखणीचे कुत्रे जोरजोरात भुंकायला लागले. मार्टा बिछान्यातून उठून घाईघाईने खिडकीपाशी गेली.

अंधार इतका काळामिट्ट होता की क्षितिजावर व्याधाची चांदणीही दिसत नव्हती. 'ढग आले असावेत' तिच्या मनात आलं. 'नशीब जोरावर असेल तर एखादी पावसाची सर पडून उद्या हवेत थोडासा गारवा येईल.' डिसेंबर महिन्यात इथे किती भयंकर उष्मा असतो हे ती विसरूनच गेली होती– गर्भारपणाच्या ओझ्याने आधीच सुजलेल्या तिच्या पायांसाठी तो फारसा चांगला नव्हता.

कुत्र्यांचं भुंकणं आता आणखीच अनावर झालं. कुत्र्यांच्या भुंकण्याला मिळणाऱ्या नेहमीच्या आवाजाच्या साथीतही एक प्रकारची तातडी जाणवत होती. म्हणजे हा कोंबड्यांच्या खुराड्यात घुसण्याच्या आशेने शिवाराच्या कुंपणाभोवती सतत घिरट्या घालणाऱ्या कोल्ह्यांचा कळप नव्हता तर! आणि नोकरांपैकी कुणी असण्याची शक्यताही कमीच होती कारण त्या भयंकर आक्रमक कुत्र्यांना त्यांच्या धन्यानं– एटिएन मरायसनं साखळदंडानं जेरबंद केल्याखेरीज शिवारात पाऊल घालण्याची घरातल्या नोकरांचीही हिंमत नव्हती.

पण एटिएन आणि घरातले इतर पुरुष आज रात्री विस्तीर्ण माळरानावर शिकारीसाठी बाहेर गेले होते. खिडकीशेजारी भिंतीला टेकून उभ्या केलेल्या बंदुकीवर मार्टाची नजर गेली. पुरुषमंडळी घरात नसताना तिने ती आपल्याजवळ बाळगावी असा एटिएनचा, तिच्या दिराचा आग्रह होता.

आपल्या बायकोकडे पाहून डोळा मारत तो म्हणाला होता, "लेट्टीपाशी ती बंदूक मी दिली तर ती आपल्या पायाच्या बोटांची छानदार फॅशनेबल गुलाबी नखंच त्या छऱ्यांनी उडवून टाकेल."

“मला त्या बंदुकीशी काहीही कर्तव्य नाही.” मार्टाने ठामपणाने त्याला सांगितलं होतं.

आताही ती बंदुकीशिवायच खोलीच्या बाहेर पडली. काळोख्या व्हरांड्यातून चाचपडत त्या वाढत्या गोंगाटाच्या दिशेनं खाली निघाली. सरकता दरवाजा उघडण्याच्या खटपटीत असताना डॉबरमन परत एकदा जोरात भुंकल्याचं ऐकू आलं आणि मग त्याला शिव्या घालणारा एक ओळखीचा आवाज–‘गप्प बस रे अक्करमाशा कुतरड्या,’

“एटिएन, आन्द्रे, तुम्हीच आहात का बाहेर तिकडे?” आता काहीशी निर्धास्त होऊन ती व्हरांड्याच्या पायऱ्या भरभर उतरून गेली. प्राण्यांच्या आणि माणसांच्या आकृत्यांची जाणीव होत होती; पण अवसेच्या काळ्या रात्री त्यांना ओळखणं कठीण होतं.

“डिऑन,” नेहमीपेक्षा थोडी अधिकच लंगडणारी ती व्यक्ती नजरेच्या टप्प्यात येताच तिने त्या व्यक्तीला, आपल्या नवऱ्याला हाक मारली. त्याच्या हातात टॉर्च होता. त्या टॉर्चच्या थरथरत्या प्रकाशात घोड्यावर बसलेल्या दोन लहानशा आकृत्या तिला दिसल्या. घोड्याच्या मागून आपल्या रुंद पाठीवरचं प्रचंड पण निपचित पडलेलं ओझं सांभाळत कष्टाने पावलं टाकीत येणारा बैलही तिला दिसतात. कुत्रे त्याच्याभोवती जोरजोरात उड्या मारत होते. तो विव्हळत होता.

“काय चाललंय तुमचं मादरचोद अक्करमाशांनो,” आन्द्रेने– तिच्या पुतण्याने घातलेल्या शिव्या तिला ऐकू आल्या.

मार्टाने मग हळूच एक शीळ घालून कुत्र्यांना बोलावलं आणि एकेकाच्या गळ्यातल्या पट्ट्याला धरून त्यांना चुचकारत खाली बसवलं.

“तुम्ही एवढ्या लवकर कसे परतलात?” तिने डिऑनला विचारलं.

“अपघात झालाय,” तो दारूच्या नशेत असल्यासारखा बरळला. मार्टाचे हात झटक्यात तिच्या नाईटड्रेसच्या कॉलरपाशी गेले आणि तिने ती हातात आवळून धरली. कुत्रे उड्या मारत दूर निघून गेले.

“मॅनी?” ती प्रश्नार्थक कुजबुजली.

“तो ठीक आहे,” घोड्याच्या दिशेने आपल्या हातातल्या विजेरीचा प्रकाश टाकत डिऑन म्हणाला.

मार्टाने विजेरी त्याच्या हातातून हिसकावून घेतली आणि ती धडपडत आपल्या मुलापाशी पोहोचली. विजेरीच्या अंधूक प्रकाशात जे दिसू शकत नव्हतं ते शोधण्यासाठी तिने मुलाच्या शरीरावरून हात फिरवला.

“तू ठीक आहेस ना बाळा?” तो वाटत तर ठीक होता– त्याचा स्पर्श थंड होता म्हणजे ताप नव्हता, जखमही नव्हती आणि वरवर पाहता कुठली हाडंही

मोडल्यासारखी वाटत नव्हती. परमेश्वराची कृपा. तिने विजेरीच्या प्रकाशाचा झोत त्याच्या भयभीत चेहऱ्यावर टाकला.

"काय झालं तरी काय? सांगून टाक एकदा."

"मा... मा," तो हुंदके गिळत म्हणाला, "मला काहीही झालेलं नाहीये एटिएन अंकलकडे पहा. त्यांना वाचव मा! प्लीज! कारण जे काही घडलंय तो माझा दोष आहे–" त्याचा आवाज घशातच दाटला. गोंधळून जाऊन ती आपल्या मुलापासून दूर झाली.

अचानक घरातल्या दिव्यांचा प्रकाश पडला. नोकरांच्या घरांमधूनही मेणबत्त्यांचा उजेड दिसू लागला आणि वर व्हरांड्यांतून तिच्या जावेचे कर्कश सुरातले शब्द आले.

"लिऊ मॅगीज, काय चाललंय तरी काय?"

मार्टाने हातातल्या विजेरीचा प्रकाश बैलावर टाकला आणि ती दचकली. बैलाच्या पाठीवर एटिएन पूर्णपणे निपचित पडला होता त्याच्या छातीवर एक काळपट लाल डाग होता आणि तो पसरत चालला होता.

काय करावं तिला सुचेना. पुढे होऊन त्याची नाडी पहायला हवी, पण ती जागेवरून हलूच शकली नाही.

"मा, प्लीज लवकर काहीतरी कर ना ग! मला वाटतं...!"

ती गर्रकन मुलाकडे वळली. विजेरीचा झोत त्याच्यावर टाकला. प्रकाशाच्या मोठ्या वर्तुळात आता तिला दिसलं की त्याने एका छोट्याशा शरीराला आधार देऊन बसवलं होतं. पिवळट रंगाचे छोटे छोटे हातपाय, पौर्वात्य धाटणीचे विस्फारलेले निमुळते डोळे. खोसियान जमातीचं मूल; पण आसपासच्या भागातलं नव्हे. त्या मुलाच्या पारंपरिक पोशाखावरून– कमरेभोवती गुंडाळलेला, जेमतेम लाज झाकणारा कपडा आणि अंगावरून घेतलेला प्राण्यांच्या कातडीचा अंगरखा– ते मूल कलहारी वाळवंटातल्या आदिवासी जमातीपैकी वाटत होतं. आपल्या घरापासून एवढ्या दूर, तेही एकटंच ते इथं काय करत होतं? "कुणीतरी मला या मुलांना खाली उतरवायला मदत करा." हातातली विजेरी खाली टाकून घोड्याकडे धावत जात ती ओरडली.

त्या खोसियान मुलाला खाली उतरवण्यासाठी तिने आपले हात वर केले तेव्हा त्याने आत्यंतिक भीतीने आपलं शरीर आक्रसून घेतलं आणि आपले बांधलेले हात तिला दूर लोटण्यासाठी वर उचलले. आश्चर्याने आणि धक्क्याने मार्टा थबकली. "या मुलाला बांधून का ठेवलंय?"

आन्द्रेने कुत्र्यांना बांधून ठेवल्याबरोबर झोपेतून उठलेले, अर्धवट कपडे केलेले नोकर एक एक करून घराच्या आवारात येऊ लागले. आपलं डोकं न झाकता

कुंपणाच्या या बाजूला कधीच न आलेल्या घरातल्या मोलकरणी अंगावरून कांबळी वा शाली गुंडाळून घेतल्या असतानाही उघड्या उघड्याच वाटत होत्या. काहींच्या हातात त्यांची झोपाळलेल्या डोळ्यांची मुलं होती. तर काही उघड्या अंगाचे पुरुष हातात लोखंडी सळ्या, भाले परजून इकडेतिकडे फिरत होते. गोरे लोक आणि मालकांचा मुलगा कामात गुंतल्याचं पाहून त्यांच्यातले वडीलधारे तिथे कामांची व्यवस्था लावण्याचा प्रयत्न करू लागले. छातीवर जखमांचे अजून न भरून आलेले व्रण असलेले दोन तरुण हातात पेटते पलिते घेऊन आवाराच्या कुंपणाभोवती गस्त घालायला निघून गेले. साखळदंडाशी झट्या घेणारे कुत्रे अजूनही जोरजोरात भुंकत होतेच.

चिंताग्रस्त माणसांच्या हलक्या कुजबुजीचा तो वाढता आवाज मार्टाला तिच्या मानेच्या मागच्या बाजूला जाणवत होता. एखाद्या चित्त्याच्या जिभेच्या खरखरीत स्पर्शाप्रमाणे आणि ओलसर गरम श्वासाप्रमाणे .

''मला एक दिवा द्या. कुणीतरी विजेरी घेऊन या–'' त्या कोलाहलातच तीही ओरडली. ''आणि कुणीतरी कृपा करून आधी जनरेटर चालू करा.'' तिच्या सूचना अमलात आणण्यासाठी धावत जाणाऱ्या पावलांचा आवाज तिच्या कानांनी टिपला. मग एटिएनची अवस्था पाहून किंचाळणाऱ्या लेट्टीचा आवाज आणि तिला शांतवणारा तिची समजूत काढणारा आन्द्रेचा. मार्टाने आपलं लक्ष डिऑनवर केंद्रित केलं. ''हे मूल तुम्हाला कुठे मिळालं?''

''तिथे, मातुल टेकड्यांच्या वाटेवर,'' वाळवंटातल्या घोंघावणाऱ्या वाऱ्यांनी ज्यांची दगडी शिखरं स्तनाग्रांसारखी टोकदार झाली होती त्या दोन टेकड्यांकडे आरक्त डोळ्यांनी त्याने निर्देश केला. रात्रीच्या काळोखाच्या बुरख्यात लपलेल्या असतानाही त्यांचं आकर्षण जबरदस्त होतं. सकाळच्या सूर्याचे किरण त्या टेकड्यांच्या मधल्या घळीवर पडताक्षणी तिथे दडलेलं ते रत्न झळाळून उठत असे. सोनेरी लाल खडकांच्या मधलं ते चमकदार मोरपिशी रंगाच्या पाण्याचं तळं! त्या मातीत खोलवर दडलेल्या अनंत खजिन्याची भूपृष्ठावरची निशाणी!

नैऋत्य आफ्रिकेतल्या शेतकऱ्यांना त्या दडलेल्या खजिन्याची किल्ली सापडली होती जणू. आणि तो खजिना लुटण्यात सगळ्यात आघाडीवर होता तो एटिएन मरायस. त्याच्या घराच्या अवतीभवती नजर पोहोचेल तिथपर्यंत पसरलेल्या मक्याच्या शेतांचा चलनी नोटांच्या रंगाची आठवण करून देणारा. तो हिरवा रंग, धिप्पाड, भुऱ्या केसांचा, दांडगा एटिएन मरायस म्हणजे आफ्रिकेत स्थायिक झालेल्या गोऱ्यांच्या यशोगाथेचं चालतंबोलतं प्रतीक. आसमंताचा स्वामी, ज्यांच्या कातडीच्या रंगाने त्यांना मतदानाचा हक्क प्रदान केला होता, अशा साऱ्यांचा पार्लमेंटमधला प्रतिनिधी!

आणि आता तोच इथे मृत्यूशी झुंज देत पडला होता. मार्टा त्या मुलाला

घोड्याच्या खोगिराला बांधून ठेवणाऱ्या दोरखंडाच्या गाठी सोडवण्यासाठी धडपडत असताना, तीन काळ्या नोकरांच्या मदतीनं आपल्या वडिलांना उचलून घरात नेताना आन्द्रे तिच्या बाजूने गेल्याचं तिला जाणवलं. मांजराच्या पावलांप्रमाणे जराही आवाज न करणाऱ्या सपाता पायात घातलेली लेट्टी मुसमुसत त्याच्याबरोबर गेली. तात्पुरत्या बनवलेल्या स्ट्रेचरच्या बाजूने लोंबकळणारा एटिएनचा निर्जीव हात हातात घेऊन ती हलवत होती.

"मार्टा, मार्टा कृपा करून माझ्या मदतीस ये. काहीतरी झाडपाल्याचं गावठी औषध तरी आण. माझ्या एटिएनची अवस्था वाईट आहे ग! मरू दे ते कुलक्षणी पोर! रानटी बेवारशी तर आहे ते!"

✦✦✦✦✦

कलहारी वाळवंट, १९५०

मांस! मांसाचे ढीगच्या ढीग! गवताने शाकारलेल्या झोपड्यांच्या दारात काटेरी फांद्यांवर वाळवण्यासाठी टोचून ठेवलेल्या मांसाच्या लांब पट्ट्या! प्रत्येक घरातल्या धगधगणाऱ्या विस्तवावर शिजणारे मांसाचे तुकडे! एकमेकांना हाकारत, चिडवत, हसणारे वस्तीवरचे लोक! जिराफाच्या त्या प्रचंड धुडावर शिकाऱ्यांची हत्यारं सपासप चालत होती. मध्येच रक्ताने भिजलेल्या वाळूच्या चिखलात घसरत निसटत होती. लोकांचा उत्साह आणि उत्तेजना विस्तवात टाकल्यावर भडकणाऱ्या चरबीसारखी उफाळत होती.

सायंकाळच्या सूर्यकिरणांनी गुलाबीसर झालेल्या त्या वाळूवर झुमा पाय पसरून बसली होती. एका भांड्यात जिराफाची चरबी आणि झाडाच्या सालींची पूड एकत्र खलत! त्यांचा छानपैकी लाल रंगाचा दाट लेप तयार झाला होता. हसत तिने तो आपल्या कातडीवर फासायला सुरुवात केली. मेजवानीनंतर होणाऱ्या नृत्याच्या कार्यक्रमात आज तिला सगळ्यांच्यात उठून दिसायचं होतं कारण आजचा दिवस तिचा होता. त्या निबर थोराड नरावर चालवण्यात आलेला पहिला बाण तिचा होता.

अम्... त्या उं, रुबाबदार प्राण्याच्या मांसाच्या पहिल्या तुकड्यावर माझा हक्क आहे. तामी धनुष्यबाण चालवण्यात भलताच कुशल आहे खरं– एक चांगला जावई. पण माझा बाण याऊ! शिकारीचं खरं श्रेय माझ्या बाणाचंच!

लोकांच्या लक्षात रहायला हवं, मी पर्जन्यऋतूची कन्या आहे. आज मला चमकायला हवं. माझी कातडी लाल हरणाच्या कातडीसारखी तेजस दिसायला हवी.

आपल्या खांद्यावर हुळहुळणारी वाऱ्याची झुळूक झुमाला जाणवली. ते काय होतं ते तिच्या लगेच लक्षात आलं. त्याच्याकडे दुर्लक्ष करण्याचा तिने निर्धार केला.

आत्म्याच्या संपर्काचं माध्यम असणं हे फारच कटकटीचं होतं. संवाद साधायला हे आत्मे नेहमीच अगदी गैरसोयीच्या वेळा निवडत. आता आजच्या संमोहन नृत्यातला तिचा भाग संपेपर्यंत ते थांबू शकले नसते का? पण नाही. आपल्या कानापाशी चाललेली त्यांची कुजबूज थांबवण्यासाठी तिने आपली मान जोरजोरात हलवली. तिच्या शरीरावरचे अलंकार खळखळले. तिने आपल्या बारीक कापलेल्या केसांवरून हात फिरवला. नव्याने वाढलेल्या केसांमध्ये चांदी डोकावू लागली होती का? नायसाला पुन्हा एकदा डोकं तासायला सांगावं का?

पण आत्मे स्वार झालेल्या त्या वाऱ्याच्या लहरी हट्टीपणाने तिच्याभोवती पिंगा घालीतच राहिल्या. आपल्या अंगावर उभे राहिलेले शहारे हाताने घासून नाहीसे करत ती त्यांच्याकडे दुर्लक्ष करायचा प्रयत्न करत होती. तिच्याभोवती अचानक जमिनीवरच्या वाळूने भरलेली एक वावटळ आली. त्या वाळूच्या सैतानाला दूर ठेवण्यासाठी आपले डोळे मिटून घेण्यात झुमाने थोडासा उशीरच केला.

लाल झालेल्या डोळ्यांनी खोकत शेवटी ती त्या आत्म्यांना शरण गेली. त्यांचं काय म्हणणं होतं ते ऐकण्यासाठी तिने आपली मान एका बाजूला झुकवली.

झाडांमधल्या पाणवठ्यापाशी गोरे हैवान आले होते तर! तिला ते खानला, तिच्या नवऱ्याला, जो टोळीतला सगळ्यात अनुभवी माणूस होता, त्याला सांगायलाच हवं; पण एवढा दूरचा प्रवास त्याला आता झेपला नसता आणि त्याच्या बाणांचा गोऱ्या सैतानांच्या बंदुकांसमोर काय पाड लागला असता? तिचे भाईबंद आणि ते गोरे सैतान यांच्यात आजवर झालेल्या चकमकी पुरेशा नव्हत्या का? कदाचित ही गोष्ट तिने जू होनासींच्या परंपरागत कथांमध्ये सामील करायला हवी. पुढच्या पिढीतल्या मुलांसाठी! त्यांना माहिती व्हावी यासाठी.

ती उठली. आपला गुप्तभाग झाकणारं कातड्याचं कटिवस्त्र तिनं हातानं सारखं केलं आणि जवळ पेटलेल्या शेकोट्यांपाशी गेली. तिथे बसलेल्या दोघींशी तिने काही गप्पागोष्टी केल्या. जाता जाता एका पुरुषाला डोळ्यांनी खुणावलं; पण हे सारं करताना तिचं सतत अंदाज घेणं चालू होतं. आज कच्च्याबच्च्यांना मांसाची भूक लागली होती. आसमंतात पसरलेला भाजल्या जाणाऱ्या मांसाचा सुगंध त्यांच्या भुका चाळवत होता आणि त्यांना दोष तरी कसा देता येईल? महिनोन्महिने कंदमुळं आणि फळांवर काढल्यावर मांसाची भूक लागणं स्वाभाविकच होतं; पण मांस अजून खरपूस भाजून तयार झालं नव्हतं. तोवर त्यांना थोपवण्यासाठी एखादी गोष्टच सांगावी लागणार होती.

तिने आपल्या डोक्याच्या मागच्या बाजूला दोन पिसं खोवली आणि मिटून घेतलेल्या पंखाप्रमाणे आपले हात मागच्या बाजूला बांधून भल्या थोरल्या बस्टार्ड

पक्ष्याच्या दुडक्या चालीची नक्कल करत ती वस्तीभर धावू लागली.

ती काय करतेय हे न समजल्याने पोटाचा नगारा झालेल्या एका छोट्या मुलाने आपल्या आईचं कातड्याचं कटिवस्त्र खेचत भिवया प्रश्नार्थी उडवल्या.

"भल्यामोठ्या बस्टार्ड पक्षिणीला बहुधा अडं घालायचंय," त्याची आई हसत हसत म्हणाली. त्याच्या मोठ्या बहिणीने त्याला उचलून घेतलं आणि म्हणाली, "चल आपण तिच्या पाठोपाठ जाऊ. तिच्याकडे आपल्याला सांगायला एखादी छानशी गोष्ट असावी बहुधा."

इतर मुलंही त्यांच्यात सामील झाली आणि ती सगळी झुमाच्या पाठीमागे धावू लागली. झुमा बाओवाब झाडाखालच्या एका दगडावर उडी मारून चढली आणि तिने आरोळी ठोकली, "वुम वुम वुम ऽऽऽऽऽम"

तो आवाज ऐकून खेळात दंग असलेली इतर मुलंही आपापले खेळ सोडून त्यांच्यात सामील झाली कारण झुमा नानची गोष्टी सांगण्याची हातोटी विलक्षण होती.

झुमाने त्यांना स्थिरस्थावर होऊ दिले. मग आपल्या तीन वर्षांच्या नातीला– कोबाला आपल्या मांडीवर ओढून घेत ती चेष्टेखोरपणे म्हणाली, "आहे, एक नवीन गोष्ट आहे! पण तुम्हाला ती बहुधा ऐकायची नसेल."

तिच्या नातीने आपलं डोकं एका बाजूला झुकवलं; आपला शिंपल्यासारखा डौलदार कान वाहणाऱ्या वाऱ्याच्या दिशेला करून आपले भोकरासारखे डोळे आणखीच विस्फारत ती कुजबुजली, "मला ऐकायचीय ना!" पण तिचा आवाज झुमाने आपल्याला ती गोष्ट सांगावी म्हणून कल्ला करणाऱ्या मुलांच्या आवाजात कुठच्याकुठे विरून गेला.

"ठीक आहे, ठीक आहे. गोष्ट नवी आहे पण ती सुरू खूप पूर्वी झाली. आपल्या आदिम पूर्वजांच्या काळानंतर पण आपल्या सगळ्यांच्या आयुष्यांच्या पूर्वी, जेव्हा या जमिनीवर सर्वत्र, सूर्य उगवतो त्या दिशेच्या दातेरी शिखरांच्या पर्वतापर्यंत आपले, कुणालाच त्रास न देणारे पूर्वज राहत होते." वर्षानुवर्षं कमवण्यासाठी कातडी चावून चावून झिजलेले आपले दात दाखवत म्हणाली, "तिथपासून ते मावळतीच्या दिशेला जिथली वाळू हिऱ्यासारखी चमकते तिथपर्यंत!"

"म्हणजे कुठे?" चमकणाऱ्या डोळ्यांच्या एका छोट्या मुलीने विचारले.

झुमाने पश्चिमेकडे निर्देश केला आणि मग ती वस्तीपासून ते समुद्रकिनाऱ्यापर्यंत जाणाऱ्या मार्गाचं वर्णन करू लागली. वाटेवरच्या तिला आठवत असलेल्या सगळ्या वाळूच्या डोंगरांच्या, पाण्याचा ठावांच्या आणि इतर खाणाखुणांसकट! झुमाच्या मांडीवर बसलेली ती निमुळत्या डोळ्यांची मुलगी ते सारं अगदी एकाग्र चित्तानं ऐकत होती. वस्तीबाहेरच्या कधीच न पाहिलेल्या जगाच्या चाहुलीनं ती अगदी मंत्रमुग्ध होऊन गेली होती.

झुमाचा आवाज गूढभारित झाला. ''मग या जमिनीत परके लोक आले; आपल्याबरोबर आपल्या पाळीव जनावरांचे कळप घेऊन; पण जनावरांना चरायला गवत आणि प्यायला पाणी न मिळाल्यामुळे त्यांचे अगदी हालहाल झाले.

''आमच्या लोकांनी त्यांना पाण्याचे ठाव दाखवले आणि चारा शोधण्यासाठी त्यांच्या जनावरांना दूरदूरच्या दऱ्याखोऱ्यांत खोलवर घेऊन गेले. चारा खाऊन धष्टपुष्ट झालेले कळप घेऊन जेव्हा आमचे 'जू होनासी' – कुणाला त्रास न देणारे लोक – परतले तेव्हा त्या आगंतुकांनी त्यांना तंबाखू दिली, ज्यामुळे ते फार खूष झाले. हेरोरो आणि त्स्वाना टोळ्यांतल्या त्या आगंतुकांनी आमच्या लोकांना त्यांचे गुराखी होण्यासाठी पाचारले. बदल्यात आम्हाला मुबलक दूधदुभतं देण्याची लालूच दाखवली. पण जू होनासींना त्याचं काहीच सोयरसुतक नव्हतं. या पाळीव जनावरांपेक्षा शिकार करून खाण्याजोगत्या प्राण्याचा पाठलाग करत हिंडणंच त्यांना अधिक पसंत होतं.'' मुलांचा तो घोळका जिवाचे कान करून ऐकत होता. झुमाने आपल्या कमरेच्या मण्यांच्या बटव्यांतून पाइप काढला; तंबाखू भरली आणि एका मुलाला जवळच्या शेकोटींतून विस्तव आणायला पिटाळलं. बाकीची सारी मुलं शांतपणे बसून राहिली. सगळी फक्त कोबा सोडून.

''अजून, अजून सांग,'' आपल्या बाळसेदार हातांनी गोष्टीत व्यत्यय आणणारा तो पाइप दूर ढकलत ती म्हणाली.

''याऊ,'' झुमा हसली आणि तिने तो पाइप कोबाच्या हातात येणार नाही इतपत दूर धरला. ''ही माझी नात म्हणजे गोष्टींसाठी अगदी हपापलेली असते. माशाने पाण्यासाठी तडफडावं तशी ती गोष्टींसाठी तडफडते.''

थोड्या मोठ्या वयाच्या मुलांनी कोबाचं लक्ष दुसरीकडे वेधण्याचा प्रयत्न केला. ते तिला गुदगुल्या करू लागले. वेडीवाकडी तोंडं करून तिला हसवू लागले. तिला एकाकडून दुसऱ्याकडे फिरवू लागले. झुमाचा पाइप चांगला सणसणून पेटल्यावर तिने छाती भरून एक झुरका घेतला आणि गोष्ट पुढे चालू केली. ''पाळीव जनावरं बाळगणाऱ्या टोळ्या आल्यावर जू होनासींना ती जागा सोडून दूर स्थलांतर करावं लागलं. शेतकऱ्यांच्या गुरांनी सगळा चारा खाऊन टाकल्यावर मग साहजिकच हरणं, झेब्रांसारखे शिकारीलायक प्राणी नाहीसे झाले.''

तिने आपले डोळे मिटले आणि आपली आवडती संध्या सुरू केली. ''एलँड गेम्झबॉक, कुडु, विल्डबीस्ट, हाटीबीस्ट, त्सेसेबी, रोन...'' मुलंही तिच्या बरोबरीने ती नावं घेऊ लागली. कित्येकांनी डोळे मिटून घेतले. जणू मिटल्या डोळ्यांनी ते त्या वेगवेगळ्या प्राण्यांच्या मांसाच्या चविष्ट स्वादाचा अनुभव घेत होते. झुमा समाधानाने चिलमीचे झुरके मारत होती. ''मग या साऱ्यांना नवीन चराऊ कुरणांच्या शोधात दूर जावं लागलं.'' झुमाने खेदाने मान हलवली. तिच्या डोक्यावरची पिसंही

दुःखानं डुलली. ''मग जू होनासी आणि शेतकरी एकमेकांचे कट्टर वैरी झाले.''

''ते एकमेकांचे शत्रू झाले?''

वृद्ध झुमाने आपल्या तोंडातली चिलीम दूर केली आणि सुस्कारा सोडला. ''ते एकमेकांशी प्रत्येक गोष्टीवरून भांडू लागले. गवतासाठी, झाडातल्या पाणवठ्यांसाठी, पाण्यासाठी, पाळीव जनावरांच्या मांसावरून. या परक्या लोकांकडे जू होनासींना हव्या असलेल्या बऱ्याच गोष्टी होत्या. जू होनासी आपल्या धनुष्यबाणांच्या जोरावर त्या मिळवत; पण जेव्हा गोरे लोक आले तेव्हा त्यांनी त्यांच्याकडच्या बंदुकीच्या दारूगोळ्याने जू होनासींना पळवून लावलं.''

घोळक्यातल्या मोठ्या मुलांच्या अंगावरून एक भीतीची लहर गेली. वातावरणातला बदल लहानग्यांनाही जाणवला. कोबा त्याचा अधिक खुलासा मागू लागली.

एक मुलगा उडी मारून उठला. त्याने आपला हात खांद्यापर्यंत उचलला आणि मग एक अदृश्य घोडा ओढून चाप दाबला. विस्तवातून निखारा घेऊन येणारा मुलगा त्याला सामील झाला. लवकरच ते एकमेकांवर गोळ्या झाडू लागले. बंदुकीतून उडालेल्या गोळीच्या आवाजाची हुबेहूब नक्कल करण्याची स्पर्धा त्यांच्यात सुरू झाली.

कोबा रडू लागली. झुमाने आपल्या नातीला उचलून आणि छातीशी कवटाळलं, ''उगी उगी! बंदुकीच्या गोळ्या इथे तुझ्यापर्यंत पोचू शकणार नाहीयेत.''

''तिकडे तिकडे,'' दूरवरच्या टेकड्यांकडे बोट दाखवत कोबा हट्टाने म्हणाली.

झुमाच्या चेहऱ्यावर काळजीचं सावट आलं. कर्णपिशाच्चानं तिला दिलेला इशारा तिला आठवला; पण ते ऐकू येण्याचा कान असायला कोबा अजून फारच लहान होती. आता गोष्ट संपवण्याची वेळ झाली होती. यापुढच्या गोष्टीने कदाचित त्यांना दोघींनाही जे घडण्याची भीती वाटत होती त्यावरच शिक्कामोर्तब केलं असतं.

''याउ,'' ती ओरडली. नाकावर हाताने टाळी वाजवत ती म्हणाली, ''माझ्या पुढ्यात काही तरी आहे कोबा, तुला दिसतंय का ते?'' तिने आपलं नाक आश्चर्याने पाहणाऱ्या कोबाच्या चेहऱ्याजवळ आणलं. ''ते मला बोलावतंय, मला खेचून नेतंय,'' आणि ती त्या भारलेल्या घोळक्यापासून दूर झाली. ''माझ्या नाकात कसलातरी वास घुसलाय मला त्याच्या मागावर जायला हवं. चल कोबा.''

मोठ्या मुलांच्या चटकन ध्यानात आलं. त्यांनी आपापली नाकं फेंदारून हवा हुंगली. खरपूस भाजलेल्या मांसाचा वास अगदी मोहवणारा होता. ''ते तयार झालंय,'' ओरडत ती मुलं आपापल्या कुटुंबाच्या शेकोटीकडे धावली.

झुमा सावकाश पावलं टाकीत येत होती. हातातल्या कोबाला आंदुळत आणि तिला ऐकू येणारे भलतेसलते आवाज दूर जावेत म्हणून तिच्या कानात हलकेच फुंकर घालत.

१

नैर्ऋत्य आफ्रिका १९५८

कोबा मातुल टेकड्यांवर उभी होती. तिथल्या त्या विस्तीर्ण जलाशयाने मंत्रभारित झाल्यासारखी. यापूर्वी असं काही तिने पाहिलंच नव्हतं. पिण्याच्या पाण्याचा अक्षय साठा. विस्तवाच्या प्रकाशात चमकणाऱ्या मांजराच्या पिवळट-हिरव्या डोळ्यांप्रमाणे. कलहारी वाळवंटात खोलवर असलेल्या तिच्या घरी, अगदी क्वचित पडणाऱ्या पावसाच्या सरींनंतरच पाणी साठत असे. मळकट चादरींसारखे दिसणारे ते उथळ साठे पाहता पाहता नाहीसे होत. 'सूर्यदेवाने पिऊन टाकलं ते पाणी' तिची आई म्हणायची, तर आजी म्हणायची, 'वाळवंटानं गिळून टाकलं.'

कोबाचा झुमावर, तिच्या आजीवर विश्वास होता. ती कधीकधी धगधगणाऱ्या वाळूत पोकळ नळी खुपसून थंडगार पाण्याची धार कोबाच्या तोंडात सोडत असे. पण आता या एवढ्या थोरल्या पाण्याच्या साठ्यापुढे त्याची काहीच गरज नव्हती.

आपली गुबगुबीत गुलाबी बोटं कोबानं हळूच त्या पाण्यातून फिरवली. मग शहामृगाच्या अंड्याच्या कवचाच्या मण्यांनी बनवलेल्या तिच्या पायातल्या आभूषणाच्या वरच्या बाजूला असलेल्या एका ओरखड्यावर ती अलगद दाबली. कुंपणाच्या काटेरी तारेने झालेल्या त्या जखमेवर थंडगार मलम लावल्यासारखं तिला वाटलं.

"गोऱ्या लोकांच्या कुंपणाच्या काटेरी दातात माझ्या पायाच्या कातडीचा तुकडा लटकत राहिलाय," बाजूलाच उकिडव्या बसलेल्या झुमाला कोबा म्हणाली. तिची आजी मान हलवत चुकचुकली, "अरेरे! बिच्चारी कोबा." डोळ्यात आलेल्या पुवावर पुन्हा पुन्हा झेपावणाऱ्या माशांना हाताने वारत ती म्हणाली, "हा पाण्याचा साठा आपला होता. गोरे लोक येण्याच्या खूप पूर्वीपासून आपला त्याच्यावर हक्क

होता; पण आता... अह् आ...'' ती वृद्ध स्त्री खेदाने म्हणाली आणि थुंकली. रक्ताळलेल्या कफाचा एक ओघळ तिच्या हनुवटीवर चिकटून राहिला. कोबा झटक्यात पुढे झाली आणि आपल्या कातडी कटिवस्त्राच्या एका टोकाने तिने आपल्या आजीची हनुवटी पुसून घेतली. म्हातारीला खोकल्याची ढास लागलेली असताना ती तिच्या आजूबाजूला घुटमळत राहिली.

तिच्या पुढ्यात वाकलेल्या, खुरट्या, चंदेरी केसांनी झाकलेल्या त्या मस्तकाकडे तिने काळजीने पाहिलं. तिच्या आजीने किती तरी दिवसांत तिला आपलं डोकं तासायला सांगितलं नव्हतं. 'चमत्कारिकच आहे,' कोबाला वाटलं. तिची आजी आपल्या दिसण्याबद्दल, वयाची राख डोक्यावर न दाखविण्याबाबत किती आग्रही, जागरूक असायची.

झुमाने आता बस्टार्ड पक्ष्यांच्या पिसांचा एक झुपका तळ्याच्या पाण्यात बुडवला; तो बाहेर काढून त्यावरचे पाण्याचे तुषार तिने आपल्या रूक्ष त्वचेवर शिंपडले. कोबा पाहत होती. हत्तीच्या निबर कातडीवर चमकणाऱ्या ताऱ्यासारखे ते विचित्र दिसत होते. झुमाने ते पाणी काळजीपूर्वक चोळून चोळून आपल्या कातडीत जिरवलं. त्यातही आता शुष्क होऊन निर्जीवपणे लोंबणाऱ्या स्तनांच्या मधल्या सुरकुतलेल्या कातडीचं जरा अधिकच काळजीपूर्वक मर्दन केलं.

''अजूनही हं!'' कोबा आपले शुभ्र दात दाखवत हसली आणि स्वत:चं अंग धुण्यासाठी त्या पाण्यात शिरली.

आजूबाजूला कमीतकमी पाणी उडेल याची काळजी घेत तिने ओंजळ भरून घेतली. ही नीरव शांत जागा, जिथे खडकांमध्ये साठून राहिलेल्या उष्णतेचा आवाज हाच सगळ्यात मोठा आवाज होता, तिला अस्वस्थ करत होती. दुपारच्या सूर्यकिरणांच्या दिशेने आपला पृष्ठभाग उचलत ती चेहरा धुण्यासाठी वाकली. मग पाण्यातून चालत बाहेर किनाऱ्यावर आली आणि बाजूच्या खडकावर अंग सुकवण्यासाठी पसरली. हळूहळू तिची त्वचा उबदार झाली पण तरीही तिच्या अंगावर काटा येत होता. ही जागा तिला आवडली नव्हती. अगदी पाण्याची आणि खाण्याजोग्या कंदमुळांची, झुडपांची रेलचेल असली तरीही!

''आई आणि बाबा आणखी अन्न गोळा करायला कशाला गेलेत? आपल्याकडे आधीच खूप मांसाचा साठा झालाय अगदी हरणाला गिळल्यामुळे फुगलेल्या अजगराच्या पोटासारखं आपलंही पोट ते खाल्यावर फुगेल एवढा! मग तरीही ते आणखी कशासाठी गोळा करतायत?'' तिच्या वडलांनी साफ करण्यासाठी तिच्या ताब्यात दिलेल्या बियांच्या ढिगाकडे तिने कपाळाला आठ्या घालून पाहिले. ''घर भरून अन्न साठवून ठेवायला आपण काय वाळवीचे किडे आहोत काय?''

झुमा काहीच बोलली नाही. आपल्या खपाटीला गेलेल्या पोटाच्या सुरकुत्यांमध्ये

पाणी जिरवत राहिली. कोबा वाट पाहत राहिली. ऐकू न येण्याचं नाटक केलं तरी तिच्या आजीपाशी या प्रश्नाचं उत्तर होतं, हे तिला ठाऊक होतं आणि तिच्या आजीचे कान तर एखाद्या मुंगसाच्या कानासारखे तिखट होते; पण काहीच प्रत्युत्तर आलं नाही, तेव्हा कोबा रागावून उठून उभी राहिली.

“याऊ! तुम्ही मोठी माणसं नेहमीच जाणूनबुजून माझ्याकडं दुर्लक्ष करता.” तिने रागारागाने बियांच्या त्या ढिगाला लाथ मारली. कितीतरी बिया उडून तळ्याच्या पाण्यात पडल्या. त्यांचा डुबुक डुबुक आवाज भोवतालच्या खडकांच्या भिंतीवर आपटून प्रतिध्वनित झाला. निळ्या रंगाच्या चिमण्यांचा एक थवा त्या आवाजाने भेदरून आपले पंख फडफडवीत उडाला आणि काटेरी झुडपांच्या आडोशाला दडला.

कोबाने भेदरून आजूबाजूला पाहिलं; पण दुपारच्या उतरत्या सावल्यांपलीकडे कसलीच हालचाल झाली नाही. आपल्या उरल्यासुरल्या दातांच्या फटींतून हवा खेचल्याचा झुमाचा आवाज तिने मागच्या बाजूला ऐकला.

“तू तर आपल्या आईचं आचळ सोडून भलतीकडेच ढुशा देणाऱ्या वासरासारखी आहेस. आपलं डोकं जरा नीट चालव, नीट लक्ष दे म्हणजे मग आपोआप तोंडात दूध येईल.”

कोबा धुसफुसत राहिली. तिची आजी तिला खूप आवडत होती; पण तिला समजून घेणं म्हणजे ढगांपाठीमागच्या सूर्याला पाहण्यासारखं होतं. काहीतरी तेजस्वी, लखलखीत असल्याची जाणीव व्हायची, जवळपास दिसायचंही, पण ते पाहण्याच्या खटाटोपात डोळे दुखू लागायचे. थोड्या वेळाने ती झुमाच्या काहीशी पाठीमागे उकिडवी बसली.

“आजी गं!” ती गंभीरपणे म्हणाली, “या जागेत दुष्ट आत्मे आहेत का गं?” झुमा कष्टाने तिच्याकडे वळली. तिचाही चेहरा गंभीर होता.

“अंऽ हं हं! मला तरी जाणवत नाहीयेत बाळा.”

“मला काही जाणवतंय! दबा धरून बसलेल्या सिंहासारखं–” कोबा कुजबुजली.

झुमाने अस्वस्थ होऊन इकडे तिकडे नजर टाकली. “याऊ! बेटा त्या तीक्ष्ण नख्यांचे पंजे असलेल्याचं नावही घेऊ नकोस. इथे तरी नको आणि यावेळी तर नकोच नको.” तिने आपली मान जोरजोरात हलवली. तिची पितळेची आणि मण्यांची आभूषणं तिच्या चेहऱ्यापुढे हिंदकळली.

आपलं चुकल्याचं कोबाला जाणवलं. माणसाने धोक्याचा कधीच प्रत्यक्ष उच्चार करू नये. त्याने तो खरंच जागवला जाण्याची शक्यता असते; पण तो तिचा दोष नव्हता. जन्मापासून तिच्या संवेदना एखाद्या सशाच्या मिशांइतक्या जागृत होत्या. इतर मुलांसारखं होण्याचा तिने खूप प्रयत्न केला. वाऱ्यावरून वाहत येऊन तिच्या कानात कुजबुजणाऱ्या त्या आवाजांकडे दुर्लक्ष करून, झुडपांच्या जंगलात

पिसे उडवण्याचा किंवा झेलटाळीचा खेळ खेळण्याचा तिचा प्रयत्न कधीच यशस्वी झाला नाही. बिनचेहऱ्याच्या, बिनअस्तित्वाच्या माणसांचे आवाज तिला सतत अस्वस्थ करीत. अर्थात ते आवाज स्पष्ट नसायचे; काहीतरी गुणगुण किंवा न समजण्यासारखं बोलणं.

जेव्हा तिने सगळ्यात पहिल्यांदा आपल्या वडलांना त्या आवाजाविषयी सांगितलं तेव्हा ते खूप रागावले आणि त्यांनी तिला पुन्हा असलं काही बोलायचीसुद्धा बंदी केली. कोबाला पडणारे असंख्य प्रश्न मग तिच्या आईने झुमाला विचारले.

"तिला तो कान आहे." ती अभिमानाने झुमाला म्हणाली होती; पण असल्या गोष्टींकडे लक्ष देण्याची ही वेळ नाही, असं झुमा म्हणाली. झुमाच्या मते वाऱ्यावरून वाहत येणारे ते आवाज तिच्यासाठी कुठलाही संदेश घेऊन येत नव्हते.

'मला ते ऐकू येत नाहीत हे बरंच आहे.' कोबा शहारली. कानातल्या कुजबुजीपेक्षा मनातल्या विचारांकडे दुर्लक्ष करणं अधिक सोपं.

"तुझ्या बिया सोलण्याच्या कामाचं काय?" झुमाने तिला आठवण करून दिली. "तुझ्या वडिलांनी तुला ते काम सांगितलं तेव्हा त्यांचा चेहरा अगदी भयंकर रागावलेला दिसत होता."

"त्या खूपच जास्त आहेत आणि फोडायचा दगड कपड्यात गुंडाळल्यामुळे त्याला वेळही खूपच जास्त लागतोय." कोबा रुसक्या आवाजात म्हणाली. "अगदी टोकदार हत्याराशिवाय टणक बिया फोडताच येत नाहीत."

'दगड कपड्यात गुंडाळून घे,' त्यांची तात्पुरती छावणी सोडून शिकारीसाठी जाण्यापूर्वी तिच्या वडिलांनी तिला बजावलं होतं. 'कुणालाही त्याचा आवाज ऐकू जाता कामा नये. कारण तसं झालं तर आपण मातुल टेकड्यांत आलो आहोत हे त्यांना कळेल.'

मातुल टेकड्यांतल्या त्या छावणीत सगळेच लोक घाबरलेले असत. पेटत्या शेकोट्यांभोवती बसलेल्या लोकांची त्याविषयीची दबक्या आवाजातली कुजबूज तिने ऐकली होती. 'ही जागा गोऱ्या लोकांच्या वस्तीच्या अगदी जवळ असल्यामुळे असेल का?' तिच्या मनात विचार आला.

तिने गोरी माणसं कधीच पाहिली नव्हती. मग त्यांच्या घरांची गोष्ट दूरच राहिली आणि इथेसुद्धा ते गोऱ्यांच्या घरांपासून इतके दूर होते, की त्या घरांमधून निघणारा विस्तवाचा धूर दूरवरसुद्धा दिसत नव्हता.

कदाचित गोरे लोक जेवण बनवायला विस्तव वापरतच नसतील. कोबाच्या मनात आलं. लोक म्हणायचे की गोऱ्यांकडे सगळी कामं करायला यंत्रं असतात अगदी चालायलासुद्धा! ती यंत्रं म्हणजे चमत्कारच होता, लोक सांगायचे. पण गोरे लोक अगदी कुरूप सरड्यासारख्या रंग बदलणाऱ्या कातडीचे. प्रथम पांढरे आणि

मग सूर्यप्रकाशात तांबडे-लाल होणारे. सापाच्या कातीसारखी त्यांची कातडीपण सोलवटून निघून येत असे. मग त्यांना दुखत असेल का? तिच्या मनात आलं आणि गोऱ्यांचे केस खरंच हिवाळी गवतासारखे असतात का? सरळसोट आणि फिकट सोनेरी रंगाचे! तिला त्यांना पाहायचं होतं. निदान ओझरतं; पण तिचे वडील म्हणाले होते की त्यांनी तिथून शक्य तितक्या लवकर निघून जायला हवं.

झुमाचा आवाज ऐकून कोबाला आश्चर्यच वाटलं. झुमा म्हणाली, "गोरे लोक सांगतात की आपण या जमिनीवर पायही ठेवला किंवा इथला एखादा ससा जरी उचलून नेला तरी आपल्याला ठार मारण्यात येईल. खुईऽऽ" तिने रायफलचा आवाज काढला. त्या आवाजाने घाबरून जाऊन एक पाल आडोशाला पळाली आणि झुमालाही खोकल्याची मोठी उबळ आली. तिथल्या शांततेचा भंग केल्याबद्दल आजीला अशीच शिक्षा व्हायला हवी, कोबाच्या मनात आलं आणि ती आजीला सावरायला उठलीच नाही; पण जेव्हा झुमा आपल्या अशक्त हातांनी पाइप शोधू लागली तेव्हा कोबाला राहवलं नाही. पाइपचा नुसता झुरका घेऊनही त्या वृद्ध स्त्रीला बरं वाटलं असतं. कोबाने मण्यांच्या बटव्यातून पाइप बाहेर काढला. त्याचा दांडा कधीच नाहीसा झाला होता. तंबाखू पेटवायच्या लाकडाच्या खोलगट भांड्यावर दोन काळसर खड्डे पडले होते. कोबाच्या आठवणीत असल्यापासून झुमा त्या जागी आपली बोटं ठेवून तो पाइप पकडत असे. तिने तो पाइप आपल्या आजीच्या हातात दिला.

म्हातारीने चिलमीचे झुरके घेऊन तिची ढास थांबेपर्यंत कोबाने वाट पाहिली आणि मग ती म्हणाली, "आपण इथे कशासाठी आलो आहोत? इथल्यापेक्षा वाळवंट कितीतरी सुरक्षित आहे. माणसाला तिथे सगळं काही ऐकू येतं. आपण हे सगळं अन्न गोळा करून बांधून ठेवूया ना आजी! म्हणजे मग आई आणि बाबा आले की आपण लगेचच निघू शकू. रात्र पडायच्या आत इथून दूर निघून जाऊ."

"मुली! मुली–" कोबाचा काहीतरी शोधणारा हात दूर सारत झुमा म्हणाली, "मधाच्या पोळ्याभोवती घोंघावणाऱ्या मधमाशीसारखी माझ्यामागे भुणभुण लावू नकोस. मी आता मरेपर्यंत इथेच राहणार आहे."

"मरेपर्यंत! हो तू नक्कीच मरणार आहेस." झाडाच्या वाळलेल्या फांदीसारखा असलेला म्हातारीचा दंड हातात जमेल तितका घट्ट पकडून कोबा म्हणाली, "बाबांनी मारलेलं हरीण तू पाहिला नाहीस का आणि झाडावर टांगलेले ते. गोरे नक्कीच येऊन आपल्याला सगळ्यांना त्यांच्या बंदुकींनी ठार मारणार आहेत."

"कोबा! कोबा! शांत रहा पाहू. तू म्हणजे नुसतीच अस्ताव्यस्त पसरत जाणाऱ्या हरळीसारखी आहेस. नुसतीच धावपळ! पोचणार कुठेच नाहीस. जरा बस. मी तुला एक गोष्ट सांगते."

त्या शब्दांनी कोबावर अंगाईसारखी जादू केली. तिला एकदम सुरक्षित वाटायला लागलं. टणक कवचाच्या आत गुरगुटून झोपलेल्या बीसारखं. जणू काही ती परत छोटीशी झाली होती आणि तिची आजी तिला आपल्या मांडीवर आंदुळत होती. गोष्टी सांगण्याएवढी जर आजी निवांत असेल तर मग घाबरण्याचं काहीच कारण नव्हतं. कोबाला वाटलं. आजीला भविष्यातलं दिसतं. ती संमोहनात नसतानाही तिच्याशी आत्मे बोलत असत. तिला त्यांचं बोलणं स्पष्ट ऐकू यायचं, जेणेकरून तिला भविष्यातल्या धोक्याची अगदी नेमकी चाहूल लागायची.

त्या वृद्ध स्त्रीने एक सोललेली बी उचलली आणि त्यातला गर ती चोखू लागली. तिचे पांढुरके डोळे दूरच्या क्षितिजावर खिळले होते. कोबाने झटकन बियांची पिशवी आजीचा हात पोहोचणार नाही इतपत दूर सरकवली. अजूनपर्यंत त्यांनी पुरेशा बिया सोलल्या नव्हत्या.

हातातली बी तोंडात टाकून एका गालात घोळवत झुमा जिवणी एका कोपऱ्यात दुमडून हसली.

"तुझ्या आजोबाला– खानला ही जागा फार आवडायची. इथेच आम्ही एकमेकांना प्रथम पाहिलं होतं. त्या तिकडे." डोळ्याच्या आकाराच्या त्या तळ्याच्या, सोनेरी भिवईसारख्या दिसणाऱ्या धनुष्याकृती कमानदार किनाऱ्याकडे बोट दाखवत ती म्हणाली. "जू होनासी जमातीचे सगळे लोक जेव्हा इथे यायचे तेव्हा मग औषधोपचाराचं संमोहन नृत्य होत असे. आम्ही स्त्रिया तिथे वर्तुळाकारात गाणी गात बसायचो. पुरुष त्या वर्तुळाच्या बाहेरून आम्हाला प्रतिसाद द्यायचे मग हळूहळू गात, नाचत, आपल्या घोट्यांवरची आभूषणं खुळखुळवीत ते वर्तुळात प्रवेश करायचे." म्हातारीने आपलं मनगट गोल फिरवलं. तिच्या हातातल्या बांगड्यांचा किणकिणाटाचा आवाज पायातल्या तोड्यामधल्या शंख आणि मण्यांच्या खळखळाटासारखा वाटला.

"पुरुषांच्या त्या रांगेच्या मधोमध एक इतरांपेक्षा उंच, तरुण मनुष्य मला दिसला!" हातातल्या पिसांचा झाडू स्वप्नाळूपणे आपल्या पायांवरून फिरवत झुमा बोलू लागली, "त्यांचे स्नायू एखाद्या काळविटाच्या स्नायूंसारखे लांब, पीळदार आणि बळकट होते. आणि त्याची छाती, याउ! विस्तवाच्या प्रकाशात सोन्यासारखी झळाळणारी. आपल्या अधिक असलेल्या उंचीमुळे इतरांना खुजं वाटू नये म्हणून खाली झुकवलेली त्याची गर्दन जेव्हा मी पाहिली, तेव्हाच माझ्या लक्षात आलं की तो खान होता, कोबाचा मुलगा. कोबा म्हणजे तुझी पणजी, जिच्यावरून तुझं नाव ठेवण्यात आलं ती."

म्हातारीने चघळून चोथा झालेलं बीचं कवच आपल्या गालातून बाहेर काढलं आणि दातांनी कुरतडू लागली. घास गिळताना मधेच ती बोलली, "पाण्याच्या या साठ्यावर कोबाचा हक्क होता. तिच्या जमान्यात याचं नाव 'केके' होतं. त्यापूर्वी

त्याला 'पाय' म्हणत असत.''

तिची नात चुळबुळ करू लागली. कदाचित झुमा आता मोठी बस्टार्ड पक्षीण राहिली नव्हती– टोळीतली सगळ्यात चांगली गोष्टी सांगणारी बाई.

''कोबाला तो हक्क तिच्या आईकडून, म्हाताऱ्या 'बी'कडून मिळाला होता. बीचं लग्न...''

''आजी,'' कोबा मधेच बोलली, ''तू आजोबांना पहिल्यांदा पाहिलंस तेव्हा काय झालं?''

''अं, हो हो... खानला माझ्या नजरेतली चमक जाणवली आणि मग मी माझी नजर दुसरीकडे वळवली.''

कोबाने मान डोलावली. चांगल्या घरच्या मुलींनी असंच वागायचं असतं.

झुमा पुढे म्हणाली, ''पण रात्री सगळेजण झोपी गेल्यावर मी खानला तिकडे वरती भेटले.'' त्यांच्या डोक्यावर उंचावर असलेल्या डोंगराच्या कपारीकडे तिने कष्टाने निर्देश केला. ती जागा पाहण्यासाठी कोबाने आपली मान उंचावली, पण खडकावरून परावर्तित होणाऱ्या प्रखर सूर्यकिरणांनी तिला जणू आंधळं केलं.

''तुझं हे काम संपलं की मी तुला ती जागा नेऊन दाखवेन.''

''पण आजी–''

सांधिवाताने वाकडी झालेली आपली बोटं हिरड्यांवर फिरवून झुमाने तिथे अडकलेले बीच्या कवचाचे तुकडे साफ केले. ''अगं मुली, आता इतक्या उंचावर चढून जायचं तर गरमी खूप आहे. शिवाय तुझं कामही संपलेलं नाही. अर्धवट टाकलेल्या कामाचं मनावरचं ओझंही खूप जड होईल वर चढताना. तेव्हा आता बऱ्या बोलानं ते बिया सोलण्याचं काम संपव. आपण उद्या जाऊ.''

''पण–''

''भरपूर वेळ आहे आपल्याकडे.''

कोबाने एक लांबलचक सुस्कारा टाकला, पण झुमाने तिच्याकडे दुर्लक्ष केलं आणि ती काहीतरी गुणगुणू लागली. कोबाने बिया सोलण्याचं आपलं काम पुढे चालू केले. एकीकडे ती आपल्या मृत अजोबांचं रूप डोळ्यांसमोर उभं करण्याचा प्रयत्न करत होती. तिला त्यांची फक्त बोटंच आठवत होती आणि त्या बोटांना पिसं फुटल्यासारखं तिला वाटत होतं. नंतर तिच्या लक्षात आलं की तिने त्यांना सतत शिकार केलेले पक्षी सोलतानाच पाहिलं होतं. खान गावातला सगळ्यात कुशल फासेपारधी होता.

गिनी फाऊल, सँडग्राउज एवढंच काय मोठ्या आकाराच्या बस्टार्ड माद्या, असे शिकारीचे पक्षी तो मोठ्या कुशलतेने सापळे लावून पकडत असे.

एके दिवशी खानने एका एंडर सापाला डिवचलं आणि त्याने चिडून त्याच्या

घोट्याला दंश केला. झुमाने त्या जागेभोवती स्वच्छ कातड्याच्या पट्ट्या आवळून बांधल्या पण तरीही त्याचा पाय प्रचंड सुजला. काही दिवसांनंतर तो अगदी बेढब आणि ताठरलेला दिसू लागला, बाओबाब झाडाच्या फांदीसारखा!

झुमाने झाडपाल्यांची औषधं देऊन खानचा ताप आटोक्यात ठेवला होता; पण त्याच्या पायावरची कातडी हळूहळू भेगाळू लागली आणि तिथे वाहणाऱ्या जखमा झाल्या. त्या जखमा त्याच्या पायावरच्या मांसात खोलवर चरत गेल्या. कितीही पोटिसं बांधली तरी जखमा सडू लागल्या आणि मग शेवटी त्यात किडे पडले. ते जखम कुरतडून स्वच्छ करत, पण मांस कुरतडल्याने आतलं हाड दिसू लागलं.

शेवटी त्याचा गुडघ्याखालचा पाय जेव्हा गळून पडला, तेव्हा त्याला सुटल्यासारखं वाटलं. रिवाजाप्रमाणे तो पाय मग त्यांनी एखादं प्रेत पुरावं तसा पुरला. ती जखम मग बरी झाली.

पण खानची जगण्याची इच्छाच नाहीशी झाली होती. तो आपल्या झोपडीत दरवाज्याकडे पाठ करून दिवसचे दिवस पडून राहायचा.

झुमाने आपल्या जावयाकडे – तामीकडे खडकावरच्या चित्रांपाशी खानला घेऊन जायची इच्छा व्यक्त केली; पण जमातीतल्या इतरांच्या मदतीशिवाय ते शक्य नव्हतं आणि ते इतरांवर तिकडे येण्याची सक्ती करू शकत नव्हते; कारण 'मातुल टेकड्या' म्हणून ओळखल्या जाणाऱ्या त्या पवित्र स्थळाची यात्रा फार धोकादायक होती.

खान बरा व्हावा म्हणून खूपशी संमोहन नृत्यं सादर करण्यात आली. स्वत: झुमा संमोहनावस्थेत जाऊन आत्म्यांच्या विनवण्या करून आली की त्यांनी खानला तिच्या सोबतीला आणखी काही काळपर्यंत ठेवावं; पण आत्म्यांनी तिला सांगितलं की खानलाच आता जगण्याची इच्छा उरली नव्हती. म्हणून मग झुमा तिच्या झिजत चाललेल्या नवऱ्याच्या उशाशी बसून राहिली. त्याची अन्नावरची वासना चाळवावी म्हणून जमातीतले तरुण शिकारी ताजं रुचकर मांस घेऊन येत, तेही न स्वीकारता.

झुमाला जाणवलं की छोटी कोबाही तिच्याप्रमाणेच आठवणींच्या राज्यात विहार करून आली होती. म्हातारीने सुस्कारा टाकला आणि म्हणाली, "अहं अहं! मी त्याच्याशिवाय फार काळ जगलेय. आता माझीही जायची वेळ आलीय. खानचा आत्मा आता इथे माझ्या आत्म्याला भेटायला नक्की येईल."

कोबाने काहीच न समजल्यासारख्या कपाळाला आठ्या घातल्या; पण झुमा स्वत:च्या वाळक्या दंडाकडे पाहत होती. "त्याच्या स्पर्शासाठी, त्याने कुरवाळण्यासाठी मी अगदी आसुसलेय; पण हॅंड!" आपल्या निस्तेज दंडाकडे तिरस्काराने पाहत ती उद्गारली, "हा कुरूप हात! एकेकाळी तो एखाद्या पोसलेल्या अजगरासारखा होता. पुष्ट, मुलायम आणि चमकदार! वर सुंदर सुंदर गोंदण काढलेला. किती पुरुष

त्याला स्पर्श करायला लालचावलेले होते.''

तिची नात शहारली. झुमाचे कितीतरी पुरुषांबरोबर संबंध होते हे जमातीतल्या प्रत्येकाला ठाऊक होतं. तिची कधीच न शमणारी भूक हा वस्तीतल्या शेकोट्यांभोवती बसून चवीने चघळण्याचा विषय होता.

कोबाच्या चेहऱ्यावरच्या नापसंतीच्या भावाकडे पाहत झुमा खदखदून हसली आणि म्हणाली, ''काळजी करू नकोस. उद्या तुम्ही मला या डोंगराच्या कपारीत सोडून जाणार आहात.''

तामी परतला तेव्हा कोबा झेप घेऊन त्याला बिलगली आणि म्हणाली, ''बाबा बाबा, आपण खरंच आजीला इथेच सोडून परत जाणार आहोत का?''

वाहून आणलेल्या हरिणीच्या गर्भाने तामीचे खांदे लालेलाल झाले होते. ''होय,'' तो म्हणाला. हातातलं कलेवर खाली ठेवण्यासाठी काही काटक्या गोळा करायला त्याने कोबाला खुणावलं. आज रात्री तो ते मांस शिजवणार होता. ते एवढं कोवळं लुसलुशीत होतं की त्याच्या सासूला कदाचित ते चावता आलं असतं.

कोबा अजूनही त्याच्या जवळच घोटाळत होती. ''पण इथल्या तरसांचं आणि बबून माकडांचं काय? मी त्यांची विष्ठा आसपास पाहिलीय.''

''म्हणूनच तर आपण आजीला त्या उंचावरच्या कपारीत सोडून जाणार आहोत.'' हरणाच्या पाडसाचा चिमुकला गर्भ मागच्या पायांच्या खुरांना पकडत त्याने उंच धरला आणि त्याच्या कोवळ्या पोटावरून सुरी फिरवली. द्रवाचा एक लोंढा खालच्या मातीवर सांडला. लगेचच माशांचा एक थवा त्यावर झेपावला आणि द्रव चाटून घेऊ लागला. ''पाठीशी खडक आणि पायाशी जाळ. ती अगदी सुरक्षित राहील. तोवर, जोवर ती स्वतःच आपल्या आत्म्याला कुडी सोडून जाण्याची अनुमती देत नाही.''

''तरसांपासून कदाचित सुरक्षित राहील ती; पण बबून माकडं? करवतीसारख्या दातांची ती माकडं तिच्यापुढचा विस्तव विझवून तिच्यावर हल्ला करतील.''

''कोबा! कोबा!'' तामी आपल्या हातातला सुरा काळजीपूर्वक म्यानात सारत म्हणाला. त्या सुऱ्याच्या पात्याचे मधे मधे टवके उडाले होते; पण त्याला पुन्हा धार लावण्याचं धाडस तो करू शकत नव्हता. कारण यापूर्वीच्या धार काढण्याने ते पातं अंड्याच्या टरफलाइतकं पातळ झालं होतं. नवीन पातं बनवायला त्याला पोलादाची गरज होती, पण पोलाद त्याला फक्त गावातल्या दुकानात मिळू शकलं असतं. तिकडे जायला तो फारसा उत्सुक नव्हता कारण तिथे गोरे लोक वरचेवर जात असत.

त्याने हातातला पाडसाचा गर्भ खाली खडकावर ठेवला. आपल्या लेकीला जवळ ओढून तिच्या डोळ्यांत पाहत तो म्हणाला, ''तुला काय झालंय बाळा?

यापूर्वीही अशीच दूर एकांतात जाऊन मरणाची वाट पाहणारी किंवा आपल्या झोपड्यांमध्ये पडून राहून शेवटच्या घटका मोजणारी म्हातारी माणसं तू पाहिलीयस. एखाद्या तरसामुळे जर तुझ्या आजीचं मरण थोडं लवकरच ओढवलं तर...'' त्याने खांदे उडवले आणि तो उठून उभा राहिला. ''जर, झुमा तुझ्यापाशी तिच्या लवकरच येणाऱ्या मृत्यूविषयी बोलली असेल, तर तिने तुला ही जागा, तिच्यासाठी नसली तरी आपल्यासाठी किती धोकादायक आहे हेही सांगितलं असेलच. म्हणूनच तिने रहायचं ठरवलं असलं तरी आपल्याला निघून जायला हवं.''

शेकोटीपासची ती रात्र काही फारशी सुखद नव्हती. घोंघावणारं वारं कातड्याच्या अंगरख्यांत घुसून अंगावर शहारा आणीत होतं आणि अस्वस्थ करीत होतं.

''असल्या रात्री प्राण्यांची कातडी अगदी कुचकामाची असतात,'' नायसा–कोबाची आई म्हणाली. ''ही जीवघेणी थंडी त्यांच्यात घुसून तुमच्यावर हल्ला करते.''

''हां!'' झुमाने होकारार्थी मान हलवली. तिची पाठ व्रणांनी भरली होती. वर्षानुवर्षं झोपताना उबेच्या शोधात पेटवलेल्या शेकोटीच्या अगदी जवळ झोपल्याने कातडी भाजल्याचे चट्टे होते ते.

तामी वाजवत असलेल्या वाद्यावरून त्याने आपली नजर वर उचलली आणि तो म्हणाला, ''बायांनो शेकोटीला पाठ देऊन बसा. लवकरच पाठीत ऊब येईल.''

''आणि मग छाती गोठून जाईल.'' थकली भागलेली नायसा आपल्या नितळ कपाळावर आठ्या पाडत म्हणाली. ''आपल्यापाशीही जर गोऱ्यांसारखे संपूर्ण अंग झाकणारे कपडे आणि अंगाभोवती गुंडायळला पांघरूण असतं, तर आपण छान उबदार राहिलो असतो.''

''गोऱ्यांसारख्या कपड्यांची काही गरज नाहीये.'' तामी फिस्कारला. हातातलं ओबडधोबड वाद्य त्याने रागाने दूर ढकललं. तो शेकोटीच्या अगदी जवळ जाऊन पडला. ''मी पाह्यलंय, जेव्हा जेव्हा आपण गोऱ्यांच्या वस्तीपासून दिवसभराच्या अंतरावर येतो, तेव्हा तुझी जीभ फार सैल सुटते.'' तो त्यांच्याकडे रागाने पाहत राहिला. त्याच्या तपकिरी डोळ्यांत अंगार होता. बायकांनी ओशाळत आपली नजर खाली केली. तामीनेही आपला आवाज खाली उतरवला.

''तुमचे कातडी अंगरखे मला शक्य होतं तेवढे जाड आणि मुलायम केले आहेत. तुमची कटिवस्त्रंही मी त्यांच्यावर शिवलेल्या मण्यांनी शोभिवंत झाली आहेत.''

कोबाला आपल्या वडिलांच्या बोलण्याचं आश्चर्य वाटलं. ते जवळपास आत्मप्रौढीच्या स्वरात बोलत होते. नशीब ते त्यांच्या खेड्यात नव्हते.

''कटिवस्त्र पावसात भिजलं की वाळायला खूप वेळ लागतो.'' नायसा म्हणाली ''गोऱ्यांचे कपडे किती पटकन सुकतात.''

तामीने उद्वेगाने आपले केस उपटले. "जाऊ दे. तू तर ओल्या जखमेवर घोंघावणारी माशीच आहेस."

त्या बायका आश्चर्याने पाहतच राहिल्या. शांत स्वभावाचा तामी क्वचितच एवढा चिडत असे. "थंडी तर आहेच," नायसा आणि कोबाने एकमेकींकडे पाहून भुवया उंचावल्या. "अगदी हाडं फोडणारी थंडी आहे." त्याने कबूल केलं. भावनोद्रेकावर ताबा मिळवण्याच्या प्रयत्नात त्याची मान वेडीवाकडी झाली. "पण उद्या सूर्य प्रकाशेल; आपण इथून निघून जाऊ. आपल्याला अडवणारं इथं काहीच नसेल."

त्याच्या समोर शेकोटीभोवती कोंडाळं करून बसलेल्या त्या बायकांवर आपलं बोट रोखून तो म्हणाला, "कितीतरी काळापासून आपल्या लोकांना असं वाटत आलंय की गोऱ्यांचं सगळंच आपल्यापेक्षा चांगलं आहे; पण ते तसं नाहीये." तामीने त्वेषाने आपली मूठ आपल्या गुडघ्यांवर आपटली. "कोबा, तुला हे समजायला हवं तू ते लक्षात ठेव आणि तुझ्या मुलांनाही शिकव."

कोबाने गंभीरपणे मान डोलावली. ती जाणती, जोडीदार शोधण्यायोग्य झाल्याचा तिच्या वडिलांनी अप्रत्यक्षपणेही उल्लेख करण्याची ही पहिलीच वेळ होती. याचा अर्थ तिला कोणाकडून मागणी आली होती का? तिने आपल्या आईकडे प्रश्नार्थक नजरेने पाहिलं, पण दोन्ही गुडघ्यात दाबून पकडलेलं छोटंसं हिरवं खरबूज जोरजोराने खरवडण्यात नायसा मग्न होती.

शेकोटीला प्रदक्षिणा घालून तामी बायकोजवळ गेला आणि फिस्कारला, "होय, गोऱ्यांपाशी कित्येक यंत्रं आहेत, वाहनं आहेत, बंदुका आहेत; पण ते आपल्या पाळलेल्या प्राण्यांचे गुलाम आहेत. ते झटपट गाशा गुंडाळून दूर जाऊ शकत नाहीत." बायकोवर एक जळजळीत नजर टाकून तो अंधारात दिसेनासा झाला.

कोबा शेकोटीकडे टक लावून पाहत होती. ज्वाला आता चांगल्याच तडतडत होत्या, कारण तिच्या आईनं ते ओलं टरबूज विस्तवात टाकलं होतं. काय चाललं होतं तरी काय? प्रत्येकजण इतका निष्काळजी आणि बेपवाईनं का वागत होता?

"हा!" नायसा उपहासाने उद्गारली, "आणि गोऱ्यांना कशापासून दूर पळायची गरज आहे? ते तर स्वतंत्र आहेत. आम्ही पिढ्यान्‌पिढ्या खात आलेल्या प्राण्यांची शिकार करण्याची आम्हाला बंदी आहे. आमच्या वाटा काटेरी तारा लावून बंद करण्यात आल्यायत." टरबुजातला ओलावा आता जळून गेला होता. नायसाची बडबड चालूच राहिली. कोबा तिथून हळूच सटकली. तिची आई नेहमीच तक्रार करत असे. तिच्यापेक्षा आजीजवळ बसणं बरं; पण तीही आता पेंगायला लागली होती. निदान तसं सोंग तरी करत होती.

तिचे वडील गेले होते त्या दिशेने ती चालू लागली. अकासियाची पानं गोळा करताना ते तिला सापडले. त्रासिकपणे त्यांनी ती पानं आपल्या पाइपात खुपसली.

''मला खरं तर तंबाखू हवीय.''

''मला ठाऊक आहे.'' चंद्रप्रकाशात पडलेल्या झाडांच्या किरमिजी सावल्यांत आपल्या वडिलांच्या बाजूला उकिडवी बसून त्यांच्या गुडघ्यावर हात ठेवत ती म्हणाली. रात्र कोल्हेकुईच्या कर्कश, पण ओळखीचा असल्यामुळे सुखावह वाटणाऱ्या आवाजाने गजबजली होती. वडील काहीतरी बोलतील म्हणून कोबाने वाट पाहिली. पण ते उठून उभे राहिले, हसले आणि त्यांनी तिला ती लहान असताना घ्यायचे तसं उचलून घेऊन एका खांद्यावर टाकलं.

वडिलांच्या खांद्यावरून आपल्या राहुटीकडे परत जाताना कोबाला अगदी खुळ्यासारखं वाटलं. ती आता खूपच मोठी झाली होती. तिच्या शरीराचा वरचा अर्धा भाग तिच्या वडिलांच्या डोक्याच्या खूपच वर गेला होता. तिला अस्वस्थ वाटत होतं. आणि त्या तेवढ्या उंचावरून होणारं आपल्या आजीचं दर्शन तिला अगदी नकोसं वाटलं. तिच्या त्या पोकळ पांघरुणाखालची तिची छोटीशी कुडी, आपली कातडीही पूर्णपणे भरू न शकणाऱ्या किड्यासारखी वाटली तिला.

कोबाने स्वत:साठी त्या वाळूत एक छोटासा खड्डा खणला आणि हातापायांची जुडी करून ती त्या धगधगत्या विस्तवाच्या शक्य तितक्या जवळ लवंडली. तिच्या डोक्यावरचं आभाळ हळूहळू काळवंडत होतं. सोसाट्याच्या वाऱ्याने वाहून आणलेल्या ढगांनी इतका वेळ तेजाळ दिसणारा आकाशगंगेचा पट्टा झाकोळून टाकला होता. अंगावर येणाऱ्या त्या काळोखामध्ये क्षणभरासाठी जेव्हा चंद्र बाहेर डोकवायाचा, तेव्हा त्याच्या प्रकाशात डोंगराच्या कडांवर पहारेकऱ्यासारख्या बसलेल्या बबून माकडांच्या छायाकृती उजळायच्या. त्यातल्या एकाने ओरडायला सुरुवात केली.

''आपल्या चवड्यांवर बसणाऱ्या ह्या लोकांना तू दुखवलेलं दिसतंयस,'' तिचे वडील चेष्टेच्या सुरात म्हणाले. तिला त्यांच्या अगोदरच्या बोलण्याची आठवण झाली.

कोबा थट्टा करण्याच्या वा ऐकण्याच्या मन:स्थितीत नव्हती. त्रासिकपणे ती कुशीवर वळली. तिच्या मनात काय काय चाललं होतं हे तिच्या वडिलांना कळत कसं नव्हतं?

ती अस्वस्थ झाल्याचं पाहताच तिच्या वडिलांनी शेकोटीत आणखी एक लाकूड सारलं आणि धोक्याची जाणीव असतानाही आगीची ज्वाला मोठी केली. कोबा काहीशी सैलावली.

तिच्या आईवडलांचा डोळा लागल्यावर कोबा हळूच अंथरुणावर तिच्यापासून काही अंतरावर झोपलेल्या झुमाकडे सरकली. म्हातारी कोपरं टेकून हाताच्या ओंजळीत चेहरा घेऊन पडली होती. तिचे झाकोळलेले डोळे उघडे होते.

''आजी, मला कुणी तरी ठोकल्याचं जाणवलं.'' कोबा आपल्या छातीवर हात

ठेवून म्हणाली झुमाने आपल्या नातीकडे बराच वेळ पाहिलं. अखेर ती कुजबुजली. ''मला ते कसं असतं ते माहितीये.''

''तुला ठाउकाय?'' कोबा उत्सुकतेने पुढे झुकली. ''ते काय असतं? आताही तुला ते जाणवतं का?'' झुमाने मान हलवली. ''नाही, त्या शक्ती आणि माझं कर्णपिशाच्चही आता मला सोडून गेलंय.'' कोबा निराशेने पुन्हा आडवी झाली. मग छोट्याशा आवाजात म्हणाली, ''पण निदान त्याचा अर्थ काय हे तरी तू मला सांगू शकशील की नाही?''

''ते ठोकणं म्हणजे तुझ्यासाठी सूचना आहे.''

''सूचना?''

''निरोप उघडून पाहण्याची सूचना.''

''कसला निरोप?''

''बिनआवाजाच्या लोकांनी तुला पाठवलेला निरोप.''

भीतीने कोबाच्या अंगावर काटा आला. आणखी बिनचेहऱ्याचे! हा छळ तिच्याच वाट्याला का आला होता? तिचा श्वास जलद येऊ लागला. तिच्या आजीचे तिच्या चेहऱ्यावर चाचपडत फिरणारे हात तिच्या गालांवर एखादं झाडाचं पान पडावं तितक्या अलगद स्थिरावले. ''बिच्चारी! झपाटलेली. तुझ्या या शक्ती तुझं बालपण तुझ्यापासून हिरावून घेतायत.''

''माझ्यापाशी काही शक्ती नाहीयेत.'' कोबा अगदी रडकुंडीला आली होती. ''इथून निघून जायला हवं असं मी केव्हाची सांगतेय, तर कुणीच माझं ऐकत नाही.''

''बाळा, संयम आणि सहनशक्ती हीच खरी शक्ती आहे आणि आपल्या जू होनासी लोकांच्यात ती शक्ती आहे.'' कोबाच्या मस्तकाच्या वर, रात्रीच्या काळ्यामिट्ट अंधारात नजर लावत ती बोलली.

कोबाला किंचाळून सगळ्यांना सांगावंसं वाटत होतं, की मला हे काहीही नकोय. इतरांना न जाणवणाऱ्या, ऐकू न येणाऱ्या गोष्टी मला जाणवायला नकोयत, ऐकूही यायला नकोयत. तेवढ्यात झुमा तिला खाली अंथरुणाकडे खेचत असल्याची तिला जाणीव झाली. तिने झुमाच्या कुशीत झोपावं याची ती सूचना होती. झुमाने एक जुनं अंगाईगीत गुणगुणायला सुरुवात केली आणि कोबाला लगेचच शांत वाटू लागलं.

ती खाली आडवी झाली आणि आपल्या आजीच्या छोट्याशा कुडीच्या धनुकलीत सामावली. झुमाने आपल्या पायांची घडी करून तिच्यासाठी पाळणा बनवल्याचं तिला जाणवलं. त्या अंगाईचे सूर तिच्या तनमनात झिरपत होते. तिला अगदी निवांत, निर्धास्त वाटू लागलं. समोरचा जाळ आणि पाठीशी झुमाच्या शरीराची ओळखीची ऊब! वाळू उडवणाऱ्या वाऱ्यांपासून आजीनं तिला अगदी छान आडोसा केला होता.

पण अंगाई बंद झाली आणि झोपी गेलेल्या झुमाचा संथ लयीतला श्वास सुरू झाला, तसं कोबाला पुन्हा एकटं एकटं वाटू लागलं. जागेवरच पडून ती ढगात पडणाऱ्या फटींची प्रतीक्षा करत राहिली. त्या फटीतून तिला शिखरांवर पहारा देणाऱ्या त्या बबून माकडांच्या छायाकृती दिसल्या असत्या. त्यांच्या जागरूक नजरेखाली ती निर्धास्त झोपू शकेल असं तिला वाटलं. उद्या कदाचित माझ्या मनातली ही उलघाल थांबेल. पण जेव्हा झुमाला आपण इथेच सोडून जाणार आहोत या वास्तवाचं भान आलं, तेव्हा तिला पुन्हा रडू कोसळलं. तिचं दुःख वाढतच गेलं आणि हुंदक्यांनी तिचं शरीर गदगदू लागलं. त्यामुळे आपल्या आजीला जाग येईल अशी भीती तिला वाटली. तिला ते नको होतं. म्हातारीची आपल्या कुटुंबाबरोबरची शेवटची रात्र सुखात, समाधानात जावी. खरं तर तिनं आजीचं सांत्वन करायला हवं आजीने तिचं नव्हे.

कोबाने आपले हुंदके आवरले. डोळे पुसले आणि ती उठून उभी राहिली. मग आजीच्या पाठीशी लवंडली. अंगाखालची वाळू तिला बोचत होती. थंडीने तिची कातडी आक्रसत होती, पण आजीच्या शरीराला चिकटलेलं तिचं हृदय उबदार होतं.

थंडी वाजून कोबाला जाग आली. शेकोटी विझली होती आणि तिची आई गरम राख बाजूला करत खालचे निखारे उघडे करत होती. तरीच! कोबाने आपले दात घट्ट आवळून घेतले. सूर्य अजून उगवला नव्हता; पण तिची आजी कुठे होती?

ती ताडकन उठून बसली. जवळच असलेल्या आजीला पाहून तिच्या जिवात जीव आला. आजी आपल्या थैलीत एक एक वस्तू भरत होती. आज सकाळी ती कालच्यापेक्षा थोडीशी अधिक ताजीतवानी, सशक्त वाटत होती.

मग तिने पाहिलं की आजीने मोठ्या कष्टाने एक छोटंसं बोचकं खांद्यावर टाकलं आणि ती पर्वतशिखराच्या दिशेने चालू लागली.

"थांब!" कोबा धडपडत उठली. "मी येते तुझ्याबरोबर." तिने बियांची पिशवी उचलली. झाडावर वाळत घातलेले काही मांसाचे तुकडेही घेतले आणि त्या चढणीच्या वाटेवर चालू लागली. थोड्याच वेळात तिने आजीला गाठलं. म्हातारीचा श्वास जोरजोरात येत होता, पण एकंदरीत ती मजेत दिसत होती.

"तुझ्या चेहऱ्यावरचं ते 'आता काय होणार' या चिंतेचं सावट झटकून टाक बघू. आजूबाजूला पहा. पक्ष्यांना दिसतं ते पहा."

कोबा एका मोठ्या खडकावर रेलली आणि तिने नजरेसमोर पसरलेल्या त्या पहाटेच्या दृश्याकडे टक लावली. वाऱ्याने अस्ताव्यस्त झालेलं गवत, नुकत्याच जन्मलेल्या पक्ष्यांच्या पिलांच्या पापण्यांसारखे गुलाबी दिसणारे वाळूचे ढुंग. झोपेतली

धरती अगदी कोवळी, निरागस वाटत होती. या कोनातून तिच्या दृष्टीच्या टप्प्यात येणाऱ्या झाडांच्या शेंड्यांवर, मानेत चोची खुपसून बसलेले गिधाडांचे आकार दिसत होतो. दिवस जसजसा वर येईल तसतशी उबदार होत जाणाऱ्या हवेबरोबर ती उडतील आणि हवेच्या उष्ण प्रवाहांवर स्वार होऊन नजरेच्या टप्प्यापलीकडे दूर दिसेनाशी होतील. उंचावर घिरट्या घालत त्या दिवशी मृत्युमुखी पडणाऱ्या प्राण्यांवर नजर ठेवत राहतील.

"आई," तिथे पोहोचलेली नायसा झुमाच्या हातातलं ओझं काढून घेत म्हणाली, "काळजीपूर्वक चाल, नाही तर या चढणीवर चढतानाच खाली पडून तुझा कपाळमोक्ष व्हायचा."

झुमा हसू लागली – प्रथम घोगरट आवाजात लबाडपणे आणि मग थांबत थांबत पण मोठ्यांदा.

नायसाच्या चेहऱ्यावर भीती दिसू लागली. कोबाने आपलं हसू दाबण्याचा प्रयत्न करीत तिच्या दंडाला एक चिमटा काढला. तिची आई ओशाळून हसली. मग त्या दोघी हातात हात गुंफून चालू लागल्या.

झाडांनी झाकलेल्या रस्त्यावरून चढणीवर येताच त्या उबदार सूर्यप्रकाशात आल्या. नायसाच्या चेहऱ्यावर अस्पष्टसं हसू उमटलं तर झुमा अगदी उत्तेजित झाली. "आई-ईऽइऽ-आऽऽ" आपले दोन्ही हात डोक्याच्या वरच्या हिरवट सोनेरी आभाळाकडे पसरून ती चीत्कारली.

झाडांवर स्तब्ध बसलेली गिधाडं त्या वृद्धेच्या उत्तेजनेने अस्वस्थ होऊन जागच्याजागी चुळबुळली.

"शूऽऽ आई!" खांद्यावर मांसाचा साठा आणि भांडी घेऊन येणारा तामी काळजीने उद्गारला, "तुमचा आवाज दूरवर ऐकू जाईल नं."

"जाऊ दे." झुमा फिस्कारली. "सगळ्यांना समजू दे की मी माझ्या घरी परतलेय." ती पुढे चालू लागली. "ह्या पहा आमच्या पूर्वजांच्या निशाण्या." बाजूला असलेल्या एका खडकांच्या भिंतीकडे बोट दाखवून ती म्हणाली. त्या भिंतीवर लालसर-तपकिरी रंगांनी मानव आणि प्राण्यांच्या आकृत्या चितारल्या होत्या.

ते सगळे मंत्रमुग्ध होऊन त्या खडकाच्या दिशेने पुढे सरकले. आपल्या पूर्वजांनी रेखलेल्या त्या आकृती भक्तिभावाने निरखू लागले. "आई! सर्वश्रेष्ठ देवाने या आकृती बनवल्या का?"

"काहीजण तसं म्हणतात, पण खरं तर फार फार पूर्वी होऊन गेलेल्या आपल्या जू होनासी लोकांनीच त्या बनवल्यात."

"आपले लोक कधीच चित्र काढत नव्हते." तामी हट्टाने म्हणाला. पण हातातील गाठोडी खाली ठेवून तो त्या चित्रांच्या अगदी जवळ गेला. "याउ! हे पहा

शिकारी. ती चित्रं झिजून एवढी सपाट झालीयत, की आधी मला कळलंच नाही; पण पहा, पहा ते कसे पवित्र्यात दबा धरून बसलेत. नायसा, पहा तर! याने आपला भाला सज्ज ठेवलाय, त्याच्या साथीदाराचा भाला शिकारीच्या वर्मी लागला नाही तर!''

''आणि टाळ्या वाजवणारी ही बाई पहा.'' नायसा आपल्या हाताने दुसऱ्या एका आकृतीच्या रेषा गिरवत म्हणाली, ''आज रात्री नक्कीच मेजवानी होणार,'' ती आणि तामी त्या भित्तीचित्रांच्या साठ्यातल्या स्वतःला जाणवलेल्या एकेका नवीन गोष्टीकडे दुसऱ्याचं लक्ष वेधत बोलत बोलत दूर गेले.

खूप माणसांची गर्दी असलेल्या जवळच्याच एका चित्राकडे झुमाने कोबाचे लक्ष वेधले, ''संमोहन नृत्य! शक्तीने भारलेलं.''

कोबाच्या कपाळावर आठ्या पडल्या. सरळ रेषेतल्या त्या आकृत्या तिला दिसत होत्या; पण ती खरंच माणसं होती का? त्यांची डोकी हरणाची होती आणि लिंगाचा आकार प्रचंड होता. स्त्रियांना शेपट्या होत्या. त्यांच्या तोंडातून काहीतरी गळत होतं आणि वृद्ध माणसांप्रमाणे त्या खाली वाकल्या होत्या. ''मला कुठल्याही प्रकारची शक्ती जाणवत नाहीये.''

''तुला ते जाणवायला हवं. तुझा हात त्या काळविटावर ठेव बरं.''

कोबाने आपले हात एका धष्टपुष्ट काळविटाच्या रेखाकृतीवर ठेवले. खडकाचा स्पर्श थंड आणि कठीण होता. फक्त तिचा पालथा पंजा सूर्याच्या किरणांमुळे उबदार झाला होता.

''तसं नाही. तुझी त्वचा त्या काळविटावर दाबून धर. त्याचं शहाणपण जाणून घेण्यासाठी तुझं मस्तक त्याला चिकटव.''

काहीशा नाखुषीने कोबाने आपलं कपाळ त्या खडकावर टेकवलं. ते उबदार वाटत होतं. जणू सूर्यकिरण आता तिच्या कपाळावर पडत होते; पण ते शक्य नव्हतं. तिचं कपाळ तर रात्रभराच्या थंडीने गोठलेल्या त्या खडकावर टेकलं होतं; पण तरीही तिला आपल्या कपाळावर एक नरम स्पर्श जाणवत होता. तिने शपथेवर सांगितलं असतं की खडकावरचं ते चित्र एखाद्या प्राण्याच्या कातडीने झाकलं होतं. तिला माजावर आलेल्या नर काळविटाचा गंध जाणवत होता. कोबा झटक्यात त्या चित्रापासून मागे सरकली आणि त्याच्याकडे टक लावून पाहू लागली. तो हाडामासांचा नव्हताच नव्हता. आश्चर्यचकित झालेला आपला चेहरा तिने आपल्या आजीकडे वळवला.

झुमाने आनंदातिशयाने टाळ्या पिटल्या. आता मंद झालेल्या तिच्या अंतर्दृष्टीला आपल्या नातीच्या कपाळावर उमटलेला काळविटाचा ठसा दिसत होता. आता तिच्यापाशी तो आत्मा– एक शक्तिमान मार्गदर्शक सदैव असणार होता. तिने प्रेमभराने नातीला आपल्याजवळ ओढून घेतलं आणि तिच्या चेहऱ्यावर हळुवार

फुंकर घातली. आताच्या वेळी तरी तिने हा अनुभव विसरून जाणंच हिताचं होतं.

काही क्षणांनतर कोबाने आपले डोळे उघडले. तिची आजी टाळ्या वाजवून आपल्या जावयाचं लक्ष वेधून घेत म्हणाली, "ये, माझं अथंरूण इथंच पसर. मी याच जागेवर पडून राहीन."

पुढचा जवळजवळ तासभर कोबा आणि तिच्या आईवडिलांनी म्हातारीचं अखेरचं विश्रांतीस्थान तयार करण्यात घालवला. त्यांनी शेकोटीची लाकडं आणि पाणी भरलेली भांडी नीट रचून ठेवली. अन्नपदार्थांचा साठा तपासला. जमिनीत झोपण्यासाठी एक खड्डा खणला आणि खडकाची जमीन झाडून साफ केली. जास्तीचे कातडी अंगरखे त्यांनी तिच्या अंथरुणावरच ठेवले आणि तिच्या गरजेच्या वस्तू– तंबाखूची थैली, विस्तवावर वारायचा पंखा आणि खणण्यासाठी एक टोकदार सळी, जिचा ती शस्त्रासारखाही उपयोग करू शकत होती, त्या तिच्या अगदी हाताशी ठेवल्या.

मग करण्यासारखं आणखी काही उरलंच नाही. दृष्टीला दिसत राहिला तो फक्त मातुल टेकड्यांपासून दूर वाळवंटाकडे जाणाऱ्या रस्त्याचा पुसट मार्ग! मग त्यांना साऱ्यांनाच क्षितिजावर उठलेली ती धुराची नागमोडी रेष दिसली.

"गोऱ्या लोकांच्या घरातला विस्तव?" कोबाने विचाले.

"नाही, त्यांची घरं पश्चिमेला आहेत."

आपल्या वडिलांच्या ताठरलेल्या खांद्यांवरून त्यांच्या मनातली चिंता कोबाला जाणवली "बाबा कदाचित तो जाळ आपल्या लोकांनीच केलेला असेल."

"शक्य नाही. तो फारच मोठा आहे."

"कदाचित वणवा असेल. आता त्याचेही दिवस आहेत."

तामीने मान नकारार्थी हलवली. "अजून सूर्याचं ऊन तेवढं तापलं नाहीये." नंतर आपल्या कुटुंबीयांच्या चेहऱ्यावरचा तणाव पाहून तो बळेबळेच हसला. "कदाचित तो कालचा वणवा असेल, जो रात्रीत या बाजूला सरकलाय; पण काळजी करू नका. तो खूप दूर आहे."

कोबाला काळजी वाटत होती. त्यांच्या पावलांना चिकटलेल्या काजळीने, काळवंडलेल्या, करपलेल्या झुडपांवर त्यांचा उमटलेला सुस्पष्ट माग तिच्या नजरेतून सुटला नव्हता. गोऱ्यांच्या नजरेतूनही तो सुटण्याची शक्यता फार कमी होती. त्यांना घाई करायला हवी.

तिने आजीला मिठी घातली आणि तशीच थरथरत तिला बिलगून बसली. "हे काय आहे?" कोबाला आपल्यापासून दूर धरत तिच्याकडे पाहत तिची हनुवटी आपल्या थरथरत्या पंजांनी वर उचलत झुमा म्हणाली, "रात्रभर मला धीर देणारी तूच का ती मुलगी? तुला कसली गं भीती?"

कोबाने तुच्छतेने नाक उडवलं पण मनातल्या मनात ती खूष झाली होती. ''आणि आता तर तुझ्याकडे तुझा वाटाड्या, मार्गदर्शक आहे. तुझी उत्तरं तुला आपोआप मिळतील.''

''तुझ्याशिवाय नाही गं आजी.''

''मी तर असणारच आहे. अग्निप्रकाशाच्या आभेच्या पलीकडे.''

कोबा कुजबुजली ''काहीतरी वाईट घडणारेय. मला ते जाणवतंय.''

झुमा तिला काही सांगणार इतक्यात तामी पुढे आला आणि म्हणाला, ''सासूबाई, तिच्या डोक्यातल्या त्या खुळचट कल्पनांना खतपाणी घालू नका.''

''तिला अगोदर जाणवलं नाहीये, असं काहीही मी सांगत नाहीये.''

''नाही,'' कोबाच्या दोन्ही खांद्यांवर हात ठेवून तो ठामपणे म्हणाला, ''ह्या सगळ्या गोष्टींसाठी ती अजून फार लहान आहे. चल गं–'' त्याने कोबाला दूर केलं. उन्मळून पडणाऱ्या झाडासारखी, पोट जणू चिरून टाकणारी वांतीची भावना तिला झाली. दोन्ही हातांनी पोट घट्ट दाबून धरत ती कळवळत जागीच उभी राहिली. तामीने तिला उचलून घेतलं.

नायसा पुढे सरकली आणि झुमाजवळ गुडघ्यावर वाकली; आपल्या आईचे दोन्ही तळवे हातात घेऊन तिने त्यांवर हळूच फुंकर घातली. झुमाने आपल्या मुलीचं मस्तक आपल्या मांडीवर घेतलं आणि काहीतरी पुटपुटली. कोबाला ते ऐकू आलं नाही. नंतर म्हणाली, ''जा, निघा आता लवकर.'' नायसा पटकन उठली आणि मान खाली घालून धावत सुटली. तिचे हुंदके ऐकून कोबाचं रडू कुठल्याकुठे पळालं. तिने आपल्या आईला रडताना कधीच पाहिलं नव्हतं.

घाईघाईने झुमाला अभिवादन करून तामीही कोबाला उचलून निघाला. आपले हात झुमाच्या दिशेने फैलावत ती त्याच्या पकडीत चुळबुळली. तामीने बळजबरीने तिची मान वळवली आणि म्हणाला, ''आपल्याला घाई करायला हवी.'' ते पळत सुटले. पायथ्यापाशी पोहोचल्यावर कोबाने मागे वळून पाहिलं. उंचावर तिला काहीतरी दिसलं. ढगाआड दडलेल्या सूर्यासारखं ते धूसर होतं. काळसर, एखाद्या कीटकासारखं. ती झुमा होती. त्यांना हात हलवून निरोप देत असलेली. तिचा अंगरखा दोन्ही बाजूला पसरलेल्या पंखासारखा फडफडत होता.

२

मॅनी त्या उमद्या घोड्यांवर एखाद्या राजपुत्रासारखा ऐटीत बसला होता. त्याच्या पाठीमागे त्याच्या कमरेभोवती आपल्या हाताचा घट्ट विळखा घालून एटिएनही बसला होता. मॅनीला ठाऊक होतं की त्याच्याहून सहा वर्षांनी मोठ्या असलेल्या आन्द्रेलाही 'ब्लाइक्सेम'वर स्वार होण्याची परवानगी नव्हती. आपण फारच लहान असल्याची आपल्या वडिलांची भीती दुर्लक्षित करून आपला काका त्या घोड्याचे लगाम लवकरच आपल्या हातात देईल अशी आशा मॅनी मनातल्या मनात बाळगून होता.

काकाच्या शेतजमिनीच्या पार दूरच्या टोकापर्यंतची ती रपेट फारच उत्साहवर्धक होती. एटिएनने आपल्या त्या धिप्पाड घोड्याचे लगाम सैल सोडून त्याला पूर्ण मोकळीक दिली होती. मग तो शेतात काम करणाऱ्या मजुरांना, आपल्या घोड्याच्या टापांनी उडवलेल्या लालसर तपकिरी मातीच्या डौलदार ढगांनी सचैल स्नान घालत, त्या जमिनीतून चौखूर उधळत गेला.

तजेलदार कातडीवर घामाचे थेंब चमकत असलेला, दौडीमुळे श्वास धपापत येणारा तो घोडा शिवाराच्या कुंपणापाशी थांबला. सतरा विती उंच उसलेल्या त्या ब्लाइक्सेमचं मस्तकही कुंपणाच्या सगळ्यात वरच्या काटेरी तारेपर्यंत पोहोचत नव्हतं. कुडू आणि इतर सांबरांनी त्याच्या मक्याच्या शेतांची आणि चराऊ कुरणांची नासधूस करू नये म्हणून एटिएनने ते प्रचंड कुंपण उभारलं होतं.

त्या कुंपणापलीकडची जमीनही एटिएनचीच होती. अलीकडेच त्याने शिकारीसाठी शेकडो हेक्टरांचं पडीक माळरान विकत घेतलं होतं. उंच गवतानं झाकलेली, मधेमधे काटेरी झुडपं व काही वृक्ष असलेली ती जमीन पार दूरवर मातुल टेकड्यांपर्यंत पसरली होती.

त्याच्या मालकीचं आणखीही एक शिकारीचं कुरण होतं. इथून शेकडो मैल दूर, दक्षिण आफ्रिकेत, त्याचा भाऊ डिऑन त्याची देखरेख करत असे.

किंवा त्याच्याकडे दुर्लक्ष करत असे. मागच्या वेळी तिथे गेलेला असताना एटिएनच्या लक्षात आलं होतं की, कुठेही अगदी मुबलक प्रमाणात आढळणारी इंपाला हरणंही तिथे शिकारीसाठी अगदी नावालाच शिल्लक होती. डिऑनला, आपल्या भावाला एक खरमरीत पत्र लिहून एक शेवटची सूचना देण्याचं त्याच्या मनात होतं, की नीट शुद्धीवर राहून आपलं काम व्यवस्थित कर किंवा ती इस्टेट सोडून निघून जा; पण आता डिऑनच सक्सेसवर मुक्कामाला आल्यामुळे संधी मिळताक्षणीच त्याला त्याची प्रत्यक्षच कानउघाडणी करणं भाग होतं.

पण सध्या तरी त्याला ते शक्य नव्हतं, कारण त्याच्या शेतावर, तसंच त्याच्या मतदार विभागात त्यानं लक्ष घालायला हवं अशा अनेक समस्या उभ्या राहिल्या होत्या आणि सगळ्यावर कळस म्हणजे ट्वी आता सांगत आला होता की चोरट्या शिकारीचंही एक प्रकरण घडलं होतं. आपल्या रखवालदाराकडे त्याने रागाने पाहिलं. ट्वी एक लहानखुऱ्या चणीचा सुरकुतलेला माणूस होता. त्याचे निमुळते डोळे तो बुशमेन जमातीपैकी असल्याचं सुचवत होते. त्याची नजर खाली वळली होती. आपल्या पायाच्या बोटांनी त्याने एका गेम्सबॉक मादीचं कलेवर ढोसलं. तिचा निष्प्राण देह कुंपणावर पसरला होता. तिचं मुलायम सफेद पोट चिरून कुणीतरी त्यातला गर्भ पळवून नेला होता. खाली साचलेल्या रक्त आणि गर्भजलाच्या थारोळ्यावर निळ्या-काळ्या माश्या घोंघावत होत्या.

"भ्रूणहत्या करणारे नालायक खाटिक कुठले." एटिएन गुरगुरला.

"भ्रूणहत्या म्हणजे काय?" मॅनीने विचारलं. त्याच्या वडिलांनी काकांना दिलेला सावधगिरीचा इशारा त्याच्या नजरेतून सुटला नव्हता.

एटिएनने जेव्हा त्याच्याकडे पूर्ण दुर्लक्ष करून आपला ओरडा आणि त्या अज्ञात शिकाऱ्याला शिव्यांची लाखोली वाहणं चालूच ठेवलं, तेव्हा मॅनी भलताच उत्तेजित झाला. आपला काका देत असलेल्या अर्वाच्य शिव्या आणि न ऐकलेले शब्द ध्यानात ठेवण्याची त्याला अगदी निकड लागून राहिली, कारण मग त्या शब्दांचा वापर करून त्याला आपल्या शाळेतल्या दोस्तांवर भाव मारता आला असता.

एटिएनने आपल्या पुतण्याला घोड्यावरून खाली उतरवलं आणि मग तो स्वतःही उडी मारून खाली उतरला. त्या मेलेल्या हरणीवर वाकत तो म्हणाला, "हरामखोरांना तिचं कातडं किंवा शिंगंही नको होती. तिच्या पोटातल्या, या एवढ्याशा गर्भासाठी, ज्याच्यावर जेमतेम थोडंसं मांस असेल-नसेल, मारलं तिला! ही नक्कीच काहीतरी गावठी औषधोपचारासाठी केलेली हत्या आहे. कुणातरी

चेटक्या वैदूच्या सांगण्यावरून करण्यात आलेली.'' संतापाने धुमसत तो प्रचंड देहयष्टीचा गडी उठून उभा राहिला.

त्या हरिणीच्या छातीवरच्या छोट्याशा जखमेचं निरीक्षण करत असलेला ट्वी म्हणाला, ''चेटक्या वैदू नाही बॉस! जू होनासी! एकच घाव. इथे हृदयाच्या जवळ.'' मान हलवत तो म्हणाला. ''कुशल शिकाऱ्याचा प्रभावी बाण.''

आपल्या काकाच्या संतापाचा आता स्फोट होईलसं मॅनीला वाटलं. एटिएनचा चेहरा रागाने जांभळा झाला होता. त्याचे डोळे पिंगपाँगच्या चेंडूसारखे खोबणीतून टरारून बाहेर येतीलसं वाटत होतं आणि पाठीवर खोगीर चढवू देण्यास तयार नसलेल्या घोड्यासारखा तो त्या धुळीत थयथयाट करत होता.

''शांत हो,'' डिऑन, मॅनीचा बाप त्याला चुचकारत म्हणाला, ''तुझ्या प्रचंड वजनाचं आणि प्रचंड संतापाचं दुहेरी ओझं तुझ्या हृदयाला पेलवणार नाही.''

एटिएनने त्या प्रचंड कुंपणाच्या तारेच्या जाळीवर आपल्या दणकट बुटाची लाथ घातली. सगळं कुंपण थरथरलं. त्याच्या गुंजणाऱ्या नादानं तो साराच्या सारा भाग दोन प्रहरच्या सुस्तावलेल्या अवस्थेतून खडबडून बाहेर आला. कुंपणाच्या सगळ्यात वरच्या तारेवर बसलेला एक बुचर पक्षी आपली लालभडक छाती दाखवत आणि निषेधदर्शक कर्कश शीळ घालत उडाला. आळसावलेला एक साप गडबडीनं झुडपाच्या आडोशाला गेला. घोडाही काहीसा बुजला; पण एटिएनने त्याचा लगाम एका हातात घट्ट धरून ठेवला होता. आपला दुसरा मोकळा हात नाचवत तो ट्वीवर खेकसत होता. ''तुला काय म्हणायचंय? माझ्या आवारात घुसखोरी करणारे हे तुझेच भाईबंद आहेत? माझ्या हाताला तर लागू देत साले! जीवच घेतो एकेकाचा. त्यांना इथे येण्याचा काहीच हक्क नाहीये आणि इथे येऊन शिकार करण्याचा तर नाहीच नाही. त्यांना काय वाटतं? ही सगळी जनावरं मी त्यांच्यासाठी पोसतोय? त्यांना मनाला येईल तेव्हा हात मारता यावा म्हणून हा साठा करून ठेवलाय मी?''

ट्वी गप्प राहून पायाखालच्या वाळूकडे पाहत होता. मॅनीला असं वाटलं, की त्याला आणि त्याच्या वडिलांना त्याच्या काकाच्या रागाची जेवढी दहशत वाटत होती, तेवढी ट्वीला आपल्या धन्याच्या रागाची पर्वा नसावी.

मॅनी त्या घोळक्यापासून हळूच दूर सरकला. वळून त्याने एक काटकी उचलली आणि तो त्या लाल रंगाच्या वाळूत रेघोट्या मारू लागला. 'बाबा कधीच एवढे रागवत नाहीत.' त्या दहा वर्षांच्या मुलाच्या मनात आलं, 'ते फारच कसंतरी वाटतंय. आई कधी कधी रागावते, पण तिचे केस लाल आहेत तेव्हा ते स्वाभाविकच म्हणावं लागेल; पण ती काहीतरी फालतू गोष्टींवरून रागावते. जसं पोलिसांनी स्थानिक रहिवाशांना चाबकाने झोडण्यावरून किंवा त्याने व्हरांड्यात गोट्या खेळण्यावरून

किंवा त्याने आपलं कोबीचं सूप न पिण्यावरून.

'कारण ती जर्मन आहे.' बाबा म्हणायचे, 'आणि जर्मन लोकांना कोबी फार प्रिय असतो.' जेव्हा ती खूपच रागवायची तेव्हा लिंबू चोखत असल्याप्रमाणे ती आपल्या ओठांचा चंबू करायची. मग पा तिला गमतीने आंबटढाण लिंबू म्हणायचे. मा अर्थातच त्यावर मुळीच हसत नसे, पण त्यांना मात्र आपण काहीतरी खूप गमतीदार बोललो असं वाटायचं.

आपल्या बिळाकडे तुरुतुरु चालत निघालेल्या जाड्या काळ्या मुंग्यांची एक मोठी रांग त्याला दिसली. त्याने हातातली काटकी त्यांच्या वाटेत टाकली. त्याला ठाऊक होतं की त्या अडथळ्यामुळे त्या काही काळ थबकल्या तरी लवकरच त्या तो ओलांडून आपल्या घराकडे जातील. वाटेतले अडथळे पार करून पुढे जातच राहणाऱ्या रणगाड्यांच्या एखाद्या तुकडीप्रमाणे!

आपल्या जर्मन असण्याबद्दल माला थोडासा संकोच वाटत असावा असं त्याला वाटत असे. अर्थात इथे नैर्ऋत्य अफ्रिकेत तितकासा नाही, कारण इथे चित्रविचित्र उच्चार करणारे अनेक लोक होते; पण घरी 'इम्पालाला' मध्ये नेलस्प्रुइटमधल्या थिएटरात जेव्हा कधी युद्धपट दाखवला जात असे, तेव्हा नेहमीच त्याला दुसऱ्या दिवशी खेळाच्या मैदानावर, त्याची मा नाझी आहे असं म्हणणाऱ्या मुलांशी मारामारी करावी लागत असे. ती आफ्रिकेतच लहानाची मोठी झालीय, कुठल्याही जर्मन किंवा ज्यूंच्या सान्निध्यात नव्हे, हे त्यांना समजावून सांगत बसण्यापेक्षा मारामारी करून आपला मुद्दा त्यांच्या गळी उतरवणं अधिक सोपं होतं.

काही अंतरावर एटिएनचा आरडाओरडा अजूनही सुरूच होता– ''त्या नालायक बिनबापाच्या रानटी टोळीवाल्यांनीसुद्धा इतर सगळ्यांप्रमाणे पोटापाण्याला मिळवण्यासाठी काम करायलाच हवं. नाहीतर त्या ओसाड वाळवंटात चालू लागावं.'' त्याच्या मानेवरची शीर थाडथाड उडताना दिसत होती. ''दुसऱ्यांच्या मालकीच्या वस्तू आपल्या हक्काच्याच असल्याप्रमाणे हडप करणारे लोक नकोयत मला इथे.'' तो संतापाने धुमसत होता. ''काय समजतात तरी काय स्वत:ला हे लोक? बोल्शेविकांचा जथा?''

डिऑन कुत्सितपणे म्हणाला, ''झालं! याचं प्रचारकी भाषण सुरू झालं. तुला एक सांगतो, जेव्हापासून तू ऑंडरवॉटरचा पार्लमेंटमधला प्रतिनिधी झालायस ना, तेव्हापासून तू पक्का राजकारणी झालायस.''

उन्हाने रापलेला एटिएनचा चेहरा संतापाने पांढुरका झाला. आपले दातओठ खात तो म्हणाला, ''तुला ज्या काय मोठ्यामोठ्या बाता मारायच्यात त्या मार, पण एक गोष्ट लक्षात ठेव,'' आपल्या हाताने दूरवर क्षितिजापर्यंत पोहोचलेल्या जमिनीकडे

निर्देश करत तो म्हणाला, "हे सगळं मी जे उभं केलंय, ते काही दिवसभर अंगणात बसून दारू पिता पिता केलेलं नाहीये."

डिऑनने नजर वळवली. होय. अतिरेकी मद्यपानामुळे त्याला जेव्हा त्याच्या हॉटेलातल्या नोकरीतून डच्चू मिळाला होता, तेव्हा एटिएननेच त्याला नोकरी दिली होती. हे जरी खरं असलं, तरी प्रत्येक भेटीच्या वेळी त्याचा उल्लेख करून त्याला हिणवण्याची काही गरज नव्हती. देवा! त्याचा अधू पाय दुखू लागला होता. खरं तर त्याला दारूची गरज होती. या रपेटीवर यायलाच नको होतं. खरं तर सक्सेसलाच यायला नको होतं असं त्याला वाटलं. तो आला होता याचं एकमेव कारण हेच होतं, की मार्टाला तिच्या दिवंगत वडिलांच्या थडग्याला भेट द्यायची होती.

म्हाताऱ्या हॉफमनला मरून आता दहाच्या वर वर्षं होऊन गेली होती– युद्धकाळात, शत्रुराष्ट्राच्या नागरिकांसाठीच्या छावणीत.

शत्रुराष्ट्राचा नागरिक आणि मॅनफ्रेड हॉफमन? हा विनोदच होता. कारण तो म्हातारा खोकड जर्मनीपेक्षा किती तरी अधिक काळ अफ्रिकेतच राहिलेला होता. डमारालँडच्या अगदी खोलवर अंतर्भागात असलेलं मिशनचं ठाणं हेच मार्टाला ठाऊक असलेलं तिचं एकुलतं एक घर होतं.

मार्टा जेव्हा मिशनच्या मदतीसाठी निधी गोळा करायला सक्सेसला आली होती तेव्हा डिऑन तिला पहिल्यांदा भेटला होता. तिच्या धुळीने माखलेल्या गाढवांना विश्रांतीची गरज होती. उन्हाने काळवंडलेल्या, वाऱ्याने अस्ताव्यस्त झालेल्या त्या तरुण मुलीला घरात घेताना लेट्टी म्हणाली होती की तिला स्वत:लाही अंघोळीची अगदी नितांत आवश्यकता असणार.

"तू आज रात्री इथेच रहावं असं मला वाटतं. मी दोन मिनिटांत तुझ्यासाठी बिछान्याची व्यवस्था करते. तसंच तुझ्या अंघोळीसाठी छान थंडगार पाणी काढून देते." आता यापुढे काय वाढून ठेवलंय याची डिऑनची कल्पना आली. नक्कीच ही लेट्टी नको ते बोलून जाणार होती. "आणि मी तुला घालायला एक छानसा सदराही देते."

त्याने टेबलाखालून आपल्या वहिनीला पायाने एक ढुशी दिली. आपले निष्पाप निळे डोळे त्याच्याकडे वळवताच तिला आपली काय चूक झालीय ते उमगलं. घाईघाईने सावरून घेत ती म्हणाली, "म्हणजे तुझ्या अंगातला सदरा छान नाहीये असं नाही; पण तो जरा खूप वापरलेला वाटतोय."

भेटीला लागलेलं ते अनपेक्षित वळण पाहून मार्टा जराशी अचंबित झाली, पण ते आपल्या लक्षातही न आल्याचं दर्शवीत ती म्हणाली, "हो. खूप वापरलेला तर

आहेच, कारण तो माझ्या वडिलांचा आहे.''

''त्यांना तो खूपच शोभून दिसत असणार.'' आपल्या पाहुणीला कानकोंडं होऊ नये म्हणून तिच्या मदतीला धावत लेट्टी म्हणाली.

खरं तर ह्या साऱ्या बोलण्यामुळे मार्टा अवमानित न होता अचंबित झाल्यासारखी वाटत होती. डिऑन सगळ्यांना ऐकू जाईलशा आवाजात चुकचुकला; पण त्या तरुण स्त्रीने हसायला सुरुवात केल्यावर तो काहीसा सैलावला. तिच्या हसण्याचा तो आवाज त्याला उन्हाने तडकलेल्या जमिनीवर पडून तडतडणाऱ्या पावसाच्या धारांसारखा सुखकर भासला.

लवकरच या साऱ्या संवादामुळे काहीशा ओशाळलेल्या लेट्टीची कळीही खुलली. तिने मार्टाला सांगितलं की जर उदार मनाने तिला क्षमा केली आणि तिचा पाहुणचार स्वीकारला, तर ती आपल्या नवऱ्याकडून मार्टाच्या संस्थेसाठी चांगली घसघशीत देणगी मिळवून देईल.

त्या रात्रीनंतरही मार्टा आपल्या वडिलांच्या सदऱ्यातच वावरत होती. फक्त तो धुऊन इस्त्री करण्यात आला होता आणि त्याची बटणं अगदी व्यवस्थित वरपर्यंत लावण्यात आली होती. डिऑनला ते तितकंसं रुचलं नाही, कारण त्याला मार्टाच्या गळ्यावरचे ते नाजूक वण पुन्हा पहायला आवडले असते.

''मिस हॉफमनच्या केसांची आम्ही किती छान रचना केलीय पहा तर,'' लेट्टी म्हणाली. तिने मार्टाचा तांबूस सोनेरी रंगाचा विपुल केशसंभार घट्ट वेण्यांमध्ये आवरून एखाद्या पोक्त स्त्रीसारखं तिच्या डोक्यावर एक छानसं चक्कर घातलं होतं. मार्टा आणि डिऑनने लेट्टीच्या डोक्याच्या वरून एकमेकांकडे पाहून एका चोरट्या हास्याची देवाणघेवाण केली.

त्या रात्री एटिएनचे पाठीराखे कुठल्या तरी रग्बीच्या सामन्यातला विजय साजरा करण्यासाठी जमले होते. लोणची आणि मुरांब्याच्या पाककृतीविषयी चर्चा करणाऱ्या बायकांना सोडून मार्टा जेव्हा व्हरांड्यातल्या पुरुषांच्या घोळक्यात सामील झाली तेव्हा त्या सगळ्या घरेलु बायकांच्या चेहऱ्यावरचे 'हा काय अगोचरपणा' छापाचे भाव डिऑनच्या चांगलेच स्मरणात होते.

ते सगळे कोक आणि ब्रँडी पीत नेहमीप्रमाणे काहीतरी निरर्थक हास्यविनोद करत होते. ''अरे तू! त्या काफिर मोलकरणीने बिशपला काय सांगितलं ते तुला ठाऊक आहे का?''

''लवकर लवकर आटप! ती इकडे येतेय.'' कुणीतरी घाईघाईनं म्हणालं. मार्टाच्या आगमनासरशी त्याचं गडगडाटी हसणं एकदम बंद झालं.

''तुम्ही इथल्या डच लोकांच्या सुधारणावादी चर्चच्या बिशपबद्दलच बोलत होता ना? मला वाटतं नवीनच पास झालेल्या अनैतिकताविरोधी कायद्याखाली

शिक्षा झालेला तो पाहिलाच माणूस.'' ती अगदी सहज बोलली.

डिऑनला खदखदून हसू आलं. तो म्हणाला, ''होय होय. मीही वाचलंय त्याच्याविषयी. अगदीच विरोधाभास, नाही का?'' मार्टाने आपल्या हिरव्या डोळ्यांनी त्याच्याकडे एक आभारसूचक कटाक्ष टाकला. मग काही पुरुष निसर्गाच्या हाकेला ओ देण्याचे निमित्त करून उठले. काहींनी आपल्या पाइपमध्ये तंबाखू भरण्याच्या उद्योगात स्वत:ला मग्न केलं, तर काही गणवेषधारी नोकराने आणलेल्या ढकलगाडीतील मद्य आपल्या चषकांमध्ये ओतून घेऊ लागले. त्यांचा तो अवघडलेपणा मार्टा मजेत निरखत राहिली.

''काहीही असलं तरी कायदा म्हणजे कायदा! नाही का मिस हॉफमन?'' एटिएन आढ्यतेखोरपणे, आपण काहीतरी विशेष उच्च बोलत असल्याच्या आविर्भावात म्हणाला,

''होय तर! फक्त नॅशनल पार्टीच्या अमलाखाली कायदा नको तितका लवचीक असतो, मि. मरायस!''

''तुला काय म्हणायचंय?''

''मी काही चुकीचं बोलत असेन तर अवश्य सुधारा; पण माझ्या माहितीप्रमाणे माननीय रेव्हरंडसाहेबांना त्यांच्या घाणेरड्या गुन्ह्याबद्दल झालेल्या शिक्षेची अंमलबजावणी स्थगित नाही का झाली?''

त्या प्रसंगानंतर डिऑनने त्या आगळ्यावेगळ्या, काहीशा अनाकलनीयच भासणाऱ्या मिस हॉफमनशी संपर्क कायम ठेवला. हॉटेलातल्या ड्यूटी मॅनेजरच्या त्याच्या नोकरीच्या रात्रपाळीच्या वेळेचा सदुपयोग, तो तिला पत्र लिहिण्यासाठी करत असे. जेव्हा तिने त्याला आपले वडील मृत्यू पावल्याचं कळवलं, तेव्हा तो रजा घेऊन डमारालँडला तिचं सांत्वन करण्यासाठीही गेला.

पण ह्या साऱ्या गोष्टी त्याला पंगू करून सोडणाऱ्या आणि दारूची सवय लावणाऱ्या त्या अपघातापूर्वीच्या! दारू त्याचं दु:ख सुसह्य करते असं तो तिला सांगत असे; पण ती केवळ एक सबब होती हे त्या दोघांनाही चांगलंच ठाऊक होतं. एटिएनच्या सान्निध्यात तर गोष्टी आणखीनच बिघडत.

पण त्याचा इलाज नव्हता. त्याला यावंच लागलं. ही सफर लांबणीवर टाकायला मार्टा तयार नव्हती आणि तिच्या त्या अवघडलेल्या अवस्थेत सात रात्रींचा तो रेल्वेचा प्रवास, तोही मधे मधे गाड्या बदलून करायचा, तिला एकटीला करता येणं शक्य नव्हतं. त्यामुळे मार्टा जेव्हा त्यांच्या ऑडरवॉटरपर्यंतच्या प्रवासाच्या भाड्याचे पैसे उभे करण्यासाठी आपल्या आईचे दागिने गहाण टाकायला गेली, तेव्हा तो पर्याय नसल्यासारखा बारमध्ये गेला.

माळावरच्या रपेटीने थकलेला तो उमदा घोडा घराची चढण हळूहळू चढत होता. प्रचंड उत्तेजित झालेली छोटी काळी मुलं आडव्या पट्ट्या मारलेलं ते जड फाटक उघडायला धडपडू लागली. कुणी ते ढकलत होती, कुणी खेचत होती तर कुणी नुसतीच त्या फाटकाच्या उंच कमानीवर चढून बसून त्याच्याबरोबर झुलत आनंदाने खिदळत होती. एकदाचं फाटक उघडलं. जाताजाता एटिएननं एक नाणं त्यांच्याकडे भिरकावलं. मुलांनी गिल्ला करीत त्या नाण्यापाशी धुळीत सूर मारला. मॅनीनं वळून पाहिलं तेव्हा टेलिग्राफच्या तारेवर बसून मजेत झोके घेत चिवचिवाट करणाऱ्या पाखरांप्रमाणे, ती सगळी परत फाटकाला लगडली होती.

शेतावरचं ते घर म्हणजे पत्र्याच्या छपराची एक दगडी इमारत होती. एक रुंद व्हरांडा त्या इमारतीच्या पुढच्या भागातून एखाद्या हट्टी मुलाच्या हनुवटीसारखा बाहेर निघाला होता. त्या व्हरांड्यात एक किशोरवयीन मुलगा उभा होता. पाय दूर फाकवून आणि आपल्या रुंद छातीवर हातांची घडी घालून. आपल्या वडिलांना मॅनीला घोड्यावरून खाली उतरवताना पाहून त्याच्या कपाळावर एक नाराजीची आठी उमटली. ''पा आणि तुम्ही सगळे! रपेट चांगली झाली ना?''

एटिएन नजर वर न उचलताच उत्तरला, ''नाही. आपली एक गाभण हरणाची मादी मारली गेलीय.''

''ती कशी काय?''

''तुझ्या भावाला विचार, तो सांगेल तुला ती लांबलचक हकिकत!'' हातातला घोड्याचा लगाम आन्द्रेच्या अंगावर भिरकावत एटिएन म्हणाला. ''ब्लाइक्सेमला त्याच्या तबेल्यात घेऊन जा आणि त्याचा खरारा करण्याचं काम ट्वीच करेल असं पहा.'' मग एटिएन एकाच वेळी दोन दोन पायऱ्या ओलांडत जिना चढून गेला. डिऑन संथपणे त्याच्या मागोमाग गेला.

आन्द्रेच्या त्याच्या तोंडावरच्या मजबूत आणि काहीशा निर्दय पकडीने अस्वस्थ होऊन तो घोडा सुटायची धडपड करू लागला. आन्द्रे हसला; पण त्याने आपली पकड जराही ढिली केली नाही. तिथून सटकू पाहणाऱ्या मॅनीला तो म्हणाला, ''ए पळपुट्या, याचं खोगीर उतरवायला मला मदत कर.'' मॅनी जरासा घोटाळला.

''काय झालं बे? या मोठ्या घोड्याची तुला भीती वाटतेय का?''

''मी मुळीच भीत नाहीये.'

''मग? लवकर ये. तुला काय मी तुझा नोकर वाटलो काय? असली कामं माझ्याकडून करून घ्यायला?''

तेवढ्यात तो घोडा बिथरून मागे मागे सरकू लागला. आन्द्रेने आपल्या सोळा वर्षांच्या वयाला न शोभेलशा ताकदीने त्याला पुढे खेचलं.

"तुला काय वाटलं, तू माझ्या बाबांच्या पुढे पुढे करतोस ते माझ्या लक्षात आलेलं नाहीये? या पिसाट, नाठाळ घोड्यावर ते तुला बसू देतात पण मला नाही." त्याने रागारागाने त्या घोड्याच्या छातीवर एक गुद्दा मारला. ब्लाइक्सेमचे डोळे भीतीने आणि आश्चर्याने विस्फारले. तो काहीसा बुजला. आन्द्रेने पुन्हा त्याला खेचून धरलं आणि आता त्याने त्याचा वरचा ओठ आपल्या अंगठा आणि तर्जनीच्या मध्ये पकडून जोरात पिरगळला. ब्लाइक्सेमने डोळे फिरवले पण तो स्तब्ध उभा राहिला.

"चल ये भित्री भागूबाई. आता तुझी पाळी आहे. मी त्याला चांगलं पकडून ठेवलंय." मॅनी बिचकत पुढे झाला. धपापणाऱ्या छातीने घोडा स्तब्ध उभा होता. मॅनीने अलगद त्याच्या खोगिराचा पट्टा सोडवला. त्या पट्ट्याचं बकल त्याच्या डोक्यापेक्षाही अधिक उंचावर होतं. ते उघडण्यासाठी आन्द्रेची मदत मागायची त्याची हिंमत झाली नाही. थरथरत्या पायांनी तो चवड्यांवर उभा राहिला.

त्या बकलापर्यंत पोहोचण्यासाठी हात ताणून धडपडत असताना आन्द्रे त्या घोड्याच्या अंगावर रेलल्याचं त्याच्या लक्षात आलं नाही. घोडा त्या भाराने एकदम एक पाऊल मागे झाला. त्यात त्याचा मजबूत खूर मॅनीच्या पायाच्या बोटांवर रुतला.

मॅनी वेदनेनं कळवळला. "ओ ओ आन्द्रे, त्यानं माझ्या पायावर पाय दिलाय. त्याला आधी बाजूला कर."

"ओह्! तो अगदीच गलथान घोडा आहे, नाही का?" आन्द्रे दात विचकत म्हणाला.

छोटा मॅनी त्याच्या खुराखालून सुटण्याची धडपड करत असल्याचं घोड्याला जाणवलं आणि तो आपला खूर उचलू लागला. तोच आन्द्रेने त्याच्या दुसऱ्या खुरावर रट्टा हाणून तो उचलून धरला. मॅनीच्या पायावरचा भार अधिकच वाढला.

"आई ग! आई!"

खाली वाकून घोड्याच्या पायांच्या मधून पलीकडचं पाहणाऱ्या आन्द्रेच्या चेहऱ्यावर, मॅनीचा पांढरा फटफटीत पडलेला चेहरा बघून आसुरी हास्य उमटलं. मॅनी आपलं पाऊल घोड्याच्या खुराखालून खेचत बाजूला काढण्याचा प्रयत्न करत होता. पावलाची फाटलेली कातडीची जखम चरचरून झोंबत होती. डोळ्यांतले अश्रू दिसू नयेत म्हणून त्याने डोळे मिटून घेतले; पण त्याला दगा देत ते खाली ओघळलेच.

परसापलीकडच्या व्हरांड्याचा दरवाजा पुन्हा उघडला आणि दारात उभा राहून एटिएन गरजला, "तुझं अजून तिथे काय चाललंय आन्द्रे?" आन्द्रेने घाईघाईने हातातला घोड्याचा खूर खाली सोडला आणि त्याला पुढच्या बाजूला ढकलून

मॅनीचा पाय मोकळा केला.

"काही नाही पा."

एटिएनने डोळे बारीक करून मॅनीकडे पाहिले आणि विचारलं, "तू ठीक आहेस ना मुला?"

"हो... अं, हो." मॅनी चाचरत उत्तरला, "मी ठीक आहे अंकल एटिएन."

घोड्यापासून दूर होताना आन्द्रेची नजर आपल्या पाठीत गिरमिटासारखी रुतल्याचं त्याला जाणवत होतं. त्यामुळे त्याची लंगडण्याचीही शामत नव्हती.

"ठीक तर मग! आन्द्रे, मी तुला त्या घोड्याला तबेल्यात नेऊन बांधायला सांगितलं होतं ना?" एटिएन रागाने म्हणाला.

मॅनीने खाली घातलेली मान वर उचलली नाही. परसातून दूर जाणाऱ्या घोड्याच्या टापांचा आवाज तसेच एटिएनच्या दमदार पावलांचा आवाज त्याच्या कानांनी टिपला. व्हरांड्याचा दरवाजा आपटून बंद केल्याचाही आवाज झाला. आता तो बाजूला एका कोपऱ्यात जाऊन इतका वेळ आवरून धरलेलं रडू मोकळेपणाने रडू शकत होता. व्हरांड्याच्या भिंतीलगतच्या बाकावर तो बसला. भिंतीवर चढलेल्या वेलाने त्याला अर्धमुर्ध झाकून टाकलं होतं. तो हळूच विव्हळला.

'लवकरच एक दिवस मी त्या रासवट, मला सतत त्रास देणाऱ्या आन्द्रेला बदडून काढण्याएवढा मोठा होईल.' त्याच्या मनात आलं, 'आणि मग मी त्याला इतका बडवीन की तो आठवडाभर चालूही शकणार नाही.'

मॅनीने नाक शिंकरलं आणि आपल्या हडकुळ्या दंडावर पुसून टाकलं. त्याच्या पावलाची बोटं सुजायला लागली होती, पण आता पाऊल बधिर झाल्यामुळे ती तितकीशी दुखत नव्हती. तो डोळे मिटून थोडा वेळ तिथेच बसून राहिला.

आपल्या झोपलेल्या मुलाच्या गालाचा पापा घ्यायला वाकत मार्टा म्हणाली "अरेरे, घोड्यावरच्या रपेटीने माझं बछडं अगदी दमलेलं दिसतंय." खांद्यावरून टाकलेल्या तिच्या, अजूनही लांबलचक असलेल्या पण सोनेरी चमक काहीशी मंदावलेल्या शेपट्याच्या टोकाने मॅनीच्या चेहऱ्याला गुदगुल्या केल्या. त्याने डोळे उघडले. आपल्या अवजड पोटाचा तोल सांभाळण्यासाठी कमरेवर दोन्ही हात ठेवून सरळ उभी राहत ती म्हणाली, "तू रडत होतास का? मला एकटीला सांग बरं."

"नाही... पण अंऽऽ हो! थोडंसं माझ्या पायाला लागलंय."

"बघू दे मला, काय झालंय ते?"

"तितकं विशेष काही नाही."

"तरीपण मला बघू देच." आपल्या मांडीवर थापटी मारून, त्याने आपलं पाऊल तिथे ठेवावं असं सुचवीत ती म्हणाली.

“जाऊ दे गं मा! तू आता जास्त काळजी करू नको.”

तिने आपले डोळे कृतककोपाने फिरवले. “ठीक आहे, ठीक आहे, माझ्या छोट्याशा शूर शिलेदार!!” ती त्याच्या बाजूला बसली. “मग, रपेट छान झाली ना? तुझ्या काकाने तुला काही विशेष दाखवलं का?”

दुपारच्या त्या भयानक दृश्याविषयी आपल्या आईला काही सांगू नये असं त्याला मनापासून वाटलं. निदान सगळ्या बारीकसारीक तपशिलांसकट तर नाहीच नाही.

“आम्ही एक हरिणी पाहिली आणि एटिएन अंकलने मला ब्लाइक्सेमवर त्यांच्या पुढ्यात बसवून रपेट करवली.”

“वा! हे छानच झालं.”

आपल्या शर्टच्या काजापाशी निघालेल्या एका धाग्याशी आपल्या घाणेरड्या बोटांनी चाळा करत तो आपल्या आईला म्हणाला, “मा! मा, झुडपात राहणारे रानटी टोळीवाले पाळलेली जनावरं चोरतात का?”

आपला शेपटा परत खांद्यावरून आडवा टाकून ती म्हणाली, “बाळा, त्यांना झुडपांत राहणारे रानटी टोळीवाले म्हणणं अगदी असभ्यपणाचं आहे. त्यांच्या जमातीचं नाव ‘खोसियान’ असं आहे आणि ते गुरं चोरतात? असं का विचारतोस तू?”

“असंच! कारण...”

“तुझ्या त्या काकाने तुझ्या डोक्यात काही भलत्यासलत्या कल्पना, काही पूर्वग्रह तर भरवून दिले नाहीयेत ना?”

“नाही,” तो पांढरा धागा एव्हाना काळा मिचकूट झाला होता. त्याने आता त्याला हाताने पीळ भरायला सुरुवात केली. “होय. नाही, पण पूर्वग्रह म्हणजे काय?”

“म्हणजे असं की एखाद्या जमातीचा केवळ एवढ्याच कारणासाठी तिरस्कार करणं, की ते तुमच्यापेक्षा वेगळे आहेत.”

“अं... होय! पण ते दुसऱ्यांची पाळीव जनावरं ठार मारतात म्हणजे चोरतात. ते रानटी खो...”

“हे बघ,” आपला उन्हाने तपकिरी डाग पडलेला हात त्याच्या खांद्याभोवती वेढून ती म्हणाली, “खोसियान लोकांच्या दृष्टीने ती चोरी नसते. त्यांच्या दृष्टीने देवाने सगळी जनावरं सगळ्यांसाठी निर्माण केली आहेत. खाजगी मालमत्ता वगैरे गोष्टी त्यांना समजू शकत नाहीत, कारण त्यांच्या जमातीत सर्व गोष्टी सामायिकपणे उपभोगल्या जातात.”

त्याने तो धागा खेचला. आता तो सुटून येऊ लागला. मा म्हणत होती ते ठीक

होतं, पण ती त्या मूळ रहिवाशांबद्दल मूर्खासारखं काहीतरी बोलायला लागली. ते खोईखोई-होई-पोलोइ.... जे काय त्यांचं नाव असेल ते...

बटण तुटून पडलं. त्याने ते उचलायला जमिनीवर सूर मारला. आपल्या खांद्यावरून मागे पाहत तो म्हणाला, ''पण त्यांनी एखाद्या इतक्या सुंदर जंगली जनावराला का ठार मारावं?''

''कुठलं सुंदर जंगली जनावर?''

मॅनीला स्वत:च्याच थोबाडीत मारून घ्यावीशी वाटली. ''मला नाही ठाऊक! कुठलंही! म्हणजे जर का त्यांनी कुठलंही जनावर मारलं तर? समज मारलं तर?'' आपल्या केसांच्या झुलपांआडून त्याने हळूच आपल्या आईकडे पाहिलं. त्याच्या केसांना तिच्या तरुणपणातल्यासारखीच तांबूस सोनेरी चमक होती. उन्हाने रापलेल्या त्याच्या चेहऱ्यावर फक्त नाकावर आणि गालांवर तपकिरी वांग आले होते.

''म्हणजे मी असं म्हणतो मा, की जर ते प्राण्यांवर प्रेम करत असतील तर त्यांनी तसं करावंच का?''

मान वाकडी करून ती त्याच्याकडे शोधक नजरेनं पाहत राहिली. आठ्यांमुळे तिच्या कपाळावर वांगांची एक छानदार धनुष्याकृती कमान तयार झाली होती. ''जर त्यांनी तसं केलंच,'' ती सावकाश म्हणाली ''तर ते माझ्या मते फक्त अन्न मिळवण्यासाठी असेल. ते ज्यावर जगतात असं मांस. त्यांच्यापाशी एटिएन अंकलसारखी गुरंढोरं नाहीत की शेळ्यामेंढ्याही नाहीत. ते ज्या वाळवंटात राहतात तिथे त्यांना काही पिकवणंही शक्य नाही.'' आपलं लांबसडक बोट एका आग्रही पवित्र्यात त्याच्यावर रोखून ती म्हणाली, ''पण खोसियान लोक कधीही निष्कारण हत्या करणार नाहीत.''

त्या रात्री एटिएन जेवणाच्या टेबलावर आपल्या पुढ्यात बायबल उघडून बसला होता. काही वर्षांपूर्वी लोकप्रतिनिधीपदाची निवडणूक लढवण्याच्या पूर्वतयारीचा एक भाग म्हणून त्याने आपल्या 'आफ्रिकान' खानदानाच्या वंशावळीतल्या त्रुटी भरून काढण्यासाठी एखाद्या अस्सल रिपब्लिकन 'बोअर'ची मानचिन्हं ठराव्यात अशा काही वस्तू पैदा केल्या होत्या. जशी त्या ऐतिहासिक पदयात्रेत वापरण्यात आलेली ती बैलगाडी (जिची डागडुजी करून तिला पूर्वीसारखी दिमाखदार बनवण्याच्या त्याच्या खटाटोपाची स्थानिक वृत्तपत्रांतल्या स्तंभामधून खूपच वाहवा झाली होती.) आणि तो आता चाळत असलेली जुन्या कराराची प्रत. अर्थात त्या प्रतीच्या शीर्षकपृष्ठावर चितारण्यात आलेली वंशावळ त्याची नव्हती, पण 'मॅरिट्झ' कुटुंब त्याच्या पुरेसं जवळचं होतं.

रात्रीच्या जेवणापूर्वीच्या बायबल वाचनाला हजर राहणं आता सगळ्या कुटुंबासाठी

आणि सक्सेसमधल्या नोकरवर्गासाठीही सक्तीचं झालं होतं. त्या रात्री साऱ्यांनी एटिएनच्या तोंडून एक्झोड्स एकवीस मधल्या बारा ते चोवीस उक्ती ऐकल्या. 'जो एखाद्या माणसाला इतकं मारतो की त्याचा मृत्यू होईल, त्यालाही मृत्युदंडच द्यायला हवा.' कुठल्याही प्रकारच्या व्याजोक्तीशिवाय! आणि उच्च दर्जाच्या डच भाषेत ती एकच वेळ अशी होती, जेव्हा त्यांना आपल्या धन्याच्या तोंडून 'अफ्रिकान' खेरीज दुसरी कुठली भाषा ऐकायला मिळत असे. एटिएनचं भाषाप्रभुत्व असं होतं की तो इंग्रजी, ओव्होम्बो, हिम्बा तसंच आणखीही अनेक स्थानिक भाषा अस्खलितपणे बोलू शकत असे; पण त्याला नवीनच साक्षात्कार झालेल्या प्रखर 'आफ्रिका' राष्ट्रवादामुळे त्याच्या इस्टेटीवर तो दुसरी कुठलीही भाषा वापरत नसे.

काळे नोकर आपल्या जेवणासाठी घराबाहेरच्या आवारात निघून गेल्यानंतर एटिएनने एक घोषणा केली. "आम्ही पुरुषमंडळी उद्या एका शिकारीच्या मोहिमेवर जाणार आहोत. आम्ही ती जुनी बैलगाडी घेऊन जाऊ. मातुल टेकड्यांच्या दिशेने मासाहेब! आपण आमच्यासाठी काही न्याहारीला बांधून द्याल काय?"

लेट्टी मरायस छानपैकी लाजली. त्या भागातल्या सगळ्यात मोठ्या जमीनमालकाची ती एकुलती एक मुलगी होती. ती दिसायला सुरेख तर होतीच; पण स्थानिक लोकांच्या मते तिच्याकडे उच्च अभिरुची आणि दिमाखही होता. शहरातल्या एका संस्थेत तिने सौंदर्याच्या निगराणीचं शिक्षण घेतलं होतं. पोशाख कसा असावा; केशरचना कशी करावी; हातांची आणि नखांची निगा कशी राखावी याचं तिला उत्तम ज्ञान होतं. जत्रेत तिने बनवलेल्या खरवसाला नेहमीच पहिलं पारितोषिक मिळत असे.

ऑंडरवॉटरमध्ये आल्या आल्या काही दिवसांतच एटिएनने तिचं प्रियाराधन करून तिला जिंकलं होतं आणि थोड्याच दिवसांत तिच्या वडिलांच्या शेतजमिनीची देखभालही त्याने स्वत:कडेच घेतली होती.

आपल्या कुरळ्या केलेल्या केसांवर हलकेच थोपटत ती म्हणाली, "अरे देवा! स्वयंपाकघरात तर फक्त मी नाताळासाठी बनवलेल्या गोष्टी आहेत पण त्या आपण आधी संपवू शकत नाही. उद्या मी काही तरी ताजं बनवू शकेन, पण मांसाचं काय? तुम्ही जर काही वेळ थांबलात..."

"आम्हाला गांस नकोय, आम्ही एखादं काळवीट घेऊन जाऊ. मांस खारवून वाळवायला आताची हवा अगदी योग्य आहे."

आपल्या आईची प्रश्नार्थक उंचावलेली भुवई मॅनीने पाहिली. "तुझ्या मौल्यवान सक्सेस हरणांपैकी एक? मला कधीच वाटलं नव्हतं."

तिच्याकडे दुर्लक्ष करत मॅनीच्या दिशेने मान वळवून अंकल एटिएन म्हणाला, "मग काय छोटे शिलेदार, तुम्ही येणार का उद्या आमच्याबरोबर?"

“मी जाऊ मा? खरंच मी जाऊ पा?” पण त्याला ठाऊक होतं की तो निर्णय सर्वस्वी त्याच्या काकाचा होता. त्याला हवं असेल तर तो नक्कीच जाणार होता.

आपल्या आईच्या काकाबरोबरच्या वागण्याचं मॅनीला नेहमीच नवल वाटत असे. ती नेहमी त्याच्याशी वाद घालत असे. 'काफिर' लोकांविषयी तो जे काही बोलत असे त्याचा तिला नेहमीच राग येई. त्यांना काफिर न म्हणता इथले, मूळचे स्थानिक रहिवासी म्हणावं असा तिचा आग्रह असे. तसंच तिथल्या सरकारविषयी. आपल्या दुखण्यामुळे गुपचूप बिछान्यात पडून विश्रांती घेण्याऐवजी ती सतत अंकल एटिएनला टोकत असे. त्याला खिजवून वाद उकरून काढत असे. त्याचा पा ही म्हणायचा, की ती त्याला एखाद्या सुईसारखी टोचत असते.

अंकल एटिएनचीही गंमतच होती. मॅनीला वाटायचं, बऱ्याचशा वेळा तो मा कडे जाणूनबुजून दुर्लक्ष करत असे; पण कधी कधी, खास करून इतर कुणाचं लक्ष नसताना तो मा कडे टक लावून पाहत असे. डिऑनच्याही हे लक्षात आलं होतं आणि ते लक्षात आल्यावर त्याचा वरचा ओठ अगदी कुंपणाच्या तारेच्या गाठीसारखा घट्ट दुमडला जात असे.

३

“ठीक आहे. मला वाटतं सर्व तयारी झालीय. आता आपण निघूया.” एटिएन म्हणाला. मंडळी वाडीच्या बाहेर पडली तेव्हा अजूनही काळोखच होता. बैलांच्या बाजूने हातात कंदील घेऊन एक नोकर चालला होता. मॅनी गाडीच्या मागच्या भागात, जिथे दारुगोळा, शिकारीचे सुरे, एक पन्नास गॅलनचा पाण्याचा ड्रम, पॅराफिनचे दिवे, कातडी दोर, ताडपत्री, चादरी, स्वैपाकांची भांडी, आत धूळ जाऊ नये म्हणून कापडाने गुंडाळलेल्या अन्नपदार्थांच्या टोपल्या, स्टूल अशा सगळ्या सामानाच्या गर्दीत उभा होता.

मॅनी काहीसा नाराज होता. त्याला वाटत होतं की ज्यांना ताब्यात ठेवण्यासाठी एखाद्या रग्बीच्या मैदानाएवढ्या लांबीचा चाबूक लागतो, अशा दहा बैल जोडलेल्या तंबूवाल्या मोठ्या गाडीतून ते जातील; पण त्याचा काका म्हणाला होता की त्याच्यापाशी तेवढा वेळ नव्हता. शिकारीच्या मागावर त्यांना ताबडतोब निघायचं होतं.

‘एवढी घाई कसली?’ मॅनीला वाटलं आणि त्याला एखाद्या लहान मुलाप्रमाणे गाडीत का बसवलं होतं?

एका तेज उमद्या घोड्यावर स्वार झालेला आन्द्रे त्याच्या बाजूने दौडत गेला. “काय रडूबाई? एवढ्यात आईची आठवण यायला लागली काय?” जाता जाता त्याने मॅनीला खिजवलं.

मॅनीने आपल्या हातांच्या मुठी आपल्या तोकड्या चड्डीच्या खिशात खुपसल्या आणि तो ती गुडघ्याच्या खाली खेचायचा प्रयत्न करू लागला. त्याला वाटलं होतं त्यापेक्षा बाहेर जास्त थंड होतं, पण आन्द्रे हसेल या भीतीने मा ने दिलेली जादाची

रजई पायाभोवती गुंडाळण्याची त्याची हिंमत होत नव्हती. मॅनी तसाच कुडकुडत त्या कडक लाकडी फळीवर ट्वीच्या शेजारी बसला.

"लवकरच उजाडेल." गाडीवान म्हणाला.

"मी बैल हाकू का?" मॅनीने विचारले.

"नको बाबा! आपल्याला लवकरात लवकर पोहोचायचंय."

"मी बैलांना लवकर लवकर हाकीन. दे, मी दाखवतो तुला."

पण हातातला चामड्याचा आखूड चाबूक फडकावत ट्वी नुसताच हसला. त्याच्या पिवळट चेहऱ्यावर सुरकुत्यांच्या आणखीन घड्या पडल्या.

'वाळलेल्या चामड्याचं पायताण कुठलं.' मॅनीने चिडून मनातल्या मनात शिवी हासडली. ट्वीने जेव्हा त्याच्या हातात स्पॉटलाइट देऊन त्याला आजूबाजूला झाडोऱ्यात प्राण्यांचे चमकणारे डोळे पहायला सांगितलं, तेव्हा त्याचा राग काहीसा निवला आणि त्याने आपल्या सोबत्याला उदारपणे क्षमा केली.

आजूबाजूला फारसे प्राणी नव्हते. गाडीच्या चाकांच्या लोखंडी आऱ्यांच्या करकरण्याने तसंच चाकाच्या आवाजाने बरेचसे जंगली प्राणी घाबरून दूर पळाले होते; पण एक छोटासा कळप दिसलाच. "नुसत्याच नरांचा कळप," त्यांच्या चमकणाऱ्या डोळ्यांच्या जमिनीपासूनच्या उंचीवरून अंदाज करत ट्वी म्हणाला, आणि फटफटताना त्यांच्या चाहुलीनं दचकून उंच उभ्या कानांचं एक काळवीट आपले पुठ्ठे हिंदकळवत नागमोडी पळालं. ब्लाइक्सेमवर बसून चालेला एटिएन म्हणाला, "मेरिलिन मन्रोचे घाटदार नितंब जणू!"

कधीतरी मॅनीचा डोळा लागला. ट्वीच्या बैलांना हाकारण्याच्या आवाजाने त्याला जाग आली. त्याच्या 'होकाइ होकाइ' अशा हाकारण्यात एक विशिष्ट लय होती.

एटिएन दौडत आला आणि म्हणाला, "आता आपण सूर्य उगवेपर्यंत थांबून कॉफी पिऊया."

लेट्टी आंटीचे कुरकुरीत टोस्ट आटीव दुधाच्या गरम गरम कॉफीत बुडवून खाण्याच्या विचाराने मॅनीच्या तोंडाला पाणी सुटलं; पण त्याला लघवीला जाण्याची अगदी निकड लागली होती. तो पटकन गाडीतून उतरला आणि एका झुडपाच्या दिशेने पळाला.

काळोखातून अचानक उगवत आन्द्रे म्हणाला, "तर मग, कशी काय वाटतेय, शिकारीची पहिलीवहिली मोहीम?" मॅनीने त्याच्याकडे दुर्लक्ष केलं. आन्द्रे आपल्या लिंगाकडे टक लावून पाहत असल्याची त्याला जाणीव झाली. मग आन्द्रेनेही स्वत:च्या पॅंटची झिप सोडून आपलं लिंग बाहेर काढल्याचं त्याने ऐकलं.

"मजा आहे ना?" आन्द्रेने त्याला विचारलं.

मॅनीला आन्द्रे नागडा असल्याचं जाणवत होतं; पण त्याच्या मुतण्याचा आवाज ऐकू येत नव्हता. त्याने आपली मधेच खंडित झालेली आणि हळूहळू ठिबकणारी मुताची धार जोरदार पडावी यावर लक्ष केंद्रित केलं. जोरदार फवारा कसा पुरुषी वाटला असता.

मॅनीच्या जवळ सरकलेल्या आन्द्रेच्या दंडाचा स्पर्श आता त्याला जाणवत होता. "मी म्हटलं," आन्द्रे म्हणाला, "तू उत्तेजित झालायस की नाही?" मॅनी हलला नाही. त्याच्या अगदी जवळ आलेलं आंद्रेचं लिंग चांगलं लांब आणि जाड होतं. आन्द्रे कुत्सितपणे हसला. "उत्तेजित झाल्यावर ते असं दिसतं." आपलं ताठरलेलं लिंग त्या छोट्या मुलासमोर नाचवीत तो म्हणाला "बघ, बघितलंस? तुझं म्हणजे नुसतं गळाला लावलेल्या गांडुळासारखं आहे." त्याच्या पाठीकडे हात नेत आन्द्रे म्हणाला. मॅनीला एका सपकाऱ्याचा आवाज ऐकू आला. त्याला मागे सरकायला थोडा उशीरच झाला. एका काटेरी फांदीचा फटका त्याला बसला. एका लांब पांढऱ्या काट्यानं त्याच्या शिस्नावरची कातडी फाटली. वेदनेने किंचाळण्यासाठी त्याने आपलं तोंड उघडलं पण आन्द्रेच्या डोळ्यांतली चमक बघून ते झटकन बंद केलं. त्याच्या डोळ्यांतून अश्रू त्याच्या गालांवर आणि ओठांवर ओघळले. त्यांना मातीची चव होती. तो तिथून पळाला. आपल्या पॅंटची झिप लावत आणि शर्ट आत खोचत. आन्द्रेचं तरसासारखं कुत्सित हसणं अंधारातून त्याचा पाठलाग करीत आलं.

ते कॉफी पीत होते आणि अचानक दिवस उजाडला. जेमतेम मिनिटभरातच जांभळट राखाडी रंगाच्या उजेडातून आपला रेषाकृतींच्या लपाछपीचा खेळ संपवून, पूर्वेचं क्षितिज सूर्याच्या अग्निगोलानं काबीज केल्यानंतर लखलखीत सोनेरी प्रकाशात न्हाऊन निघालेलं ते माळरान आपल्या पूर्ण वैभवानिशी दृग्गोचार झालं. नोकरमंडळींनी सामान गोळा केलं – कॅनव्हासच्या कपड्याची स्टुलं, कॉफीचे फ्लास्क, नोकरांचे जस्ताचे मग्ज तर गोऱ्या मालकमंडळीचे चिनी मातीचे – ते गाडीत भरून मग तो शिकारीवर निघालेला काफिला पुनश्च मार्गस्थ झाला.

ते मातुल टेकड्यांच्या दिशेने निघाले होते. मॅनीला ठाऊक होतं – ती एक विलक्षण गूढ जागा होती – त्याचा चुलतभाऊ म्हणाला होता. क्षितिजाच्या रेषेपाशी कुठेतरी त्या टेकड्या होत्या; पण धुरामुळे म्हणा किंवा धुक्यामुळे, त्या दिसणं अवघड झालं होतं. ती भुतांची करामत तर नक्कीच नसणार. आन्द्रे त्याची चेष्टा करीत असला पाहिजे. पण मग तो दूरवरच्या समुद्रकिनाऱ्यावरून येणाऱ्या खाऱ्या हवेचा परिणाम होता का? त्याने ट्वीला विचारलं.

"नाही, छोटे मालक, तो वणवा आहे. दोन उन्हाळे पावसाशिवाय गेलेत ना!"

"तू कधी समुद्र पाह्यलास का?"

"नाही, छोटे मालक."

मॅनीची निराशा झाली. त्यानेही कधी समुद्र पाहिला नव्हता; पण सक्सेसमधल्या लोकांपेक्षा त्याचं राहण्याचं ठिकाण खूपच अंतर्भागात होतं. माने त्याला सांगितलं होतं, की विंडहोकला परत जाताना ते समुद्र किनाऱ्यावर थांबतील. त्याच्यासाठी नाताळची भेट. त्यांच्या परतीच्या रस्त्यापासून ते एक बरंच दूरचं, वाकडं वळण होतं; पण 'वाल्व्हीस बे'ला एक सुरेख किनारा होता आणि त्याच्या आजीला, इन्ग्रिडला, त्याने समुद्र पहावा असं खचितच वाटत असणार असं माचं म्हणणं होतं. आपल्या इन्ग्रिड आजीला त्याने कधीच पाहिलं नव्हतं. तिच्याविषयी त्याला फारशी माहितीही नव्हती. ती जर्मनीतल्या एका कुठच्यातरी समुद्रकाठच्या गावची होती आणि तिच्यापाशी काही अगदी वाईट दिसणारं जडजवाहीर होतं. यापलीकडे मालाही तिच्या आईविषयी फारसं काही आठवत नव्हतं. कारण मा तीन वर्षांची असतानाच तिची आई देवाघरी गेली होती.

नाताळच्या मोसमात समुद्रकिनाऱ्यावरच्या हॉटेलात राहणं फार खर्चाचं काम होईल या चिंतेने पा कावले होते; पण माचं म्हणणं होतं की ते गरजेचं होतं. नवीन बाळाचं आगमन होण्यापूर्वी त्या तिघांनी मिळून करण्यासारखी गोष्ट! नवीन बाळाच्या आगमनाची मॅनीला उत्सुकता होतीच, पण तो त्याहीपेक्षा उत्सुक होता ते समुद्र पाहण्यासाठी.

खराब रस्ता सोडून ते आता मुख्य रस्त्यावरून चालले होते. धक्के खात डुगडुगत गाडीचा प्रवास पुढे चालू होता. जमिनीवरून तुरुतुरु पळणाऱ्या उंदरावर आपल्या लाल नख्यांचे पंजे परजत खाली सूर मारणारा फिकट रंगाचा एक ससाणा त्यांना दिसला. गाडीच्या व्यत्ययामुळे त्याची शिकार हुकली आणि पुन्हा वर झेपावत एका बाभळीच्या काटेरी झुडपावर स्थिरावून तो या आगंतुकांकडे रागीट नजरेने पाहू लागला.

त्यांच्यापासून दूर पळून जाणारा हरणांचा एक कळप पाहून मॅनी खूपच उत्तेजित झाला. इम्पालालामध्ये हरणं नसायची आणि एखाद्या हरणाला उड्या मारत जाताना पाहण्याची त्याला खूप इच्छा होती. आता तर एकापाठोपाठ एक कितीतरी हरणं माना खाली घालून मागचे पाय हवेत ताठ उडवून पाठीच्या कमानी करत हवेत उंच उड्या घेत जात होती. ट्वीने त्यांच्यापैकी प्रत्येकाच्या पाठीवर, उडी मारल्यावर पसरून उभ्या राहणाऱ्या चमकदार पांढऱ्या केसांच्या पंख्याकडे त्याचं लक्ष वेधलं. आपल्या रुंद बसक्या नाकावर बोट ठेवीत तो म्हणाला, "वास येतोय?" मॅनीने नाकाने हवा हुंगली. हवेत कसल्यातरी स्रावाचा असावा असा एक गोड, मादक आणि चिकट गंध भरून राहिला होता. लवकरच ती हरणं नजरेच्या

टप्प्याबाहेर गेली.

त्यांच्या पार्टीपैकी कुणालाच त्या हरणांची शिकार करण्यात स्वारस्य नसावं याचं मॅनीला आश्चर्य वाटलं. हरणांचं खारवून वाळवलेलं मांस सगळ्यात रुचकर असतं. पण घोडेस्वारांच्या छातीवरून तिरक्या पट्ट्याने अडकवलेल्या बंदुका जागीच राहिल्या आणि त्यांच्या घोड्यांचा मातुल टेकड्यांच्या दिशेने प्रवासही चालू राहिला. कंटाळलेला मॅनी जांभया देत आपल्या गुडघ्यावरची जखम खाजवू लागला.

उष्मा वाटत होता आणि प्रवासाची गती आणखीच धीमी झाली होती. शेंदरी रंगाच्या उंच गवतात मुंग्यांची वारुळं आणि मुंग्याखाऊंची घरं लपली होती. त्यांच्या गाड्यांची चाकं जेव्हा ती वारुळं तुडवत नव्हती. तेव्हा ती खालच्या मऊ भुसभुशीत वाळूत रुतत होती.

त्याच्या गुडघ्यावरच्या आता रक्ताळलेल्या जखमेवर पुन्हा पुन्हा येऊन बसणाऱ्या माशीला हाकलण्याचा मॅनी त्रासिकपणे प्रयत्न करत होता. आता त्याला वाटायला लागलं होतं की त्याने घरीच राहायला हवं होतं. त्याचं शिस्न झोंबत आणि ठुसठुसत होतं, पण त्याची बघण्याची हिंमत नव्हती कारण घोड्यावर बसलेला आन्द्रे पुन्हा पुन्हा मागे येऊन त्याला डोळे घालत त्याची खिल्ली उडवत होता.

शेवटी एकदाचा एटिएन गाडीच्या जवळ येऊन थांबला. "आता धूर जवळ आलाय." आपल्या घोड्याच्या पाठीवरून गाडीत उडी टाकत तो म्हणाला. आपल्या घोड्याला त्याने गाडीच्या मागच्या बाजूला बांधलं आणि मग तो गाडीतल्या, बसण्याच्या आसनासारखा उपयोग करता येईल अशा एका पेटीवर आपले उंच बूट घातलेले पाय ट्वी आणि मॅनीच्या मध्ये ठेवून उभा राहिला. त्या दोघांची उंची जवळजवळ सारखीच होती त्यामुळे दोघांच्याही डोक्यावर आपला एकएक हात ठेवून तोल सांभाळत तो एखाद्या बोटीच्या कप्तानाप्रमाणे समोर पसरलेल्या विस्तीर्ण माळरानाची पाहणी करू लागला. "वणवा आता पूर्वेला सरकलाय." तो म्हणाला.

त्यांचा काका दाखवीत असलेल्या त्या तपकिरी ढगाकडे मॅनीने पाहिलं. त्याच्या पडद्याआडून सूर्य तेलकट दिसत होता. एखाद्या कपड्यावर पडलेल्या लोणच्याच्या डागासारखा.

एटिएन त्या दोघांच्या मध्ये खाली बसला. गाड्यातली ती जुनाट पेटी करकरली. जळून गेलेल्या झुडपांच्या एका पुंजक्याकडे बोट दाखवत त्याने ट्वीला फर्मावलं, "तो काळा माग पकड," आणि आन्द्रेला म्हणाला, "मागकाढ्याला पुढे पाठव. हा वणवा लागून गेल्यानंतर जर कुणी इथून गेलं असेल तर आपल्याला लवकरच त्याचा पत्ता लागेल."

मॅनी आनंदाने आणि उत्सुकतेने सरसावून बसला. लवकरच शिकारीला सुरुवात होणार होती तर!

त्या जळक्या झाडोऱ्यातून घोडे आणि बैल नाखुषीने पुढे चालले होते. आगीत होरपळलेल्या झुडपांत अजूनही चमक होती आणि काटेरी झाडांच्या जळक्या अवशेषांतून ठिणग्या उडत होत्या. मॅनीला ठसका लागला. त्यांच्या चालण्याने राख उधळत होती आणि ती त्याच्या नाकातोंडात जात होती. तोंडातील राखेची जळकी चव काढून टाकण्यासाठी तो थुंकला.

त्यांना कुठलेही प्राणी दिसले नाहीत. फक्त पाठीवर उलटं पडलेलं एक कासव– जे सरळ होण्यासाठी आपले पाय क्षीणपणे हलवत होतं. आपल्या रायफलीच्या दस्त्याचा पोलोच्या काठीसारखा उपयोग करत आन्द्रेने त्याला हवेत उडवलं. ते सुलट होऊन जमिनीवर पडलेलं आणि हळूहळू चालत निघून गेल्याचं पाहून मॅनीनं सुटकेचा श्वास टाकला. डावीकडे हिरवे ठिपकेवाला एक जंगली पारवा झाडाच्या जळक्या अवशेषात चोच खुपसून काहीतरी शोधत होता. मग आपली राखाडी मान उंचावून त्याने दुःखप्रदर्शक आवाज काढला.

राखेत ढोपरापर्यंत पाय भरल्याने पायात लांब काळे मोजे घातल्यासारखा वाटणारा एक मागकाढ्या, धावत धावत त्यांच्या दिशेने येत असलेला त्यांनी पाहिला.

"मासारावा मासारावा," तो धापा टाकत म्हणाला.

एटिएन ताडकन उभा राहिला.

"कुठे?" त्याने विचारलं. मागकाढ्याने आता दिसू लागलेल्या पूर्वेकडच्या मातुल टेकड्यांकडे निर्देश केला. एटिएन गाडीतून उडी मारून खाली उतरला. त्याने ब्लाइक्सेमला सोडलं आणि तो त्यावर स्वार झाला. दौडत निघून जाण्यापूर्वी तो ट्वीला म्हणाला, "या आळशी बैलांना जरा चाबकाचे रट्टे हाण."

माणसांच्या घोळक्यापर्यंत त्यांचा गाडा पोचेस्तोवर कितीतरी वेळ गेल्यासारखं मॅनीला वाटलं. त्याने खाली उडी मारली आणि पायांच्या त्या तटबंदीमधून आपलं डोकं खुपसलं, पण त्याला कुठेच जनावराचा माग दिसला नाही; फक्त पावलांचे ठसे होते. एक अगदी स्पष्ट होता. पाच छोटी बोटं आणि टाचेची कमान. त्या राखाडीत उमटवलेल्या सहीसारखी. "मासारावा! पिवळे लोक!" आपल्या हाताची तीन बोटे दाखवत मागकाढ्या म्हणत होता.

मॅनीला नीट दिसत नव्हतं. "काय आहे? काय आहे?" तो विचारत होता, पण सगळे लोक मागकाढ्या दाखवत होता त्या दिशेला टक लावून पाहत होते.

"चला, खोगिरं चढवा–" एटिएनच्या आज्ञेसरशी तो जमाव पांगला. पुरुष आपापल्या घोड्यांच्या दिशेनं पळाले. आपल्याला कुणीतरी एखाद्या लहान बाळासारखं उचलून घेतल्याचं मॅनीला जाणवलं. त्याच्या काकाने त्याचं बोचकं परत गाड्यात

टाकलं. “चला लवकर,” तो म्हणाला, “नाहीतर आपण त्यांना कधीच पकडू शकणार नाही.”

“त्यांना पकडायचं? म्हणजे तिकडे चित्ते होते तरी किती? ती एखादी मादी असेल का बछड्यांसहितची, ट्वी?” मॅनीने विचारलं. “तुला काय वाटतं? तिने आपल्या गाभण हरिणीला मारलं असेल का? पण ती अजूनही आपल्या पिलांना दूध पाजत असेल तर अंकल एटिएन तिला मारणार नाही ना? ट्वी, ए ट्वी, मारतील का?”

ट्वी सरळ समोर टक लावून पाहत राहिला. त्याच्या आदिम चेहऱ्यावर कुठलेच भाव नव्हते.

माळरानावरच्या वणव्यामुळे कोबाच्या कुटुंबाला आपला रस्ता बदलावा लागला होता. आगीच्या धगीने होरपळून काळ्या पडलेल्या त्या खुरट्या वाढीतून ते हळूहळू मार्ग काढत होते. पावलांच्या खुणांचा माग राहू नये म्हणून त्यांनी फक्त गवताच्या पुंजक्यांवरूनच चालावं असा तामीचा आग्रह होता.

आईवडिलांच्या तळव्याइतके निबर आणि टणक न झालेले कोबाचे तळवे, गवताच्या एका पुंजक्यावरून दुसऱ्यावर उड्या मारताना सोलवटून निघाले होते. तापून लालभडक झालेल्या साळिंदराच्या काटेरी पाठीवर उड्या मारल्यासारखं तिला वाटत होतं. मधेच वडिलांचा डोळा चुकवून ती आपले तळपाय काजळलेल्या वाळूवर टेकवून थंड करायची; पण त्यामुळे तिच्या अस्तित्वाची, मार्गक्रमणाची जाहिरात करणारा एक सुस्पष्ट ठसा त्या काजळीवर उमटत होता.

तिचा ऊर धपापत होता. दमल्यामुळे की तिच्या आजीने तिला जाणीव करून दिलेल्या तिच्याजवळच्या अतीद्रिंय शक्तीमुळे ते तिला समजत नव्हतं. त्या काजळीमुळे श्वास घ्यायलाही त्रास होत होता. दर वेळी उडी मारल्यावर काळ्या काजळीचे घशात खरखर निर्माण करणारे ढग उठत होते. हे जणू कमी होतं म्हणून अवतीभवती सोसाट्याचा वारा सुटला. त्या वाऱ्याने राखेतल्या ठिणग्या वर उडल्या आणि धुमसणाऱ्या स्फुल्लिंगांना चेतवून त्याच्या छोट्या छोट्या ज्वाळा झाल्या. अखेर ती थांबली. श्वास घ्यायला!

आणि तिच्या कानांनी तो दूरवरच्या आवाज टिपला. चाकांची करकर! बोलण्याचे आवाज! खरेखुरे? तिने स्वत:लाच विचारलं; पण तिच्या आईवडिलांनीही ते ऐकले होते. तामीने गुडघा व कोपरावर रांगत आपला कान जमिनीला चिकटवला. आता तिच्या होरपळलेल्या तळव्यांमधून तिला घोड्याच्या टापांची स्पंदनं जाणवू लागली. त्यांच्या दिशेने दौडत येणारी जनावरं आणि पाठलागावर येणारी माणसं असलेली गाडी.

ते तिघंही धावत सुटले. कोबाच्या खांद्यावरच्या झोळीतला पाण्याचा शंख तिच्या पायावर आपटून तिला वेदना होत होत्या. तो नीट करण्यासाठी ती थांबली. तिला थांबलेली पाहून तामी वेगाने पळत तिच्यापाशी आला. तिच्या हातातला शंख घेऊन त्याने वाळूत फेकून दिला. तो फुटला. कोबा स्तंभित होऊन पाहत राहिली.

"पाणी फेकून द्यायचं?"

तिच्या वडिलांनी तिचा हात पकडला, "पळ, नाहीतर तुला पुन्हा कधीच पाण्याची गरज भासणार नाही." त्याने तिला खेचून आपल्याबरोबर फरफटत नेलं. इतक्या वेगाने की काळी वाळू टाळून गवताच्या पुंजक्यावरून उड्या मारण्यासही तिला वेळ मिळाला नाही. "अजून जोरात," तामीने तिला हाकारले.

ते न थांबता पळत राहिले. तामीने आपला हात उंचावून त्यांना थांबवेपर्यंत. त्यांच्या हृदयाच्या धडधडण्यात आता घोड्यांच्या टापांचा आवाज मिसळला होता. याखेपेस आणखी जवळ!

"आपल्याला लपायला हवं!" तामी म्हणाला.

श्वास घेण्याच्या प्रयासात छातीचा पिंजरा वरखाली हलत असलेल्या नायसाच्या तोंडचे चिरकलेले शब्द आले, "ती घोड्यांवरनं येणारी माणसं... ती आपल्याला इजा करायला येतायत की काय हे आपल्याला ठाऊक नाही. आपण पुढे जाऊन त्यांना भेटूया त्यांच्यापुढे मैत्रीचा हात करूया. कदाचित ते आपल्याला तंबाखूही..."

"नाहीऽ" कोबा किंचाळली. तिच्या मनातल्या भीतीला आता एक नाव मिळालं होतं आणि निळ्या डोळ्यांची थंडगार नजर! "गोरे लोक! मला सिंहाची चाहूल ऐकू येतेय. भासतेय. आपल्याला इथून दूर जायला हवं." ती आता एखाद्या वाघ मागे लागलेल्या हरिणीसारखी पळाली. आता ती आपल्या आईवडिलांना आपल्याबरोबर खेचत नेत होती.

"ते झुडपांत राहणारे रानटी लोकच आहेत नक्की. एकदा का तुम्ही त्यांच्या पावलांचे ते छोटे ठसे पाहिलेत की तुम्ही ते विसरणं शक्यच नाही." आपल्या घोड्याला टाच देत एटिएन म्हणाला.

लठ्ठ मानेच्या एका घोडीवर बसलेला डिऑन त्याच्या बाजूने दौडत होता. त्या पाठलागामुळे त्याची नशा हळूहळू उतरू लागली होती. लवकरच त्याला आणखी एखाद्या पेयाची गरज भासणार होती. "अजून इतक्या दूर पश्चिमेला ते येतात का?"

"नेहमी नाही. काही लूट करायची असली तरच येतात."

ते फार काळ दौडत राहिले नाहीत. मागकाढ्याचा माग हरवला होता. ते लगाम खेचून स्वस्थ उभे राहिले. सावजाच्या वासाच्या मागावर जाणाऱ्या कोल्ह्याप्रमाणे जमिनीवरून नागमोडी धावत जाणाऱ्या मागकाढ्याकडे ते पाहत होते. आन्द्रेने

त्याच्या निष्काळजीपणाबद्दल त्याला झापलं तेव्हा तो कसनुसा झाला. बऱ्याच मागे त्यांचा तो गाडाही सावकाश येत होता.

"हे झुडपात राहणारे रानटी लोक तुला अजूनही त्रास देतात का?'' आपल्या व्हिस्कीच्या फ्लास्कचं झाकण खोलत डिऑनने विचारलं.

एटिएनने कपाळाला भरपूर आठ्या घातल्या. "मागच्याच महिन्यात त्यांनी विएनगार्डच्या शेतावरून एक उत्कृष्ट कालवड चोरून नेली आणि काल आपल्या शेतावरच्या त्या काळविटाच्या गाभण मादीची अवस्था तर तू स्वत:च पाहिलीस.''

"मार्टा म्हणते की तो चोरी नाही.'' दारूचा एक घोट घेऊन डिऑन म्हणाला. "त्या लोकांना खाजगी जमिनी किंवा गुराढोरांवरची खाजगी मालकी याची कल्पनाच नाही.''

एटिएनचा चेहरा कठोर झाला. "मग तिचं म्हणणं काय? आम्ही निमूटपणे त्यांना हवं ते करू द्यायचं?''

डिऑनने दुसरा घोट घेतला, "तू तिला ओळखतोसच! तिला असं मनापासून वाटतं की दुष्काळाच्या दिवसांत शेतकऱ्यांनी त्यांना आपली जनावरं द्यायला हवीत!'' त्याने आपला फ्लास्क भावाला देऊ केला. "त्यांना खाण्यासाठी जेवढी गरज असते तेवढीच जनावरं ते मारतात.''

"मुळीच नाही.'' आपल्या घोड्याला वर्तुळाकार फिरवत एटिएन म्हणाला. आगीच्या धगीने काळ्या पडलेल्या त्या वाळूत तो आपल्या घोड्याला अधिकाधिक लहान रिंगणात फिरवत होता. त्याच्या खुरांनी उधळलेल्या काजळीमुळे तो त्या प्रचंड घोड्यावर नव्हे, तर काजळी राक्षसावर स्वार झाल्यासारखा दिसू लागला होता.

'ती बाई म्हणजे...' त्याच्या मनात विचार आला. मार्टाएवढी त्याचं डोकं खाणारी आणि त्याला चीड आणणारी दुसरी बाई त्याला अद्याप भेटली नव्हती. तिची पहिली भेट त्याला चांगलीच आठवत होती. आपल्या बापाच्या मिशनरी कामासाठी निधी मागायला आलेल्या तिची, तिने घातलेल्या तिच्या बापाच्या पुरुषी शर्टाच्या आत धपापणारी छाती!

एटिएनला आठवलं, की म्हातारा हॉफमन हा एक उपद्व्यापी परदेशी माणूस होता. तो अडाणी स्थानिक रहिवाशांना त्यांच्या हक्कांची जाणीव करून देऊन उकसावत असे. आणि तरीही, तिची मतं पटलेली नसतानाही, आपलं म्हणणं पटवून देण्यासाठी टेबलावर आवेशाने मूठ आपटण्याची तिची लकब त्याला मुळीच आवडलेली नसतानाही, म्हाताऱ्या हॉफमनच्या त्या डौलदार मुलीला त्याने सढळ हाताने मदत केली होती. तिच्या धैर्याचं आणि तिच्या तळमळीचं त्याला नेहमीच कौतुक आणि आदर वाटत असे. कोणीच याला विरोध करू शकलं नसतं.

ती अग्निज्वालेसारखी रसरशीत होती.

हातातला लगाम सैल सोडून दंडाने त्याने कपाळावरचा घाम निपटला. हो, पण मार्टा हातात येण्यासारखी नव्हती. कारण ती त्याच्या भावाची पत्नी होती आणि हे नातं एखाद्या लक्ष्मणरेषेसारखं त्यांच्यामध्ये सतत हजर होतं. तिच्या वाढलेल्या पोटाकडे पाहून त्याला धक्काच बसला होता. दारुड्या डिऑनमध्ये अजून एवढा पुरुषार्थ शाबूत असेल यावर त्याचा विश्वासच बसत नव्हता. तसं कुणालाच वाटलं नसतं.

''हे बघ,'' आपल्या घोड्याला सैल सोडत तो म्हणाला. ''पन्नास वर्षांपूर्वी काही मार्टा इथे नव्हती.''

''पन्नास वर्षांपूर्वी तर तूही इथे नव्हतास, माझ्या भावा.'' डिऑन कुत्सितपणे म्हणाला. त्याच्याकडे दुर्लक्ष करत एटिएन अधिकारवाणीने म्हणाला, ''जेव्हा पियेट शुमानच्या वडिलांना त्यांचा सगळाच्या सगळा कळप, पायाचे, पोटऱ्यांचे स्नायू तोडल्याने जायबंदी झालेला सापडला – जिवंत पण पांगळे – तेव्हाही ती इथे नव्हती. वेदनांनी तडफडणारी ती जनावरं इथल्या लोकांना अजूनही आठवतात. मला एक सांग, ही अशी निर्दय वागणूक प्राण्यांवर प्रेम करणारे आणि केवळ गरजेपुरतीच त्यांची शिकार करणारे लोक त्यांना देऊ शकतात का? नाही महाशय!'' एटिएनने आपल्या हाताची मूठ आवेशाने घोड्याच्या पुठ्यावर आपटली. त्याने तो घोडा बुजल्यासारखा झाला. ''हे तर निव्वळ क्रौर्य आहे.'' बुजलेल्या घोड्याला काबूत ठेवायचा प्रयत्न करीत एटिएन आपल्या खांद्यावरून मागे पाहत ओरडला. ''हे झुडपात राहणारे लोक क्रूरच आहेत.'' आपल्या हातातला लगाम घट्ट धरून घोड्याचं डोकं खाली दाबत तो म्हणाला, ''एखाद्या जंगली पशूत आणि त्यांच्यात फारसा फरक नाही.''

आपल्या खोगिरावर आरामशीर रेलून बसलेल्या डिऑनच्या चेहऱ्यावर हसू होतं. थयथय नाचणारा एटिएनचा घोडा जेव्हा त्याच्या पुरेसा जवळ आला तेव्हा तो म्हणाला, ''अच्छा, म्हणजे तुला या आदिम लोकांवर सूड उगवायचाय का? ही शिकारीची मोहीम अगदी पूर्वीच्या काळातल्यासारखी त्यांना हुडकून काढून, वेचून धडा शिकवण्यासाठी आहे तर! आणि शिवाय–'' त्याने आपली नाकपुडी खाजवली.

''हे बघ डिऑन! तसल्या मोहिमा कधीच गुप्त नव्हत्या, बेकायदेशीर तर नव्हत्याच नव्हत्या. काही मोहिमा तर सरकारी पण होत्या. फार काय! त्या काळात तुम्हाला या आदिवासींना मारण्याचा परवानाही मिळू शकत असे.''

आगीच्या धगीने होरपळलेल्या त्या माळरानावर लपायला जागाच नव्हती.

गवत नव्हतं. खडकही नव्हते. झाडांचे शेंडेही सांगाड्यासारखे झाले होते. त्या कुटुंबाच्या पायांचे ठसे त्या काजळी राखेवर अगदी ठळकपणे उठून दिसत होते.

तामीने त्यांना एका आता ओस पडलेल्या वाळवीच्या घराकडे पिटाळलं. जमिनीपासून थोड्याशा उंचावलेल्या टेकडावरचं ते वारुळ एखाद्या चेटक्याच्या टोकदार टोपीसारखं दिसत होतं. त्याच्या पायाशी एक मुंग्यांचं बीळ होतं. कोबाला त्या भोकात ढकलत तो म्हणाला, ''इथे, आत हो.''

तिने प्रतिकार करण्याचा प्रयत्न केला, ''आत काहीतरी असेल, एखादा तरस किंवा साप किंवा...''

तामीने एक फांदी घेऊन त्या भोकात खरवडलं आणि छोट्याशा खोल बोगद्याच्या तोंडावरचं मऊ आवरण दूर केलं. एक मोठा कोळी आपल्या केसाळ पायांनी तुरुतुरु बाहेर पडला. ''कोळीच होता. तोही आता गेला. तू पटकन आत जा बरं.''

''त्याची पिल्लं आत असतील. त्यांची आई परत येईल.''

त्याने तिचे खांदे घट्ट पकडले. पिवळट तपकिरी कातडीवर ताणल्यामुळे पांढरी पडलेली पेरं अगदी उठून दिसत होती. ''आणि ती कदाचित तुला चावेल. त्याने तुला दुखेल, पण तू मरणार नक्की नाहीस कोबा.'' आपल्या वडिलांना एवढं अगतिक, घाबरलेलं तिने कधीच पाहिलं नव्हतं. त्यांच्या कपाळावरून घामाच्या धारा वाहत होत्या. त्यांचे डोळे कावरेबावरे झाले होते. ''दुसरी जागाच नाहीये. तुला इथेच लपायला हवं.''

मग त्याने तिचे खांदे धरून तिला खाली रेटलं. ''तू पाण्याहूनही अधिक मौल्यवान आहेस. तू आमचं भविष्य आहेस. बेटा, आता लप.''

कोबा नाखुषीने त्या बोगद्यात शिरली. ''पण तुम्ही कुठे असाल?''

''मी त्या परक्या लोकांना इथून चुकीच्या मार्गावर नेतो. मी त्या जळक्या काजळीवरून त्या तिकडे धावत जातो. म्हणजे त्यांना माझ्या पावलांचा माग अगदी स्पष्ट दिसेल.''

''पण मग ते तुम्हाला पकडतील.''

''याउ! या चित्त्यासारख्या चपळ तामीला ते कधीच पकडू शकणार नाहीत. तो जवळ जवळ हसलाच. ''तुझी आई दुसऱ्या दिशेला पळेल आणि मग त्यांना कुणाचा पाठलाग आधी करावा असा प्रश्न पडेल.'' हे ऐकून आपल्या लेकीचा चेहरा पडल्याचं त्याने पाहिलं आणि तो आश्वासक स्वरात म्हणाला, ''काळजी करू नको, तोपर्यंत आम्हाला असंच एखादं बीळ शोधायला सवड मिळेल. परंतु तू या बोगद्यातून बाहेर येऊन त्यांच्या दृष्टीस पडणार नाहीस असं मला वचन दे.'' भीतीने विस्फारलेल्या तिच्या डोळ्यांत त्याने रोखून पाहिलं. मग तिला धीर यावा म्हणून त्याने स्वतःची दृष्टी अगदी स्थिर केली. ''त्या परक्या लोकांनी आपल्याला

शोधायचा नाद सोडला की मग आम्ही तुला घ्यायला परत येऊ.''

कोबा रडायला लागली ''आणि तुम्ही नाहीच आला तर?''

तिच्या गदगदणाऱ्या खांद्यावर त्याने आपले हात रुतवले आणि तो घाईघाईने बोलला, ''जर काळोख पडेपर्यंत आम्ही परत नाहीच आलो, तर तीन रात्री तू उजाडेपर्यंत व्याधाच्या चांदणीच्या दिशेने चालत रहा. मिठाची शेतं डाव्या अंगाला ठेवून तू चालत राहिलीस की आपल्या गावात पोहोचशील. समजतंय ना तुला?'' कोबाने मान हलवली.

''छान! तुला रस्ता नक्कीच सापडेल. मला ठाऊक आहे.'' त्याने झटकन तिला उराशी कवटाळले. ''आता पटकन सरकून गुडघ्यांवर बैस, म्हणजे आम्ही तुला झाकून टाकतो.''

''थांब,'' नायसा धावत आली. ''माझ्या बाळा! हे तुझं डोकं झाकायला घे.'' तिने आपला कातडी अंगरखा कोबाला दिला आणि तिच्या भेदरलेल्या चेहऱ्यावर अलगद एक आश्वासक फुंकर घातली. गळ्याशी दाटून आलेला, गुदमरून टाकणारा हुंदका कोबाने प्रयासाने गिळला आणि मग ती त्या बोगद्यात खोल शिरली. काटेरी फांद्यांनी तामीने बोगद्याचं तोंड बंद करून टाकलं. आणि नायसाने वाळूची वावटळ उठवून तिथे उमटलेला त्यांच्या पावलांचा माग पुसून टाकला.

कोबाला आपल्या आईवडिलांना ओरडून सांगावंसं वाटलं– 'मला तुमच्याबरोबर घेऊन चला. लपण्यापेक्षा पळून जाणं चांगलं.' पण तिने स्वत:ला गप्प केलं आणि तिथेच स्थिर पडून राहिली. तिच्या आजीने काय सांगितलं होतं– 'सहनशीलता हीच खरी ताकद आहे.' पण ते तर मूर्खपणाचं होतं. तिच्या आजीला हे अगोदरच दिसलं होतं का? बहुधा नाही, कारण तसं असतं तर तिने त्यांना आधीच सावध केलं असतं. पण आता हे सगळे विचार करण्यात काहीच मतलब नव्हता. फार उशीर झाला होता. घोड्यांच्या टापांनी हादरणारी जमीन तिला स्पष्ट जाणवत होती.

'वाऱ्यासारखे पळत जा.' आपल्या आईवडिलांच्या दूर जाणाऱ्या पावलांना उद्देशून ती म्हणाली.

तिकडे बैलगाडीत मॅनी आपल्या दोन्ही हातांनी गाडीची कडा घट्ट पकडून बसला होता. गाडीचे चारही बैल आपल्या दुडक्या चालीने दौडत होते आणि गाडीचा सांगाडा मागे हिंदकळत होता. बाजूने घोड्यावरून चाललेला आन्द्रे मॅनीची तिरपीट पाहून हसत होता; पण मॅनीला त्याच्याशी बोलायचंच होतं. ''ए आन्द्रे,'' त्या सगळ्या खळखळाटाच्या आणि धडधडाटाच्या वर आवाज चढवून मॅनी ओरडला. ''तुझे बाबा त्या चित्त्याच्या मादीला आणि तिच्या पिलांना ठार मारणार नाहीयेत ना?''

"चित्ता? कुठला चित्ता?" आन्द्रेने आश्चर्याने विचारलं.

"आपण जिचा पाठलाग करतो आहोत ती! चित्त्याची लेकुरवाळी मादी! तो मुलगा म्हणाला की ते एकूण तीन आहेत." मागकाढ्याच्या आविर्भावाची नक्कल करीत मॅनीनेही आपल्या हाताची बोटं उंचावली. आन्द्रे अजूनही गोंधळलेलाच दिसत होता. "पिवळे चित्ते रे! त्या मागकाढ्या मुलाला त्यांच्या पावलांचा माग सापडलाय." आन्द्रे खो खो हसू लागला. "ते पिवळे झुडपात राहणारे रानटी लोक आहेत मूर्खा! चित्ते नव्हेत. आपण त्या रानटी माणसांचा पाठलाग करतोय." तो मॅनीच्या जवळ आला आणि आपला आवाज हळू करीत म्हणाला, "जेव्हा आपल्याला ते सापडतील तेव्हा तू आपला चाकू तयार ठेव बरं का! तुझ्या माला या मोहिमेची आठवण म्हणून काहीतरी न्यायला नको का? एखादा छोटासा कान!"

मॅनी शहारला आणि चटकन ट्वीच्या दिशेला वळला. ट्वीने काही ऐकलंच नव्हतं जणू! एकप्रकारच्या पिळवटून टाकणाऱ्या भावनेने मॅनीला जाणवलं की आन्द्रे सांगत होता ते खरं होतं. ते माणसांचा पाठलाग करत होते. त्यांच्या गाभण हरिणीला मारणाऱ्या ज्या माणसांवर त्याचा काका संतापला होता, बहुधा त्याच माणसांचा! अजूनही हसत असलेल्या, घोड्यावर बसून दूर जाणाऱ्या आपल्या चुलत भावाकडे, आन्द्रेकडे दुर्लक्ष करत तो अस्वस्थपणे पुन्हा आपल्या जखमेची खपली खरवडू लागला.

'ठीक आहे,' मॅनी विचार करू लागला. जर ती छोट्या पावलांची माणसं आपल्याला सापडली आणि तेच जर ते भुरटे शिकारी असले, तर काका जास्तीत जास्त काय करेल? फार फार तर त्यांना चांगला चोप देईल. आन्द्रेने एकदा त्याला सांगितलं होतं की खोडसाळपणा करणाऱ्या स्थानिक मुलांना त्याचे वडील चोपून काढत असत. ट्वीने कधी एटिएन काकाच्या हातचा मार खाल्ला होता का? आन्द्रे म्हणायचा, ट्वी महाबिलंदर होता. मॅनीने आपल्या डोळ्यांच्या कोपऱ्यातून हळूच ट्वीकडे पाहिलं. त्याच्या मनात आलं, 'बिलंदर माणसं नक्की कशी दिसतात?'

आपल्या दुडकत चाललेल्या घोड्याच्या पाठीवर पोक काढून ढिसाळपणे बसलेले, हातात ब्रँडीचा फ्लास्क घेतलेले त्याचे वडील त्याला दिसले. अरे देवा! झोक जाऊन घोड्यावरून खाली पडतील, एवढी दारू तर ते पिणार नव्हते ना? "पा! अहो पा!" त्याने हाका मारल्या. डिऑनने वळून पाहिलं आणि समजूतदारपणे हात हलवला, पण तो गाडीच्या जवळ आला नाही.

"तुम्ही जरा इकडे येता का? मला तुम्हाला काहीतरी विचारायचंय." तो ओरडला; पण डिऑनचा घोडा पुढे चालतच राहिला. मग मात्र मॅनी अगदी छाती फुटेपर्यंत ओरडला. "पा! झुडपातले रानटी लोक?" डिऑन वळला त्याने हातातला फ्लास्क उंचावला पण पुढे जाणाऱ्या आपल्या घोड्याला त्याने थांबवलं नाही.

मॅनी खाली बसला. हात खिशात खुपसून त्याने मुठीत आलेल्या कपड्याचा चोळामोळा केला. तो स्वत:लाच समजावू लागला की सारं काही ठीक होणार आहे. त्याला काळजी करण्याचं कारण नाही. एटिएन अंकल पाची काळजी घेतील आणि त्या रानटी लोकांचीसुद्धा. ते त्यांना आपल्या शेतांवरून हुसकावून लावतील. बस. इतकचं!

आपल्या हातांच्या आवळलेल्या मुठी त्याने सैल सोडल्या. तसंच पाहायला गेलं तर झुडपांत राहणारे ते रानटी लोक पहायला मिळणं हेसुद्धा खूपच रोमांचक होतं. त्यांच्याजवळ त्यांचे ते विषारी बाण असतील आणि कदाचित त्यातला एखादा ते त्यालाही देतील.

कोबाला तिच्या त्या लपण्याचा बोगद्यातून दौडणाऱ्या टापांच्या आवाजाने हादरणारी जमीन जाणवत होती. तिने आपला श्वास रोखून धरला आणि डोळे घट्ट मिटून घेतले. एक घोडेस्वार तिच्या इतक्या जवळून गेला की तिला त्याचा गंधही जाणवला. घामाचा आंबूस दर्प मिरवणारा कृत्रिम ताजा वास. गोरे लोक आपला गंध बाटलीत भरून ठेवतात– तिच्या आजीने एकदा तिला सांगितलं होतं. कोबाने आपलं नाक फेंदारून हुंगलं आणि डोळे आणखीच घट्ट मिटून घेतले. हळूहळू वास पुसट झाला. टापांचा आवाजही दूर गेला.

कोबाने हळूच आपल्या डोक्यावरून पांघरलेल्या अंगरख्याचं एक टोक वर उचललं आणि बोगद्याचं तोंड झाकणाऱ्या काटेरी फांद्यांच्या आडून ती बघू लागली. तिच्या त्या लपायच्या जागेवरून तिला काही गोऱ्या घोडेस्वारांच्या पुढे धावणारा काळा माणूस दिसत होता. त्याची नजर जमिनीवरून शोधकपणे फिरत होती. एखादी हरवलेली वस्तू शोधत असल्यासारखी! कदाचित त्यांच्या पावलांचा माग! नशिबाने तिची आई पावलांचा माग मिटवून टाकण्यात तरबेज होती; पण आता तो काळा माणूस एका दिशेला बोट दाखवत काहीतरी बडबडू लागला. त्याला आई आणि बाबा दिसले होते का? ती हळूच आपल्या बोगद्याच्या आणखी थोडी बाहेर आली. तिला दिसलं की तिथून काही अंतरावरून तिचे वडील मुद्दामच हळू हळू धावत होते. पाठलाग करणाऱ्या त्या शिकाऱ्याचं लक्ष तिच्या आईकडे जाऊ नये म्हणून.

'याउ!' आपला हात भीतीने धडधडणाऱ्या आपल्या हृदयावर ठेवून ती म्हणाली. 'त्यांनी बाबाना पाहिलंय! आपल्या पाळीव जनावरांचा मोहरा त्यांनी बाबांच्या दिशेला वळवलाय. आता बाबा अगदी पंख लावून उडले तरी ते त्यांच्या हातून सुटणं शक्य नाहीये.'

तामी धावायचा थांबला. वळून त्या घोडेस्वारांना सामोरा झाला. त्याच्या हातात एक बाण होता; पण तो धनुष्यावर चढवलेला नव्हता. आपला दुसरा हात त्याने जू होनासींच्या पारंपरिक अभिवादनाच्या पवित्र्यात उंचावला.

एटिएनने आपल्या घोड्याची गती मंद केली आणि तो त्या रानटी माणसापासून थोडासा दूर गेला. डिऑनकडे वळून तो म्हणाला, ''तुझ्या त्या जुनाट बंदुकीने त्याला इथून टिपता येणार नाही, नक्कीच!''

''त्या रानटी माणसाला? पण तुला त्याला कशासाठी मारायचंय?''

''ठार मारायचं नाही रे! फक्त त्याला थोडंसं घाबरवायचं. तो नक्कीच त्या चोरट्या शिकाऱ्यांपैकी एक असणार. चल, बघूच या, तू त्याच्या त्या पळपुट्या पावलांजवळ गोळी मारू शकतोस का ते.''

आपल्या खोगिराला लटकवलेल्या थैलीतून डोकवणारी ६.५ शॉनहॉवर मानलिचर बंदूक डिऑनने चाचपली. त्याचा नेम चांगला होता; पण आता तो दारूच्या अमलाखाली होता. त्याची गोळी कदाचित त्या रानटी माणसालाही लागली असती.

''मी पैजेवर सांगतो, तुला ते जमणारच नाही.'' एटिएनने त्याला परत डिवचलं.

''मी पैजा लावत नसतो. तुला ठाऊक आहे आणि तूही त्यातला नाहीस.''

कावेबाजपणे त्याच्याकडे पाहत एटिएन म्हणाला, ''पण काही गोष्टी नक्कीच पैज लावण्याजोग्या असतात, नाही का?''

सावकाश मान हलवत डिऑन म्हणाला, ''काही गोष्टी तशा असतात खऱ्या.'' मान मागे झुकवून हसत हसत एटिएन म्हणाला, ''आता कसं बोललास गड्या! चल मी ब्रँडीच्या एका खोक्याची पैज लावतो. इथून त्या रानटी माणसाला गोळी घालणं तुला जमणारच नाही.'' डिऑनने मान नकारार्थी हलवली. ''बरं, दोन खोकी,'' डिऑनने तरीही दुर्लक्ष केलं. ''दहा? आणि मी ते ब्रँडीऐवजी कोन्यॅकचे करतो.''

डिऑनला त्या साऱ्याचा अचानक उबग आला. जास्त करून त्याला स्वत:चीच घृणा वाटू लागली. ''खरं सांगू? मी आता त्यातल्या एखाद्या गाडीतच जाऊन बसायचा विचार करतोय.'' आपल्या अंगठ्याने गाडीकडे निर्देश करत तो म्हणाला. एटिएनने तुच्छतादर्शक हुंकार दिला. ''मला ते नक्कीच बघायला आवडेल आणि पैजेवर सांगतो, तुझ्या त्या सुंदर बायकोलाही आवडेल.''

डिऑनचे डोळे आकुंचित झाले. एटिएनने आपल्या घोड्याला टाच मारून पुढे आणले आणि त्याच्या भावाच्या सवारीच्या घोडीभोवती तो टापा वाजवत नाचू लागला. ''तुला सांगतो धाकल्या, इथून त्या रानटी आदिवासीला मार. दारू सोड; मी तुला सक्सेसच काय, पण इम्पालालापण बक्षीस देईन.''

डिऑनने त्याच्याकडे नजर रोखून अविश्वासाने पाहिलं. ''तू मला इम्पालाला देणार आहेस? मी त्याची माझ्या मनाप्रमाणे व्यवस्था करू शकतो?''

''होय आणि सक्सेससुद्धा.''

''निव्वळ थापा.'' डिऑन हसू लागला.

''मी शपथेवर सांगतो...'' एटिएन म्हणाला. ''अगदी माझ्या मुलाची शपथ! पण ज्या प्रकारे तू ब्रँडीचे प्याले रिचवतोस ते पाहता, माझ्या दोन्ही इस्टेटी अगदी सुखरूप राहणार याविषयी मला शंका नाही.''

डिऑनने खांदे उडवले. त्याला शेतीची आवड नव्हती; पण जर इम्पालाला त्याच्या मालकीची झाली असती, तर एटिएनचा गुराखी म्हणून काम करावं न लागता तो ती इस्टेट विकू शकला असता. मग त्याने आपलं कुटुंब प्रिटोरिया सारख्या एखाद्या शहरात हलवून एक छोटंसं हॉटेल उघडलं असतं. अगदी छोटंसं!

आपल्या डोक्यातला कोलाहल शमवण्यासाठी त्याने जोरजोरात मान हलवली. स्वप्नं, निव्वळ स्वप्नं! त्याचा भाऊ नक्कीच थापा मारत होता. नालायक कुठला! पण एटिएनची फजिती झालेली पहायला त्याला नक्कीच आवडलं असतं.

डिऑन घोड्यावरून खाली उतरला आणि त्याने थैलीतली बंदूक बाहेर काढली. ''चल थोरल्या, बघूच या!'' एटिएनवरची नजर न हलवता सावकाश त्याने बंदुकीत काडतूस भरलं. भल्या उंच घोड्यावर बसलेल्या एटिएनने खाली वाकून त्याच्याकडे पाहून स्मित केलं. बंदूक खांद्यावर ठेवून डिऑनने नेम धरला. त्याच्या नजेरला तो रानमाणूस अगदी स्पष्ट दिसत होता. काडीसारखे हातपाय असलेला तो माणूस लहान मुलाने काढलेल्या माणसाच्या चित्रासारखा खोटा वाटत होता. बंदुकीच्या नळी पलीकडून त्याने एटिएनकडे पाहिलं. तो त्याची पैज मागे घेईल या अपेक्षेने. जवळ येऊन थांबणाऱ्या गाडीचा, तसंच बैलांच्या धपापणाऱ्या श्वासाचा आवाज त्याने ऐकला.

''पाऽ'' मॅनीचा किंचाळण्याचा आवाज आला ''गोळी चालवू नका.''

डिऑनने बंदूक खाली केली. ''मी फक्त एटिएनकाकाची हिंमत पाहत होतो.''

बंदुकीचा आवाज झाला आणि तो रानमाणूस खाली कोसळला. डिऑनच्या हातातील रायफल गळून पडली. तो अविश्वासाने पाहत होता. ''मी तर बंदूक चालवलीच नाही.''

''एटिएन काका–'' मॅनी विव्हळला.

नळीतून धूर येणारी आपली बंदूक एटिएनने खाली केली. ''तू पाहिलं नाहीस? तो नालायक आपलं धनुष्य ताणत होता.''

डिऑन धडपडत पुढे आला. ''तुला वेड तर लागलं नाहीये? तू त्याला गोळी का म्हणून घातलीस?'' एटिएनच्या हातातली बंदूक खेचत तो म्हणाला.

एटिएनने आपली बंदूक परत खेचून घेतली. ‘‘ऐक रे माझ्या भावा! त्या रानमाणसाच्या विषारी बाणाचा नुसता एक ओरखडा पुरेसा आहे तुला स्वर्गाचं दार उघडून द्यायला.’’ आपल्या बंदुकीचा दस्ता त्याने आपल्या शर्टाच्या बाहीने पुसला. ‘‘ते विष थेट तुमच्या रक्तप्रवाहात मिसळतं. त्याच्या वेदना इतक्या भयंकर असतात की त्यांच्यापासून सुटका मिळविण्यासाठी माणसांनी आपले हात किंवा पाय तोडून टाकल्याच्या कथा मी ऐकल्यायत आणि त्यावर काही उपायही नाही.’’

‘‘पा! एटिएनकाका!’’ गाडीतल्या मॅनीने भेदरलेल्या आवाजात हाकारलं.

एटिएनने आपला घोडा गाड्याच्या जवळ नेला. ‘‘छोटे सरदार! तुम्ही चिंता करू नका. मी जाऊन येईतोपर्यंत जरा आपली मान खाली ठेवा.’’

‘‘मॅनी,’’ चेहऱ्यावरचा रंग पार उडालेला डिऑन गाड्याजवळ येत म्हणाला, ‘‘मी शपथेवर सांगतो, त्याला गोळी घालण्याचा माझा मुळीच विचार नव्हता. मला फक्त तुझ्या काकाचं पितळ उघड पाडायचं होतं. मी...’’

‘‘पण त्या रानमाणसाला ते ठाऊक नव्हतं.’’ एटिएन त्रासिकपणे म्हणाला. ‘‘आणि म्हणूनच तो तुझ्यावर बाण सोडण्याच्या तयारीत होता. नशीब, माझी त्याच्यावर नजर होती.’’

मॅनी रडायला लागला. ‘‘तो मेला का?’’

‘‘नाही रे! मी त्याला नुसतं जायबंदी केलंय. ट्वी, छोट्या मालकांना गाड्यात तुझ्याबरोबरच ठेव. मी जाऊन पाहून येतो.’’

मोठा धमाका. गोळीबाराचे आवाज? मला पाहिलंच पाहिजे, कोबाला वाटलं. बोगद्याच्या तोंडावरच्या काटेरी फांद्या बाजूला करून तिने पाहिलं तेव्हा तिला तिचे वडील जमिनीवर गुडघ्यावर बसलेले दिसले. ते नक्कीच जखमी झाले होते; पण गोऱ्यांना त्यांना पकडायची अजिबात घाई दिसत नव्हती. तिला त्यांना हाकारावंसं वाटलं, पण तिची हिंमत झाली नाही. तिने पाहिलं की तिचे वडील गुडघ्याच्या आधाराने धनुष्याची दोरी ताणत होते. त्यांच्या दंडाला जखम झाली असणार. गोऱ्या लोकांनी ते पाहिलं तर, या भीतीने ती थरथर कापू लागली. आता तिला दिसलं की एक काळा माणूस तिच्या वडिलांच्या दिशेने धावत जात होता.

तामीने बाण सोडला. तो त्या मागकाढ्याच्या छातीत रुतला. तो खाली कोसळला, वाळूत गडबडा लोळत बाण उपसून बाहेर काढायचा प्रयत्न करू लागला. भीतीने त्याची बोबडी वळली होती. मूर्ख कुठला! आता तर त्या बाणाचं टोक बाहेर काढणं अधिकच कठीण झालं होतं. एक धिप्पाड माणूस त्याच्याकडे दौडत आलेला तिनं पाहिला. त्याने घोड्यावरून वाकून पाहिलं आणि काहीतरी ओरडला. त्या दुसऱ्या गोऱ्याने आपली बंदूक उचलून तामीच्या दिशेने निर्देश केला.

आपल्या वडिलांना पुन्हा धुनष्यावर दोरी चढवण्यासाठी धडपडताना तिने पाहिलं. आता पुढे पाहणं तिला असह्य झालं. आईच्या अंगरख्याचा बोळा तोंडात खुपसून कोबा परत आपल्या बोगद्यात कोसळली.

तिला रायफल उडवण्याचा आवाज ऐकू आला; पण तिच्या वडिलांची किंकाळी ऐकू आली नाही. येणारही नव्हती. कारण सच्चा जू होनासी कधीच आपल्या शत्रूला आपल्या वेदनेचा आवाज ऐकू जाऊ देत नाही.

एटिएन घोड्यावरून दौडत गाड्यापाशी परतला तेव्हा मॅनी थरथर कापत होता. ''हा घोडा आज इतका बिथरल्यासारखं करतोय की त्याच्यावरून सरळ नेम धरणं मला शक्यच होत नाहीये. हे घे पकड.'' नळीतून धूर येत असलेली आपली बंदूक त्याने मॅनीच्या हातात खुपसली. ''ट्वी, इथे आणखी दोघंजण आहेत. आपल्याला त्यांना ताबडतोब पकडायला हवं नाहीतर हे प्रकरण फारच चिघळायचं!''

ट्वीने सावकाश, अगदी सावकाश लगाम उचलले.

''तुम्ही काय केलंत हे? आणि का?'' मॅनी किंचाळून म्हणाला.

''हेऽ'' एटिएन गोंधळलेला दिसत होता.

''तुम्ही त्या माणसाला ठार मारलंत?'' मॅनीचा आवाज चिरकला.

''ते स्वसंरक्षणार्थ होतं, मुला! तो माणूस चोरटा शिकारी होता. आईच्या शरीरातून बाळाला कापून काढणारा तरसाच्या नाहीतर गिधाडाच्या जातीचा! तो माणूस नाहीच.'' तोंडाच्या कडेला जमलेली थुंकी पुसून काढली. तो म्हणाला, ''आणि मी काही त्याला मारणार नव्हतो, पण तो तुझ्या वडिलांचा जीव घ्यायला निघाला होता.'' मॅनीच्या खांद्याभोवती हात टाकून त्याने त्याला जवळ ओढण्याचा प्रयत्न केला पण मॅनी अंग चोरून मागे सरकला. ''तुला हे बघावं लागलं याचं मला वाईट वाटतंय छोट्या शिलेदारा! पण तो एक अपघात होता. माझ्यावर विश्वास ठेव, निव्वळ अपघात!''

मॅनी आणि ट्वी दोघांनीही त्याची नजर टाळली. एक सुस्कारा सोडून एटिएन म्हणाला, ''ठीक आहे. आता हा गाडा तरी चालू करा. चला.'' त्याच्या बाजूला दुःखाने बधिर होऊन बसलेल्या मॅनीकडे वळून तो म्हणाला, ''तुला काय वाटतंय याची मला कल्पना आहे. मी तुझ्याएवढा होतो, तेव्हा माझ्या वडिलांनी एका काळ्या नेटिव्हला मारमारून ठार केल्याचं मी पाहिलं. त्यांना तसं करायचं नव्हतं, पण ते दारूच्या नशेत होते.''

''तुम्ही नेटिव्ह लोकांना मारझोड करता?'' मॅनी ओरडला.

''मी माझ्या आयुष्यात कुणाही दुबळ्या नेटिव्हवर हात उचलला नाहीये. कारण तो न्याय्य सामना होत नाही.''

''तुम्ही करता! तुम्ही करता!'' मॅनी हुंदके देत म्हणाला, ''आन्द्रे म्हणत होता.''

"ओ! आन्द्रे! त्या कारट्याच्या डोक्यात काही भलभलत्या कल्पना आहेत. त्याचे कान चांगले पिळायला हवेत एकदा; पण थांब. पहिल्यांदा मला हा गोंधळ निस्तरू दे." तो गाडीतून खाली उतरू लागला.

"मी तुमचा तिरस्कार करतो." मॅनी म्हणाला.

एटिएनने त्रासिकपणे एक सुस्कारा सोडला. "हे बघ मुला, ह्या साऱ्याची सुरुवात काही मी केली नव्हती. काय?" आणि आपल्या बोलण्याचा अर्थ त्याला पुरेपूर उमगलाय याची खात्री होईपर्यंत त्याने मॅनीच्या नजरेत नजर रोखून पाहिलं. मॅनी त्याच्याकडे डोळे विस्फारून पाहत होता. पा! त्यांनी प्रथम त्या रानटी माणसावर नेम धरला होता. दारुडे कुठले! मा काय म्हणेल? ती त्यांना कधीच माफ करणार नाही. बहुतेक ती आता त्यांना इथून घेऊनच जाईल.

एटिएन अजूनही हळुवारपणे बोलत होता. "त्या रानटी माणसाने आमच्यावर कसा नेम धरला होता ते पाहिलंस ना तू? आणि त्याने त्या मागकाढ्याचा कसा जीव घेतला ते? पाहिलंस की नाही?" मॅनीने मान हलवली. "आपल्या विषारी बाणाने मारलं त्याने त्याला. बिचारा फिलेमॉन. तो स्वत:पण अक्करमाशा रानटीच आहे. तो आता मरणार आणि ते मरण भलतंच यातनामय असणार. हे झुडपात राहणारे रानटी लोक म्हणजे एक वेगळंच रसायन आहे. तुझी आई तुला त्यांच्याविषयी काहीही चांगलंचुंगलं सांगत असली तरीही."

गाड्याचा आवाज दूर गेलेला कोबाने ऐकला. तिने मान बाहेर काढली. तिला तिची आई दूरवरून दिसत होती; पण तशीच ती गोऱ्यांनाही दिसत असणार. घोड्यावर बसलेला एक माणूस धूळ उडवत नायसाच्या दिशेने दौडला. नायसा गरकन फिरली आणि विरुद्ध दिशेला धावू लागली.

तो घोडेस्वार तिला त्या गाड्याच्या दिशेने पिटाळत असल्याचं कोबाला जाणवलं.

एका बाजूने गाडा तर दुसऱ्या बाजूने पळण्याचा रस्ता अडवून उभा असलेला आन्द्रे यांना चुकवून पळणं नायसाला शक्य नाही आणि ती त्याच्या बाजूने पळायचा प्रयत्न करत असताना आपण तिला अगदी अलगद पकडू, हे एटिएनला ठाऊक होतं. त्याने विनासायास तिला आपल्या खांद्यावर घेतलं आणि गाडीत फेकलं.

त्या जखमी मागाकाढ्याला डिऑनने थोडं पाणी पाजलं आणि मग त्याने आणि ट्वाने मिळून त्याला गाडीच्या आडोशाला आणून ठेवलं. बाण उपसून काढल्यानंतर ती जखम अगदीच लहानशी आणि निरुपद्रवी वाटत होती; पण सगळं काही ठीक

ठीक होईल या डिऑनच्या दिलाशाचा त्या मागकाढ्यावर काहीच परिणाम नव्हता.

"मासारावाचे विषारी बाण फार भयंकर असतात. त्यापेक्षा काळा मम्बा साप परवडला. दोन पावलांतच माणूस खलास! पण मासारावाचं विष दोन तास यमयातना देतं. त्यापेक्षा धनी एक बंदूक घ्या आणि मला मारून टाका."

वेदनांनी आणि त्याहीपेक्षा भीतीने विव्हळणाऱ्या माणसाकडे ट्वीला पाहायला सांगून डिऑन घाईघाईने तिथून दूर गेला.

गाड्याच्या मागच्या बाजूला एटिएन त्या लहानखुऱ्या अर्धनग्न स्त्रीच्या पुढ्यात उभा होता. आन्द्रेने तिचे दोन्ही हात तिच्या पाठीमागे दाबून धरले होते. "इथे पहा, तुझ्यासाठी एक छानशी चिमुकली वस्तू आहे." तो डिऑनला उद्देशून ओरडला. "तिला थोडीशी दुर्गंधी येतेय, कारण ते आपल्या कातडीवर जनावराची चरबी फासतात. पण अर्थात, तू तिला स्वच्छ अंघोळ घालू शकतोस."

"मला थोडीशी दारू हवीय," गाड्यात पुढच्या बाजूने चढत डिऑन म्हणाला.

ब्रँडीची एक बाटली त्याला काढून देत एटिएन हसत हसत म्हणाला, "हाच का तुझा संयम?"

डिऑनने बाटलीचे बूच खोललं आणि तो घटाघटा ब्रँडी प्यायला.

"तू तिचं काय करणार आहेस?" थरथरत्या हाताने बाटली नायसाच्या दिशेने उंचावून त्याने विचारलं.

"तिला घरी नेणार. हे कामाला वाघ असतात. ते अतिशय चांगले नोकर होऊ शकतात. बघ," तिला गोल फिरवत तो म्हणाला, "लहानशी असली तरी मजबूत किती आहे बघ! तिच्या पाठीचे स्नायू पहा."

त्याच्या स्पर्शाने शहारत नायसाने अंग आकसून घेतलं. तिची कातडी घर्मबिंदूंनी चमकत होती. तिचा ऊर धपापत होता.

मॅनी अस्वस्थपणे तिच्या मानेवरची उडणारी शीर निरखत होता.

"आणि तू हे पाहिलंस का?" तिचं कातडी कटिवस्त्र मागच्या बाजूने वर उचलत एटिएन म्हणाला.

त्या स्त्रीच्या कृश पायांच्या तुलनेत अगदी पुष्ट असे गडद तपकिरी रंगाचे नितंब मॅनीला दिसले.

"हे रानटी लोक आपलं पाणी कुठे साठवून ठेवतात हे आता तुला कळलं असेल," एटिएन म्हणाला. आन्द्रे खिदळला.

डिऑनने नजर वळवली. "त्याला स्टेटोपेजिया म्हणतात," तो म्हणाला.

"ठीक आहे! ठीक आहे गुरुजी! पण आता मी तुला असं काहीतरी दाखवणार आहे जे तू कधीच पाहिलं नसशील. तिला या बाजूला वळव, आन्द्रे." नायसाच्या विरोधाला न जुमानता आन्द्रेने तिला वळवलं.

मॅनी दूर सरकला.

"तुझे पाय फाकव." एटिएन ओरडला आणि त्याने आपल्या रायफलीच्या दस्ता तिच्या पायांमध्ये घालून ते फाकवायचा प्रयत्न केला. नायसा चवताळून त्याच्या अंगावर धावली आणि तिने आपल्या डोक्याने त्याच्या हनुवटीला ढुशी मारली. "हात तुझी!" आपला जबडा चोळत तो म्हणाला.

मॅनीने पाहिलं, की त्याने आपल्या रागावर कसाबसा ताबा ठेवला होता. "मी तुला काहीही करणार नाहीये बये! फक्त शरीरशास्त्रातला एक धडा! आन्द्रे!" तो खेकसला. "तिला उताणी पाड," अगदी सहजपणे तिच्या पायांवर लाथ मारून आन्द्रेने तिला खाली पाडली.

तिच्या पडण्याचा धपकन आवाज मॅनीने ऐकला आणि त्याने आपले डोळे बंद करून घेतले.

"हं, आता तिचा तो गुडघा दाबून धर. मी हा धरतो. अस्सं! आता ते दूर फाकव! अगदी व्यवस्थित दिसायला हवं; पण तिला खालीच दाबून धर! च्यायला! एखाद्या मगरीसारखी वळवळते!"

आन्द्रे शहारला; पण मग त्या उघड्या पडलेल्या योनीकडे पाहून त्याला खुदुखुदु हसू यायला लागलं. त्याचे बारीक डोळे उत्तेजनेने चमकू लागले आणि त्याच्या गालावर गडद लाल ठिपके आले.

डिऑनने वर पाहिलं. त्या स्त्रीच्या गुप्तभागावर असलेली त्वचेची दोन लांब पंखासारखी आवरणं पाहून तो स्तंभित झाला. यापूर्वी त्याने कुठल्याही स्त्रीच्या गुप्तभागावर असं आवरण पाहिलं नव्हतं. त्या पंखांचा रंग तिच्या गुप्तभागाच्या त्वचेपेक्षा अधिक गडद होता आणि ते पूर्णपणे केशविरहित होते.

एटिएनने आपल्या अंगठ्यांनी ते पंख बाजूला केले आणि नायसाची योनी पूर्णपणे उघडली. "आतमध्ये गुलाबीच आहे! इतरांसारखी!"

डिऑन पाहतच राहिला. त्या विलक्षण पंखांनी त्याच्यावर मोहिनी घातली होती. मुलायम ओलसर मुख झाकणारे ओठ जणू! आपलं लिंग ताठरत असल्याचं त्याला जाणवलं आणि त्याने घाईघाईने नजर वळवली.

वाळूच्या आवाजाने मॅनीने डोळे उघडले. एटिएन अंकलने गोळी घातलेला तो रानटी माणूस, आपल्या पोटावर सरकत गाडीच्या दिशेने येत होता. त्याचा डावा, निर्जीव झालेला हात फरफटत होता आणि त्याच्या मागच्या वाळूत लाल रंगाची रेषा उमटत होती. पुढे सरकण्याच्या श्रमांनी त्या माणसाचा चेहरा वेदनेने पिळवटत होता. धीमे धीमे, पण निश्चितपणे तो पुढे सरकत होता. बंदुकीच्या गोळीच्या टप्प्यात.

मॅनीने आजूबाजूस पाहिलं. मोठ्या माणसांच्या तो दृष्टीस पडला नव्हता आणि

आन्द्रेच्याही? त्यांना सांगायची मॅनीची हिंमत नव्हती. कारण मग त्यांनी त्याचं काय केलं असतं देव जाणे! पण गाडीच्या दुसऱ्या बाजूला असलेल्या ट्वीचं काय? ट्वीला शोधण्यासाठी आन्द्रे गाडीतून बाहेर वाकला. त्या तेवढ्या हालचालीनं तामीचं लक्ष वेधून घेतलं आणि त्याने आपल्या धड असलेल्या हाताच्या आधाराने एखाद्या नागासारखा फणा काढला.

त्या रानटी माणसाची आणि त्या मुलाची नजर आश्चर्याने एकमेकांत गुंतली आणि मग मॅनीने नजर खाली वळवली.

तामी धडपडत गाडीच्या सगळ्यात पुढच्या बैलाकडे गेला आणि त्याच्या आधाराने धडपडत ताठ उभा झाला. प्रत्येक हालचालीबरोबर त्याच्या जखमेतून उसळणाऱ्या रक्ताच्या कारंज्याकडे दुर्लक्ष करत आपल्या दातांनी त्याने धनुष्याची दोरी खेचली.

मॅनीच्या पोटात ढवळून आलं. त्याला हालचाल करायचंही त्राण राहिलं नाही. आवाज न करता तो भडाभडा ओकला. सकाळची सगळी न्याहरी बाहेर आली आणि शेवटी नुसतंच पित्त हनुवटीवरून ओघळू लागलं; पण त्या रानटी माणसाचं त्याच्याकडे लक्ष नव्हतं. तो एकाग्रपणे आपल्या धनुष्याच्या प्रत्यंचेकडे पाहत होता. हवा कापत गेल्याचा सूंसूं असा आवाज मॅनीच्या कानांनी टिपला आणि मग...

"अगं गं गं! हे काय? अरे देवा! मला बाण लागलाय..."

मॅनीने वळून पाहिल्यावर त्याला दिसलं की रानटी माणसाचा बाण एटिएनच्या पोटात रुतला होता. त्याचे डोळे व्यंगचित्रातल्यासारखे बाहेर आले होते. आश्चर्याने स्तंभित झालेला तो गाड्यातल्या खाद्यपदार्थांच्या टोपल्यांवर कोसळला.

मॅनीने गाड्यातून बाहेर वाळूवर उडी घेतली आणि तो किंचाळत धावत सुटला.

आन्द्रेने तेवढ्यात गाडीतल्या एका खोक्यातून बंदूक काढली. शांतपणे तीन काडतुसं भरली. वीस यार्डांच्या अंतरावरून तो त्या रानटी माणसाला अचूक टिपू शकत होता; पण तामीने त्याला पाहिलं होतं आणि तो बैलांच्या पायांच्या मधून दूर सरकू लागला.

"अरे अंगठ्याएवढ्या पिवळ्या अक्करमाशा–" आन्द्रे गजरला आणि त्याने बैलांच्या पायांच्या मध्ये हव्या तशा गोळ्या झाडायला सुरुवात केली. एक गोळी एका बैलाच्या पुठ्ठ्याला लागली. तो वेदनेने हंबरला आणि पुढे उधळला. गाडीच्या सगळ्या बैलांमध्ये एकच गोंधळ उडाला. हंबरत, खूर आपटत चार बैल चार दिशांना धावू लागले. गाडीची चाकं निषेधाच्या सुरात करकरली. त्या सगळ्या गोंधळात तामी सटपटत दूर जाऊ लागला. आन्द्रेने पुन्हा फैर झाडली; बिनीचा बैल खाली कोसळला. त्याच्या भाराने जोखडाचं लाकूड चिरफळलं. त्याचा जोडीदार मग जोखडाखालून सुटला, पण त्याच्या पायचे स्नायू तुटले. त्याचं हंबरणं इतकं

केविलवाणं होतं की डिऑनने स्वत:च्याही नकळत आपली बंदूक उचलून त्याला त्या वेदनांतून मुक्ती दिली.

गाड्याच्या मागच्या भागातून एटिएन गरजला, "तुम्ही दोघं गोळीबार थांबवाल का? हा गाडा ओढायला बैलच शिल्लक ठेवले नाहीत, तर तुम्ही मला घरी परत कसे घेऊन जाणार?"

"पण पा, तो पळतोय." आडोसा शोधायला पळणाऱ्या तामीला पाहून आन्द्रे ओरडला. त्याने बंदूक झाडली. गोळी तामीच्या थेट डोक्यात बसली आणि त्याच्या चेहऱ्याच्या चिंधड्या उडाल्या.

नायसा किंचाळली. गाड्याच्या बाहेर उडी टाकून ती आपल्या नवऱ्याच्या दिशेने पळू लागली. आन्द्रेने तिच्या पाठीत गोळी घातली. ती धडपडली आणि मग रक्ताने लाल झालेल्या वाळूत तोंडावर पडली. तिच्या जमातीच्या अभिवादनाच्या पारंपरिक पवित्र्यात हात उंचावून तिथेच पडून राहिली.

मॅनी एका वाळवीच्या घरट्याला टेकून उभा होता. त्याच्या पोटात भयंकर कालवाकालव होत होती, पण बाहेर काहीच येत नव्हतं. अचानक त्या घराच्या पायथ्यात स्फोट झाला आणि उधळणाऱ्या काटक्या, माती याबरोबर एक अगदी निश्चयी हल्लेखोर बाहेर आला. आपल्याला ढकलून देऊन कुणीतरी आपला चेहरा बोचकारत असल्याचं मॅनीला जाणवलं. त्याच्या छातीवर मणामणाचं ओझं होतं आणि श्वासनलिकेवर प्रचंड दाब. त्या चीत्कारणाऱ्या, ओरखाडणाऱ्या, दाबणाऱ्या चित्त्याला आपल्यावरून दूर फेकण्यासाठी मॅनी जिवाच्या आकांताने धडपडू लागला. आणि मग त्याला तो डोळा दिसला– हिंस्र, पण मानवीच! एक मूल – त्याच्याएवढं. कदाचित एक मुलगी – परमेश्वरा! ती चांगलीच मारामारी करत होती.

मातीत गडबडा लोळत असतानाही कोबा त्याला बोचकारत आणि चावत होती. ह्या गोऱ्या मुलाला ती स्वत:च्या नुसत्या हाताने ठार करणार होती. त्यांची मारामारी चालू असताना आपल्याला ठाऊक असलेला प्रत्येक अपशब्द आणि शिव्याशापांची लाखोली ती वाहत होती– 'तो गोरा मुलगा म्हणजे अवर्षणातल्या झुडपासारखा वाळकुडा होता. त्याचं बीज या जमिनीत कधीच सजलं नसतं. त्याचा वंश कधीच वाढला नसता; गांडुळासारख्या त्याच्या शिस्नावर कुजक्या प्रेतावरच्या माश्यासुद्धा मुतल्या नसत्या; त्याचा बाप म्हणजे असा माणूस असणार, जो मांस खाऊ शकत नसणार आणि ज्याच्या गांडीतून गू नाही तर फक्त बिया बाहेर पडत असणार त्याच्या आईची कूस म्हणजे सुकलेलं हिवाळी खरबुज असणार. त्याचा

आणि त्याच्यासारखा सगळ्यांचा ती प्रचंड तिरस्कार, द्वेष करत होती. ती त्यांना कधीच, कधीच माफ करणार नव्हती.'

एव्हाना दोन्ही मुलांच्यामधला मारामारीचा जोष ओसरला होता. आपला ओठ चावत मॅनी त्या मुलीच्या लहानशा मुठींचे आपल्या छातीवरचे प्रहार सहन करीत होता. ती जेव्हा उठली आणि दूर पळाली तेव्हा तोही तिच्या मागोमाग गेला.

त्याने यापूर्वी कधीच कुणाला असं पळताना पाहिलं नव्हतं. त्या खडकाळ चढावर, वाटेतल्या झुडपांवरून उड्या मारत जाणाऱ्या तिचा तोल एवढा बिनचूक होता की, तिचे ते दोन नाजूक पाय जणू चार असल्यासारखे वाटत होते. त्या हत्याकांडाच्या ठिकाणी पोहोचताच ती वाळूत निश्चल पडलेल्या एका निष्प्राण देहाकडे धावली.

नायसाच्या शरीरावर स्वत:ला झोकून देत कोबाने तिच्या छातीवरच्या रक्ताने माखलेल्या कातड्यावर डोकं टेकलं.

मॅनी स्तंभित होऊन त्याच्या सभोवार पाहत होता. मेलेले आणि जखमी झालेले बैल, उधळलेल्या घोड्यांना आवरण्याचा प्रयत्न करणारे आन्द्रे आणि ट्वी, गाडीतल्या वस्तू बाहेर फेकणारा एटिएन आणि तीन निष्प्राण देह– एक मागकाढ्या आणि दोन रानटी माणसं! ती मुलगी एकाच्या छातीवर पडून गदगदत होती; पण तिच्या रडण्याचा आवाज मात्र येत नव्हता.

आणि त्याचे वडील कुठे होते?

''सर्पदंशावरचं औषध! शोधा लवकर! इथेच कुठेतरी असेल.''

आन्द्रे वाळूत पडलेल्या टोपल्या आणि खोकी धुंडाळू लागला. ''कुठे आहे पा? कशात आहे?''

''कुठेतरी असेल! शोध जरा नीट मूर्खा!'' गाडीच्या चाकाला टेकून बसलेला एटिएन म्हणाला. त्याच्या चेहऱ्यावरचा रंग उडाला होता. त्याच्या शर्टावर जिथे बाण लागून जखम झाली होती तेथे एक फिकट गुलाबी डाग पडला होता. दुपारचा सूर्य तळपत होता; पण कनाती उभ्या करून सावली करण्याएवढी फुरसत कुणाकडेच नव्हती. सर्पदंशावरचं औषध हीच त्याची एकमेव आशा होती; पण खरं तर त्या रानटी लोकांच्या विषावरचा उतारा म्हणून ते कितपत परिणामकारक होतं हे अजून सिद्ध झालं नव्हतं. ट्वी म्हणाला होता की ते विष एका खास प्रकारच्या किड्याच्या लाळेतून येतं. ते खुजे रानटी लोक त्यांच्या बाणांची टोकं त्यात घोळवत. त्याने असं ऐकलं होतं की एकदा का ते विष त्यांच्या रक्तात भिनलं की काळविटांना मरायला खूप वेळ लागत असे. माणसाचं त्याला माहीत नव्हतं. जर

तो निश्चल राहिला, ते विष पसरायला फारसा वाव न देता त्याला डॉक्टरकडे नेलं तर? होईल! नक्कीच उपयोग होईल. तो तसा धिप्पाड आणि बलदंड होता. त्याने ती जखम लगेच कापून उघडी केली होती आणि तीवर पाणी आणि ब्रँडीही ओतली होती; पण ती जखम आता चुरचुरायला लागली होती.

फिलेमॉन चांगला मुलगा होता. त्याला तो विषारी बाण लागावा हे दुर्दैव! त्या रानटी लोकांच्या विषाने तडफडून मरण्यापेक्षा गाड्याचं चाक तुमच्या मानेवरून गेलेलं परवडलं; पण अर्थात त्याला त्याची परीक्षा घ्यायची नव्हती.

''बँडेजच्या पट्ट्या ठेवलेल्या त्या खोक्यात पाहिलंस का? मी नेहमी ते औषध त्यात ठेवतो.''

''पाहिलं पा! दोनदा पाहिलं.''

''आज सकाळी आपण इतक्या घाईगडबडीत निघालो की मला सगळं तपासायला वेळच मिळाला नाही. अरे त्या खोगिराच्या पिशवीत पाहिलंस का?''

''सगळ्या पाहिल्या पा. फक्त ब्लाइक्सेमची सोडून! पण तो पळून गेलाय.''

''नशीबवान लेकाचा! एव्हाना सक्सेसला पोहोचलाही असेल. तुझा काका आणि ट्वी कुठे आहेत?''

''डिऑनकाका तिथेच बसलेयत, त्या मुडद्यांच्या जवळ, ट्वी खड्डे खणतोय ते पाहत.''

''तो बहुधा दारूच्या नशेत असणार. परमेश्वरा! किती मी दुर्दैवी! एकदा, फक्त एकदा जेव्हा मला मदतीची गरज आहे, तेव्हाही हे माझे कुटुंबीय माझ्या कामी येणार नाहीत. एका भुरट्या रानटी चोरापायी तुम्ही बैलावर आणि साऱ्यांवर गोळ्या झाडल्यात यावर माझा विश्वासच बसत नाहीये.''

आन्द्रे हुंदके देऊ लागला. ''आता गळे काढू नकोस. तुझ्या त्या काकाला घेऊन ये आणि मला लवकरात लवकर डॉक्टरकडे न्यायचं बघा.''

आन्द्रेने डिऑनच्या शर्टाची बाही खेचली. ''देवा! डिऑन अंकल! मला मदत करा हो.'' त्याने विनवलं.

एखाद्या खोल, अंधाऱ्या विहिरीतून वर यावा तसा डिऑन धडपडत उठला. त्याचा शर्ट घामाने पूर्ण थबथबून त्याच्या अंगाला असा घट्ट चिकटून बसला होता की, जणू त्याला कुणीतरी पाण्यातून बुडवून काढलं होतं. तरीही त्याला गरम होत होतं. जीवघेणा उष्मा आणि कोरडेपणा. ते रक्त होतं का? त्याने खाली वाकून पाहिलं. नाही, घामच! असा घाम यापूर्वी कधीच आल्याचं त्याला स्मरत नव्हतं. तो शहारला आणि मुकाट्याने आन्द्रेच्या पाठोपाठ गाड्याकडे गेला.

त्या दोघांनी मिळून पुन्हा एकदा गाडीतल्या सगळ्या वस्तू धुंडाळल्या. सगळ्या पिशव्या वाळूत उपड्या केल्या पण औषध काही सापडलं नाही. ''ट्वी,

नालायक!'' आन्द्रे ओरडला. ''आता त्या कबरी खणणं बस कर आणि आमच्या मदतीला ये. तुझा धनी मरतोय, तुला दिसत नाहीये का?''

आता ते अधिक जलद गतीने शोधू लागले. हत्यारांच्या पेट्या, ताडपत्रीखाली झाकलेला दारुगोळा, लेट्टीने अर्धी रात्र जागून बनवलेला खरवसही त्यांनी उलटापालटा केला. डबे, टोपल्या, विजारीचे आणि कोटांचे खिसे. काही शिल्लक ठेवलं नाही. शेवटी सगळं तीनदा शोधून झालं. शोधायला काही उरलंच नाही.

आपला ओठ चावत आन्द्रे वडिलांच्या पुढ्यात उभा राहिला आणि आवंढा गिळत म्हणाला. ''नाहीये पा. मला वाटतं तुम्ही ते बरोबर घेतलंच नाही.''

एटिएन हसू लागला. आन्द्रे आणि डिऑनला बघवेना. त्याचं पोट डचमळलं आणि त्याच्या सदऱ्यावरचा तो गुलाबी डाग गडद लाल होऊ लागला. ''मी! सगळ्यांना सगळं पुरवणारा! माझा जीव वाचवू शकणारी एकच गोष्ट स्वत:ला पुरवू शकत नाही. हा हा! काय विनोद आहे नाही?''

''काळजी करू नकोस. मी काही तरी मार्ग काढतो.'' डिऑन म्हणाला.

''तर तर! तू मार्ग काढणार? इम्पालालातल्या माझ्या इस्टेटीवर डोळा ठेवून असणारा तू काय मार्ग काढणार? तुला ठाऊक आहे?'' आपलं थरथरतं बोट डिऑनवर रोखून तो म्हणाला, ''मी तुला हाकलून देणार होतो. दारूबाज, बिनबापाच्या! आणि आता!'' तो आणखी जोरात हसला. ''आता तुला वाट लावायला तुझ्या ताब्यातच मिळाली की ती इस्टेट! नशीब की फक्त इम्पालालाच तुझ्या ताब्यात आहे. त्या रानटी माणसाला गोळी घालायची हिंमत तुझ्यात नव्हती, नाही तर हे सारंही तुझ्या मालकीचं झालं असतं, दारू पिऊन वाट लावायला.''

तो मागे कोसळला. त्याला आता घामाच्या धारा लागल्या होत्या. आन्द्रे आपल्या हॅटने त्याला वारा घालू लागला.

''चल, आपल्याला एक हातगाडी बनवायला हवी.''

डिऑन शांतपणे ट्वीला म्हणाला. तासाभरानंतर उरल्यासुरल्या बैलांना ओढता येण्याजोग्या एका कामचलाऊ गाड्यावर त्याने आणि ट्वीने मिळून एटिएनला निजवलं. एव्हाना एटिएनला वेदना होऊ लागल्या होत्या. त्याने आपले दात घट्ट आवळून घेतले होते; पण तो विव्हळत नव्हता. डिऑनने त्याच्या हातात ब्रँडीची एक बाटली दिली आणि दुसरी स्वत:साठी उघडली.

४

आपल्या त्या निद्रितावस्थेत किती सूर्योदय होऊन गेले याची कोबाला जाणीवच उरली नव्हती. खरं तर त्या काळझोपेतून आपल्याला कधी जाग येईल असंही तिला वाटलं नव्हतं.

मद्याचा, भयाचा आणि मृत्यूचा दर्प असणाऱ्या गोऱ्यांच्या संगतीतल्या त्या प्रवासाच्या तिच्या आठवणी, सरमिसळ आणि गोंधळून टाकणाऱ्या होत्या. तिच्या वडिलांनी तिला अनुसरायला सांगितलेल्या व्याधाच्या चांदणीच्या दिशेपासून आणि मातुल टेकड्यांपासून तिला दूर घेऊन जाणारा तो प्रवास! रात्रीच्या अंधारात मंद गतीने चालणाऱ्या त्या पाळीव जनावराच्या पाठीवरून ती पडू नये म्हणून तिच्यासोबत जखडून ठेवलेल्या गोऱ्यांच्या छाव्याच्या, त्या लहान मुलाच्या शरीराचा तो स्पर्श!

गोऱ्या लोकांना करताना पाहिलं होतं तशा तिनेही त्या पाळीव जनावरांना दौडवण्याच्या आशेने त्यांच्या कुशीत लाथा घातल्या. लंगडणाऱ्या गोऱ्याने तिच्याकडे पाहून खेदाने मान हलवली आणि तिचे घोटे त्या मुलाच्या पायाला आणि हात बैठकीला बांधून टाकले. ती घसरून पडू नये म्हणून त्या मुलाला तिला पकडून धरायला सांगितलं.

त्या दोघांचं – ते बापलेक होते का? – दुःख कोबाला जाणवत होतं. त्यांची नजरानजर होताच, तिच्या स्वतःच्या वेदनेशी नातं सांगणारं ते दुःख उफाळून वर येत असल्याचं तिला कळत होतं. ते बोलत असलेल्या शब्दांचा अर्थ तिला समजत नसला तरी त्यामागची अपराधीपणाची भावना, अचानक आघाताने आलेला सुन्न बधिरपणा, तिला जाणवत होता. आपल्या त्वचेचा होणारा स्पर्श तिला रुचत नाहीये हे लक्षात येताच, त्या गोऱ्या मुलाने त्या पाळीव जनावराच्या पाठीवरच्या खोगिरावर तिच्यापासून दूर सरकण्याचा प्रयत्न केला.

त्या लांबलचक काळोख्या प्रवासात तिचा कधी तरी डोळा लागला असला पाहिजे. कारण तिच्यावर टाकण्यात आलेल्या प्रकाशाच्या झोताने तिला जेव्हा जाग आली, तेव्हा तिला जाणवलं की ती त्या मुलाच्या अंगावर कलंडली होती. हे नक्कीच कुठलं तरी दुष्टात्म्यांचं जग होतं. थरथरणाऱ्या प्रकाशात उजळलेले ते अनोळखी चेहरे, रडणारे, ओरडणारे प्राण्यांचे धोकादायक आवाज, वास, कितीतरी अनैसर्गिक वास आणि तिच्याकडे तिरस्काराने बघणाऱ्या त्या नजरा आणि मग ते कनवाळू हात... तिची बंधनं सोडणारे. पाळीव जनावराच्या पाठीवरून उतरून तिला कुठेतरी काळोखात नेण्यात आलं. पेटणाऱ्या पलित्याच्या प्रकाशात तिच्याकडे डोळे फाडून पाहणारा तो गोरा मुलगा तिने पाहिला. त्याचे डोळे एखाद्या बेडकाच्या डोळ्यांसारखे बटबटीत आणि पाणावलेले होते.

प्राण्यांच्या दर्पाने परमाळलेल्या एका काळोख्या जागेत तिला फेकण्यात आलं. तिला वेडावणारे, तिच्यावर थुंकणारे कितीतरी विद्रूप चेहरे तिला भेडसावत होते; पण ते केवळ एक स्वप्नच होतं का? कदाचित ती दुसरी जागा, जिथे तिच्या वडिलांचा चेहरा अर्धाच होता आणि वाळूत पडलेल्या तिच्या आईने हात उंचावला होता, ती जागाही स्वप्नातलीच होती का?

नायसाचा कातडी अंगरखा तिने स्वत:भोवती अधिकच घट्ट ओढून घेतला. ती जिवंत होती आणि हे स्वप्नही नव्हतं. या धोकादायक जागेत ती एकटीच होती आणि अधिक उशीर होण्याअगोदर तिला मातुल टेकड्यांपाशी पोहोचून झुमाला शोधून काढायला हवं होतं. मग त्या दोघी मिळून त्यांच्या वस्तीच्या दिशेने निघू शकल्या असत्या.

तिने हातपाय लांबवून ताठ होणाऱ्या प्रयत्न केला पण तिची मनगटं आणि घोटे एकत्र जखडून एका भक्कम खांबाला बांधून ठेवलं होतं. कोबाला त्या बंधनातून सुटण्याची धडपड करावी लागली. जवळ येणाऱ्या पावलांच्या आवाजाने ती जागीच थिजली. काळे कपडे केलेली एक अनोळखी व्यक्ती– ती व्यक्ती म्हणजे एक स्त्री असल्याचे जाणवताच कोबा काहीशी सैलावली. ती स्त्री एखाद्या गाभण गाईसारखी लठ्ठ आणि अजागळ होती.

हातापायांची जुडी केलेलं ते मूल पाहताच एका हाताने आपलं पोट सावरत आणि दुसऱ्या हाताने डोक्यावरची अंत्ययात्रेची हॅट घट्ट पकडून धरत मार्टा पुढे धावली, "कुणी बांधलं तुला असं? कुणी?" खुराड्याची दारं धाडकन उघडत ती कोबाला बांधून ठेवलेल्या दोऱ्या सोडवायला धडपडू लागली. "मला माफ कर बाळा! मला माफ कर." कोबाच्या चिमुकल्या दंडांना स्पर्श करत ती म्हणाली.

त्या हातातली माया कोबाला जाणवली, पण ही एक संधी होती. तिने झटकन आपले धारदार दात त्या स्त्रीच्या वांग असलेल्या मांसल दंडात रुतवले आणि

पळण्याचा प्रयत्न केला; पण तिच्या पायांना बांधलेल्या दोऱ्या अद्याप तशाच होत्या. ती घाईघाईने त्या गाठी सोडवायचा प्रयत्न करू लागली.

आपल्या दंडावरच्या त्या रक्ताळलेल्या व्रणाकडे मार्टा क्षणभर आश्चर्याने पाहत राहिली. ''आई ग!'' आपला हात चोळत ती म्हणाली. ''तू घाबरलेली असणार आणि मी तुला...''

पण एव्हाना कोबा सुटली होती. खुराड्याच्या दरवाज्यावरून उडी मारून काही अंतरावर असलेल्या उंच हिरव्या गवताच्या दिशेने ती पळाली.

नवऱ्याच्या अंत्ययात्रेच्या तयारीत असणाऱ्या आपल्या जावेला मधेच टोकणं मार्टाला प्रशस्त वाटत नव्हतं; पण लेट्टीच्या परवानगीवाचून, रविवारचे ठेवणीतले कपडे घालून घराच्या मागच्या दरवाज्याबाहेर गोळा झालेल्या नोकरमंडळींना शोधमोहिमेवर पाठवणं तिला शक्य नव्हतं.

घराच्या आतल्या दर्शनी भागातल्या खोल्यांमधली नाताळची सारी रोषणाई काढून टाकण्यात आली होती आणि घडवंच्या काळ्या कपड्याने झाकून टाकण्यात आल्या होत्या. दोन्ही खोल्या मान्यवर व्यक्तींनी भरून गेल्या होत्या. त्यातले काही स्थानिक होते तर काही एटिएनबरोबर काम केलेले संसदेतले सदस्य. एका भल्याथोरल्या पुष्परचनेपाशी उभी असलेली लेट्टी, रडून सुजलेले आपले डोळे सुरेखशा हातरुमालाने नाजूकपणे टिपत समाचाराला आलेल्या मंडळीचं सांत्वन खिन्न स्मित करीत मोठ्या धीराने स्वीकारत होती.

आपल्याला काय हवंय हे मार्टाने जेव्हा लेट्टीला सांगितलं, तेव्हा ती आता आपल्यावर केक कापयाच्या सुरीने हल्लाच करणार, असं मार्टाला वाटलं. कुणी तरी तिच्या दंडाला धरून ठामपणे तिला बाजूला केल्याचं तिला जाणवलं. तो डिऑन होता. निस्तेज आणि थरथरणारा; पण पूर्णपणे शुद्धीवर असलेला. मार्टाने त्याचा हात झटकून टाकला. मातुल टेकड्यांपाशीच्या त्याच्या वागण्यानंतर ती त्याचा तिरस्कार करू लागली होती. त्याने आपल्या वागणुकीचं कसंही समर्थन केलं तरीही. आपल्या भावाविषयी त्याला एकप्रकारचा न्यूनगंड होता हे खरंच होतं. आणि कुणाला नसता? तिने त्याच्याशी लग्न केलं होतं कारण त्याच्यातली सच्चाई, भलेपणा तिला जाणवला होता; पण वर्षानुवर्षांच्या मद्यसेवानाने ते सारं त्याच्या व्यक्तिमत्त्वातून धुऊन टाकल्यासारखं वाटत होतं.

खजील होऊन डिऑन बाहेर गेला. हळू आवाजातल्या काही सूचना, वाटले गेलेले थोडेफार पैसे आणि मग पुरुषांनी आपल्या हॅट्स बायकांच्या ताब्यात देऊन पायातले काचणारे बूट काढून टाकत, त्या मुलीच्या शोधार्थ कूच केले.

तिला शोधून काढायला त्यांना फारसा वेळ लागला नाही. आपल्या पायांनी तुडवल्या गेलेल्या मक्याच्या ताटांचा अगदी स्पष्ट माग कोबाने सोडला होता. दात विचकत हसत त्यांनी धडपडणाऱ्या कोबाला, मार्टाने तयार केलेल्या एका कोठीच्या खोलीत आणून टाकलं.

आपल्या नवीन तुरुंगाच्या एका कोपऱ्यात, आपल्याला पकडून आणणाऱ्यांकडे पाठ करून, कोबा आपल्या हातापायांची जुडी करून बसली. ते पुरुष हसत होते. ''चालते व्हा.'' त्यांच्या उत्सुक चेहऱ्यांकडे दुर्लक्ष करीत मार्टाने खोलीचा दरवाजा घट्ट बंद करून घेतला.

हातात डेटॉल घातलेल्या गरम पाण्याचा वाडगा घेऊन मार्टा अगदी काळजीपूर्वक, सावकाश त्या मुलीच्या जवळ आली. हातातला वाडगा तिने हळूच दगडी फरशीवर ठेवला. त्याच्या आवाजाने कोबा शहारली. ''मला फक्त तुझ्या जखमा थोड्या साफ करू दे. तुला मुळीच दुखवणार नाही मी बाळा.'' बिचकत तिने कोबाच्या छोट्याशा खांद्याला स्पर्श केला.

याखेपेला त्या मुलीने तिच्यावर हल्ला केला नाही, पण ती इतक्या जोरजोरात कापत होती की तिला तसं गलिच्छ राहू देणंच श्रेयस्कर असं मार्टाने ठरवलं. ''तुझ्याशी बोलू शकेल अशा कुणाला तरी मी घेऊन येते.'' ती म्हणाली. खाटेवरचं एक कांबळं उचलून तिने त्या मुलीच्या अंगाभोवती लपेटलं आणि बाहेर जाऊन दरवाजा बंद केला.

नोकरांच्या वस्तीमधल्या आपल्या झोपडीच्या दारात एकटाच बसलेला ट्वी तिला दिसला. एटिएन अंगाने सडसडीत असतानाचा त्याचा एक कोट ट्वीने घातला होता. तरीही त्या लहानशा चणीच्या माणसाच्या अंगावर तो कितीतरी ढगळ दिसत होता. ट्वीचा सुरकुतलेला चेहरा त्या कोटाच्या मानेतून; पाठीच्या ढालीतून डोकावणाऱ्या कासवाच्या सुरकुतलेल्या तोंडासारखा दिसत होता. त्याने आपल्या विजारीचे पाय वर दुमडून घेतले होते आणि तो नेहमीप्रमाणेच अनवाणी होता. मार्टाला हसू आलं. मोठ्या पांढऱ्या चर्चमध्ये शोकप्रदर्शन करणाऱ्या काळ्या लोकांच्या, अगदी मागे असलेल्या घोळक्यातल्या ट्वीच्या अनवाणी पायांकडे पाहून एका मंत्र्याच्या कपाळावर उमटलेल्या आठ्या तिने पाहिल्या होत्या.

''तुला त्रास देतेय,'' मार्टा म्हणाली. ''पण त्या खोसियान मुलीच्या बाबतीत, ज्या मासारावाला तुम्ही घेऊन आलाय तिच्या बाबतीत, मला तुझी थोडीशी मदत हवीय.'' ट्वी तसाच आपले पाय निरखत बसला. ''तू त्या मुलीला समजावून सांग की आम्ही तिला कुठल्याही प्रकारे इजा करणार नाही करणार.'' मार्टा म्हणाली.

ट्वीच्या एका तुच्छतापूर्वक हुंकाराने मार्टा आश्चर्यचकित झाली. यापूर्वी एखाद्या नोकराकडून असा उद्धटपणा तिने कधीच अनुभवला नव्हता; पण तिने विचार केला की ट्वी काही तिचा नोकर नव्हता आणि शिवाय त्या मातुल टेकड्यांपाशी तो एका भयानक अनुभवातून गेला होता. त्याचा खचलेला विदीर्ण चेहरा ते स्पष्ट सांगत होता.

''प्लीज,'' ती पाऊल पुढे टाकत म्हणाली. ट्वीने मान उचलून वर पाहिलं. त्याची नजर जणू तिच्यातून आरपार गेली. कुंपणाच्या काहीशा आत असलेल्या कोंबड्याच्या खुराड्याकडे तो पाहत होता. तो एटिएनचा विचार करत होता.

एटिएनने नवीनच घेतलेल्या शेतावर ट्वी ऑगस्ट महिन्यातल्या एका रात्री कोंबड्या चोरण्यासाठी आला होता. कोंबड्याचा कलकलाट ऐकून एटिएन हातात शॉटगन – छऱ्याची बंदूक – घेऊन बाहेर आला होता. त्याच्यासामोर त्या खुराड्यात लोटांगण घालणाऱ्या त्या छोट्याशा माणसाला वठणीवर आणायला त्याला त्या बंदुकीची गरज नव्हती हे त्याने ताडलं. बंदूक वापरण्याऐवजी त्याने चिंध्या झालेल्या शर्टाच्या कॉलरला पकडून त्याला उभं केलं आणि बंदुकीच्या दस्त्याने त्याच्या पाठीवर आणि कुल्ल्यांवर चांगले रट्टे हाणले. एका कोपऱ्यात खुडकून बसलेला तो माणूस झटकन भानावर आला आणि आपल्या मोडक्या तोडक्या भाषेत अगदी गयावया करून माफी मागू लागला. त्या मूर्खाचं काय म्हणणं आहे ते निदान ऐकून तरी घ्यायला हवं असं एटिएनला वाटलं. एवढ्या मोठ्या वाढलेल्या माणसाला मारहाण करणं काही मोठेपणाचं लक्षण नव्हतं; पण मग त्या तशा चोरांना धडा शिकवायचा तरी कसा? तो दांडगा बोअर आपल्या तारेच्या कुंपणावर रेलून त्या कोंबडीचोराचं म्हणणं ऐकून घेऊ लागला.

''झाडाझुडपातल्या कुठल्याही पक्ष्याला फासाने पकडण्याचं कौशल्य असलेल्या माझ्यासारख्या माणसावर, दुसऱ्याच्या खुराड्यातली कोंबडी चोरण्याची पाळी यावी ना, अरेरे!'' ट्वी विव्हळला.

''पण मग तू ते केलंसच का?''

''भूक! प्रचंड भूक! बॉस.''

खाकी बूट घातलेला आपला पाय जमिनीवर आपटत एटिएन म्हणाला, ''मग माझ्या दारात येऊन माग की रे... च्यायला... या असल्या रात्री मला धडपडत बाहेर तरी यावं लागलं नसतं! देवा रे! काय माणूस आहे हा.'' त्याने आपली मूठ खुराड्याच्या जाळीवर आपटली. कोंबड्या पुन्हा एकदा घाबरून सैरावैरा धावू लागल्या. ''मी कधीच कुणा भुकेलेल्याला परत पाठवलं नाहीये. आता आपण असं करू या, की मी तुला काहीतरी खायला देतो आणि तू माझं काहीतरी काम कर,

म्हणजे मग कुणालाच कानकोंडं वाटायला नको की कुणी कुणावर उपकार केल्यासारखं नको.''

ट्वीच्या डोळ्यांत अचानक आलेली चमक बाहेरच्या मिट्ट काळोखामुळे एटिएनला दिसली नाही. त्या जू होसानने त्या दांडग्या गोऱ्या माणसाला जोखण्याचा प्रयत्न केला. होणाऱ्या मानहानीच्या एकेका थपडेसरशी त्याचा मेंदू काम करू लागला होता. गोऱ्या माणसांविषयी त्याच्या मनात असलेल्या सहज नैसर्गिक पूर्वग्रहाला त्याने क्षणभर दूर सारलं. हा माणूस एखाद्या श्वापदासारखाच होता खरा, पण तितकासा धोकादायक नव्हता. त्याने आपली बंदूक वापरली नव्हती. गोळी मारण्यासाठी तरी नाहीच नाही.

एका प्रौढ माणसाला एखाद्या व्रात्य मुलासारखी वागणूक देण्याचं औदार्य त्या बलदंड माणसापाशी जरूर होतं. ट्वीची पाठ ठणकत होती. एखाद्या मधमाशाच्या पोळ्यावर बसल्यासारखे त्याचे कुल्ले माराने झिणझिणत होते. त्याच्यापाशी एखादा विषारी बाण असता तर त्याने परिणामांची पर्वा न करता त्या गोऱ्याचा जीवच घेतला असता.

पण धनुष्यबाण हाताळल्याला आता बराच काळ उलटून गेला होता. शिकार करून पोट भरणं हे फारच जिकिरीचं काम होतं आणि रानात त्याची तहान भागवणारी बिअरही मिळत नसे. कदाचित पिंजऱ्याच्या दुसऱ्या बाजूला असलेल्या त्या सिंहाचे पंजे छाटून, त्याला त्याच्या मोठ्या लुटीत छोटी भागीदारी लहानशा ट्वीला द्यायला राजी करताही आलं असतं.

जेव्हा त्या जू होनानं पाहिलं की एटिएन पुढे वाकून त्याचं निरीक्षण करत होता, तेव्हा त्याने थोडासा प्रामाणिकपणाचा प्रयोग करून पहायचं ठरवलं. काहीशा नाटकीपणे त्याने आपले हुळहुळे झालेले कुल्ले चोळले आणि मग आपली हनुवटी खाली झुकवून छातीला टेकवत तो म्हणाला. ''माझी भूक अन्नाची नाहीये महाराज,'' तो पुटपुटला. ''मला बिअर हवीय. माझी वस्ती सोडून मी शहरात राहू लागल्यापासून मला बिअरच्या नशेची चटक लागलीय. माझे हात पहा–'' एखाद्या लहान मुलाच्या पंजाच्या आकाराचे, आपले खरोखरच थरथरणारे तपकिरी हात त्याने पुढे केले. ''या हातांनी मी धनुष्य ताणत होतो. जिराफही सोलत होतो; पण आता ते नुसतेच थरथरतात. त्यांना एक फावडंही धरणं शक्य नाहीये.'' आपली मान हलवत झुकलेल्या पापण्यांच्या आडून आपल्या नाटकाचा एटिएनवर कितपत परिणाम होतोय हे पाहत तो म्हणाला, ''मी आजारी आहे.''

एटिएन तुच्छतेने हुंकारला. त्याचा तो उच्छ्वास एवढा जबरदस्त होता की त्याच्या फेंदारलेल्या नाकपुड्यांतून बाहेर पडलेल्या हवेच्या झोताने जमिनीवरची

धूळही आज्ञाधारकपणे उठली. त्याने आपला प्रचंड देह ताठ केला, पण खुराड्याच्या ठेंगण्या छतावर डोकं आपटेल म्हणून त्याला झुकूनच उभं राहावं लागत होतं.

"होय तर! ह्या असल्या भाकडकथा मी यापूर्वीही ऐकल्यायत. आजारपणापायी काम करवत नाही. चोरी मात्र करता येते. अं? आता ऐक. मी तुला एकच संधी देतो. ही घे तुझी कोंबडी!" अजूनही सैरभैर धावणाऱ्या कोंबड्यांतली एक त्याने खसकन पकडून उचलली. आपली नजर त्या काळ्या माणसावरून जराही न ढळू देता त्याने तिची मान मुरगळली आणि मग ती लुळी पडलेली कोंबडी हातात दिली. "जर उद्या सकाळपर्यंत तू इथेच असलास आणि या खुराड्यातल्या ही एक सोडून बाकी साऱ्या कोंबड्या जिवंत असल्या, तर तू माझ्यासाठी काम करू शकतोस."

त्याच्यावर ओणवलेल्या त्या माणसाच्या ताडमाड उंचीवरून नजर फिरवत ट्वीने आपले अवघडलेले खांदे ताठ केले. त्या सिंहासारख्या धूर्त माणसाने नक्कीच आपले पक्षी मोजलेले असणार आणि हाताशी बंदूक ठेवून तो नक्कीच त्याच्या घरातून खुराड्यावर नजर ठेवणार, पण काहीही असलं तरी त्याने म्हटल्याप्रमाणे त्याची खायची सोय तर केली होती. ट्वीने कोंबडी सोलायला सुरुवात केली.

एटिएन हसला आणि म्हणाला, "तू काळजीच करू नकोस. माझ्यासाठी काम केलंस तर मी तुला इतका अडकवून ठेवेन, की तुला पुन्हा बियरची तहान लागणारच नाही आणि तुझ्या त्या हाडांच्या सांगाड्यावर थोडंफार तरी मांस चढवता येतंय का तेही आपण पाहूया. अरे देवा! तू तर एखाद्या कणसाच्या ताटाइतका बारीक आहेस." असं म्हणून एटिएनने खेळकरपणे त्याच्या हुळहुळणाऱ्या पाठीवर एक गुद्दा हाणला आणि तो तिथून चालता झाला.

ट्वी एटिएनचा सर्वोत्कृष्ट चाकर बनला आणि बनेल उचल्यादेखील. हत्यारं, कपडे, तंबाखू, बियाणं, खत... सक्सेसमधला नोकरांचा ताफा जसा वाढू लागला तसं नवीन येणाऱ्यांना हे आपोआप कळू लागलं, की त्यांना हवी असलेली कुठलीही वस्तू ट्वीच्या झोपडीत एकतर विकत किंवा दुसऱ्या कशाच्या बदल्यात मिळत असे. फक्त दारू सोडून. कारण इतर सगळ्या गोष्टींकडे कानाडोळा करणारा एटिएन, ट्वी शेतावर पिऊन गेला तर मात्र खडबडून जागा होत असे.

"माझ्या दारुड्या भावाने मला भरपूर मनस्ताप दिलाय. आता मला शेतावरचा मुकादमही दारुड्या नकोय." तो म्हणाला होता.

त्यामुळे मग दारूची तलफ अनावर झाली की ट्वीची पावलं जवळच्या शहारातल्या गुत्त्याकडे वळत. कधी कधी तो इतकी प्यायचा की मग तो वेळेवर कामावर परतू शकत नसे. एटिएन मग पोलीसदलातल्या त्याच्या मित्रांना ट्वीला शोधून काढायला सांगे. तो सौदा ट्वीला चांगलाच उमगला होता– नवरा फिरता

विक्रेता असलेल्या श्रीमती व्हॅन रॉडर या बाईकडे, तिचा नवरा फिरतीवर गेलेला असताना, आपला मालक मुक्कामाला असतो, हे गुपित कुणाला कळू द्यायचं नाही. हा ट्वीचा त्या करारातला सहभाग होता.

आता तो माजावर आलेल्या सांडासारखा त्याचा मालक गेला होता. ट्वीच्याच निरुपद्रवी जमातीतल्या एकाच्या बाणाने मालकाचा बळी घेतला होता. ट्वीने मान हलवली. असल्या अक्करमाशा गोऱ्या धन्याची उणीव जाणवेल असं कुणाला वाटलं होतं? पण त्याला नक्कीच जाणवणार होती. एटिएन त्याच्या बापाच्या जागी होता. त्याचाच नव्हे तर शेतावरच्या सगळ्याच मजुरांचा तो एक कठोर बाप होता; पण तितकाच न्यायीही होता. तो आपल्या माणसांची चांगली काळजी घेत असे. त्यांना खाऊ घाले. आजारी पडले तर औषधपाणी करे. मेलेल्यांना पुरायला मदत करे. पिवळसर गालांवरून ओघळणाऱ्या अश्रूंनी ट्वीचा चेहरा एखाद्या बेदाण्यासारखा सुरकुतला होता.

ट्वी हलक्या पावलांनी कोठीच्या खोलीतल्या कोबाजवळ गेला. तिने अंग चोरून घेतलं आणि पुन्हा खोलीच्या कोपऱ्यात सरकली. त्याने तिला स्पर्श केला आणि तो शांतपणे बोलू लागला. त्याचं बोलणं मार्टाला एखाद्या टायपिस्टच्या झरझर चालणाऱ्या बोटांनी होणाऱ्या आवाजासारखं वाटलं. कोबा त्यांच्याकडे पाठ करूनच बसली होती.

ट्वीने खांदे उडवले. ''तिची वाचाच बसलीय. ती फार घाबरलीय.''

''कशाला घाबरलीय ती?''

''गोऱ्या लोकांना.'' तो झटक्यात बोलला. ''आणि धोकादायक गोष्टींना.''

''पण मी धोकादायक नाहीये.''

ट्वीची नजर निर्विकार होती.

मार्टाने मान खाली झुकवली. ''मी बाहेर थांबते.'' दरवाज्यापाशी पोचल्यावर ती मागे वळली, ''कृपा करून तिला हे समजावून सांग की ती बंदिवासात नाहीये. तात्पुरतं जरी मी तिला बंद करून ठेवणार असले, तरी ते तिच्या स्वत:च्याच सुरक्षिततेसाठी आहे.''

ट्वीने तिच्याकडे कुतूहलाने पाहिलं. डोळ्यावर न आलेले केस बाजूला सारत मार्टा म्हणाली, ''ओह्! म्हणजे मला काही माहिती नाहीये. फक्त आपलं माझ्या मनात आलं की तिला धोका होऊ शकतो.'' तिने खांदे उडवले. ''ते काहीही असो. पण मी तिला तिच्या घरी परत पाठवीन. हे माझं वचन आहे. तू तिला सांग.'' आणि ती तिथून निघून गेली.

ट्वी कोबाच्या पुढ्यात उकिडवा बसला आणि त्याने तिला मार्टाचा निरोप सांगितला.

आपल्या पाठीच्या कण्यातून जाणारी चमक, पायांची थरथर थांबवणं कोबाला शक्य नव्हतं. त्या गोऱ्या बाईने खोलीत ठेवलेल्या औषधाचा वास फारच उग्र होता. विषासारखा! ते विष तिला हळूहळू ठार करेल का? की तिच्या पायातली धावण्याची शक्तीच काढून घेईल? तिला ट्वीला विचारायचं होतं, पण तिचा आवाजच फुटत नव्हता. हीपण गोऱ्यांची आणखी काही जादू होती का? ते तिचं काय करणार होते?

तिच्या गालांवरून अश्रू ओघळले. गालावरच्या काजळीत, वितळलेल्या चांदीसारखी नागमोडी रेष उठली. तिचं शरीर हुंदक्यांनी गदगदत होतं. स्वतःच्या डोक्यात तिला आपल्या हुंदक्यांचा आवाजही ऐकू येत होता; पण प्रत्यक्षात तिच्या तोंडातून काहीच आवाज फुटत नव्हता.

तो माणूस बोलत होता, अखंड बोलत होता; पण तिला त्याचं बोलणं समजायला कठीण जात होतं. त्याचं रूप माझ्यासारखं आहे, पण त्याची जीभ मात्र माझ्या अर्धीच आहे आणि मला तर जीभच नाही. गोऱ्यांनी ती काढूनच घेतलीय.

तिने स्वतःच्या घशाकडे बोट दाखवून मान हलवत ती जोरजोरात रडू लागली. ट्वीने हताशपणे तिच्याकडे पाहिलं, ''याउ! कदाचित तू मुकी असशील.''

आपल्या चवड्यांवर बसून तो तिचं निरीक्षण करू लागला. कदाचित ही पोर बहिरीपण असेल. म्हणून तर ती त्याच्या प्रश्नांना उत्तर देत नव्हती. ती आंधळीपण असती तर अधिक बरं झालं असतं. त्याला वाटलं, तोही आंधळा असायला हवा होता म्हणजे मग मातुल टेकड्यांजवळचा तो भयानक प्रकार त्याला पहावा लागला नसता; पण ते काही त्याने घडवलेलं नव्हतं आणि तो त्याचा विषयही नव्हता. त्याच्या नव्या खुनशी मालकाच्या राज्यातही स्वतःचं स्थान जर त्याला टिकवायचं असेल तर त्या भानगडीत न पडणंच चांगलं! फार तर तो आपल्या जमातीच्या त्या मुलीला चार समजुतीच्या गोष्टी सांगू शकला असता.

तो बोलू लागला. स्पष्ट स्वच्छ, प्रत्येक शब्दाचा अगदी ठाशीव उच्चार करत. ''ती इथे असलेली स्त्री, वांग असलेली, ती तुला इजा करणार नाहीये. तिने मला तुला सांगायला सांगितलंय की हा तुरुंग नाहीये. तू सुरक्षित रहावीस म्हणूनच केवळ ती तुला बंद करून ठेवणार आहे. ती तुला तुझ्या घरी परत पाठवणार आहे.''

कोबा गोंधळली. ट्वीने खांदे उडवले आणि तो उठून उभा राहिला. ''छोट्या मुक्या मुली, तुझ्यासाठी माझं काळीज तुटतंय पण मी काय करू शकतो? मी इथे तुला काहीच मदत करू शकत नाही. नवीन मालकाला आपण आवडत नाही; पण तू त्या वांग असलेल्या लठ्ठ स्त्रीबरोबर जा. माझ्या धन्याला ती खूप आवडत असे. ती दयाळू आहे. ती तुला मदत करेल. आता थरथरायची थांब. थोडंसं पाणी पी. ती स्त्री नक्कीच तुला मदत करेल. तू तुरुंगात नाहीयेस.''

त्या माणसाने बोललेल्यातला एकच शब्द कोबाला कळला होता, तो म्हणजे 'तुरुंग'! तिच्या आजीने मातुल टेकड्यांपाशी हाच नवीन शब्द वापरला होता. त्या शब्दाने कोबा भयभीत झाली. आता झुमाने सांगितलेला त्याचा अर्थही तिला हळूहळू आठवला. गोरे लोक कधी कधी सीमांचं उल्लंघन करणाऱ्यांना ठार करत नाहीत. कधी कधी ते त्यांना जिवंत पुरतात. तर कधी माणसाचे हात पाठीशी बांधून त्याला उंच भिंतीच्या आड जखडून ठेवतात. तुम्ही पळूनही जाऊ शकत नाही. हातात बंदुका घेतलेले लोक तुमच्यावर पहारा करीत असतात. सापळ्यात अडकलेल्या कबुतरापेक्षासुद्धा तुम्ही अधिक पक्के अडकलेले असता. वाईट! अगदी वाईट!!

आपल्या आजीची पुढे मागे हलणारी कृश बोटं कोबाला दिसत होती. 'ते तुम्हाला ठार करत नाहीत, ज्याने तुम्ही तुमच्या पूर्वजांच्या आत्म्यांना भेटायलाही जाऊ शकत नाही.' ती शहारली होती. 'ते खायला घालून तुमचं शरीर जगवतात, पण आत तुमचा आत्मा भुकेने कासावीस होत असतो. उह् उह्! मला माहिती आहे ते असं आहे. मी ऐकलंय ते असं आहे. 'तुरुंग'. ते त्याला तुरुंग म्हणतात.'

कोबाने पाण्याचा वाडगा दूर ढकलून दिला. आतलं डेटॉलचं द्रावण सांडलं. भीतीने ताठरून ती खाटेवर पडली. भिंतीत उंचावर एक छोटीशी खिडकी होती; पण तिलाही गज होते. तिच्या टक लावलेल्या दृष्टीला भिंती सरकून एकमेकांजवळ येतायत आणि छप्पर खाली खचतंय असं वाटत होतं. खिडकीतून दिसणारं आकाश खूप दूर होतं. कोबाला छातीत बांध बसल्यासारखं वाटलं. तिचा श्वास कोंडला आणि ती धापा टाकू लागली. खोली लहान लहान होत होती. लवकरच तिला श्वास घ्यायला हवाच उरणार नाही. तिला भोवळ येऊ लागली. तिने बेशुद्ध होता कामा नये. तिने लवकरात लवकर झुमाजवळ पोहोचायला हवं.

५

अंत्यसंस्काराच्या दुसऱ्या दिवशी मॅनीने त्याच्या खोलीत शिरणाऱ्या आईच्या पावलांचा आवाज ऐकला.

"तू जागा आहेस ना चिमण्या?"

तो डोळे घट्ट बंद करून ताठरलेल्या अंगाने पडून राहिला. पोलीस आले होते का? ती त्याला प्रश्न विचारण्यासाठी घेऊन जायला आली होती का? त्याने जर आजारी असल्याचं ढोंग केलं, तर ते त्याला त्रास न देता निघून जातील का? त्याला त्या दिवशीच्या गोळीबाराबद्दल काही बोलायचं नव्हतं. तो रानटी माणूस त्यांच्या गाडीकडे रांगत येताना पाहिलं असल्याचं त्याला कुणाला सांगायचं नव्हतं. त्याच्याबरोबरची मोठी माणसं गाड्याच्या मागच्या भागात त्या रानटी आदिवासी स्त्रीबरोबर काय चाळे करत होती, त्याविषयी त्याला बोलायचं नव्हतं. आताही त्या नुसत्या आठवणीने त्याची कानशिलं तापली आणि वांतीची भावना झाली.

अंत्यसंस्कार म्हणजे एक भयंकरच प्रकार होता; पण त्याअगोदर जेव्हा एटिएन अंकलचा देह उघड्या शवपेटीत ठेवला होता आणि एटिएनचं मरण म्हणजे एक दुःखदायक अपघात असल्याची बतावणी करणाऱ्या मा, पा आणि लेट्टीकाकूच्या बरोबरीने तो उभा होता, ते अधिक भयंकर होतं.

शिकारीच्या त्या मोहिमेवरून परत आल्याच्या रात्री त्याची मा जेव्हा एटिएन अंकलची मदत करायचं सोडून त्याच्या अवतीभवती करत होती, तेव्हा तो जे काही बोलला होता, त्याचा खुलासा त्याने आपल्या मापाशी अजून केला नव्हता. हुंदके देत एटिएन अंकलच्या मृत्यूला आपणच कारणीभूत असल्याविषयी तो जे काही बरळला होता, ते त्याची मा विसरून गेल्यासारखं वाटत होतं; पण मॅनीला ठाऊक होतं की तो खरोखरच त्याला कारणीभूत होता आणि हे भयंकर गुपित आता त्याला

कायमचं स्वत:पाशी सांभाळून ठेवायचं होतं.

त्यामुळे तो बाहेर पडू शकला नव्हता. फार काय उठून उभाही राहू शकत नव्हता. अंत्यसंस्काराच्या वेळीही, पाकातले डोनट वाटायचं काम करायला त्याला फारच प्रयास पडले होते. दर खेपेला आन्द्रे खोलीत आला की त्याला तिथून पळून जावंसं वाटायचं आणि त्याच्या हातातली थाळी इतक्या जोरात थरथरायची की ते डोनट जमिनीवर पडायचे तेवढे बाकी राहायचे.

आताही खोलीत कमालीचा उष्मा असतानाही त्याने पांघरूण डोक्यावरून ओढून घेतलं. खिडकीकडे गेलेला आपल्या आईच्या पावलांचा आवाज त्यानें ऐकला. तिने पडदे दूर सरकवल्याचा आवाजही त्याच्या कानांनी टिपला. पांघरुणाच्या आडूनही त्याला बाहेरचा लख्ख सूर्यप्रकाश जाणवत होता. मा त्याच्याजवळ येत होती. त्याने आपले डोळे गच्च मिटून घेतले. तिने त्याच्या अंगावरचं पांघरूण खसकन बाजूला केलं आणि त्याच्या गालावर हात टेकवला.

''अरे देवा, तुझं अंग तर चांगलंच सणसणलंय. तुला ताप आलाय का मॅनी?'' तिने त्याला हलवलं, ''जागा हो मॅनी–''

''सोड ना मला मा.'' तो कुरकुरला.

''मी थर्मामीटर घेऊन येते. तुला जर ताप आला असेल तर मला काही झाडपाल्याचा काढा करायला हवा.'' मार्टा मनातल्या मनात बाहेर माळरानावर तिला उपलब्ध असू शकणाऱ्या औषधी झुडपांचा अंदाज घेऊ लागली होती.

तिला झाडपाल्याच्या औषधांची बरीच माहिती होती. इम्पालालातल्या त्सोंगा जमातीच्या स्त्रियांकडून मिळवलेलं ज्ञान! तीदेखील त्यांच्याप्रमाणेच कधीही दुकानात जाऊन गोळ्या आणि औषध विकत आणत नसे; पण इथल्या तिला अनोळखी असलेल्या रानात तिला हवी असलेली तापावरची औषधी मिळेलच याची तिला खात्री नव्हती. तिने पुन्हा एकदा आपल्या मुलाच्या कपाळावर हात ठेवला. मघापेक्षा त्याचं कपाळ आता थंड वाटत होतं. कदाचित तो त्या सगळ्या पांघरुणांच्या ढिगाखालून बाहेर आला तर! ''चल चल. बिछान्यावर पडून राहू नकोस. भयंकर उष्मा आहे. तू उठून बस म्हणजे मी तुझा सदरा तुझ्या डोक्यातून बाहेर काढते. त्याच्या आत तू नुसता घामाने थबथबलायस! चल,''

मॅनी नाराजीने उठून बसला. त्याच्या आईने, त्याने पूर्वी कधी न पाहिलेला एक काळा पोशाख घातला होता. त्यात ती खूपच फिकुटलेली दिसत होती. तिच्या चेहऱ्यावरचे वांगाचे तपकिरी डागही तिळाइतपत फिके झाले होते.

''तुझी न्याहरी तर चुकलीच. हरकत नाही, आता जवळजवळ जेवणाचीच वेळ झालीय. तेव्हा ऊठ; अंघोळ करून कपडे बदल आणि जेवायला ये.''

''मला जेवायला नकोय.''

''मॅनी,'' त्याचा हात हातात घेत ती म्हणाली. ''तुला काहीतरी खायलाच हवं.'' त्याने तिचा हात झटकून टाकला, ''मला भूक नाहीये.''

ती त्याच्याजवळ आली. ''हे थांबायलाच हवं. तू काही कायमचा या खोलीत लपून राहू शकणार नाहीयेस. तुला कसली एवढी भीती वाटतेय?''

ती विसरली नव्हती तर...

आपल्या हातांची थरथर लपवण्यासाठी त्याने अंगाखालची चुरगळलेली चादर दोन्ही मुठीत घट्ट पकडून तिचा बोळा केला. मार्टा त्याच्याकडे पाहत स्तब्ध राहिली. आपल्या मालकिणीच्या खोलीत जेवणाचं ताट घेऊन जाणाऱ्या मोलकरणीच्या हातातल्या भांड्याचा आवाज त्यांना ऐकू आला. अंत्ययात्रेच्या वेळी मोठ्या धीराने वागलेली लेट्टी नंतर मात्र कोसळली होती. तिचा शोक अनावर झाल्यामुळे तिला गुंगीच्या औषधाच्या अमलाखाली ठेवलं होतं. मार्टा म्हणाली होती की तिच्यावर लक्ष ठेवण्यासाठी त्यांना आपला सक्सेसचा मुक्काम वाढवायला हवा. म्हणजे अगदी सुना सुना नाताळ, कसल्याही रोषणाई वा समारंभाशिवायचा आणि त्यांचा समुद्रकिनाऱ्यावर जाण्याचा बेतही बारगळल्यातच जमा होता; पण मॅनीला जाणवलं की त्याचं त्याला विशेष काही वाटत नव्हतं.

मोलकरणीच्या पावलांचा आवाज दूर जात नाहीसा झाला आणि मग आवाज उरला तो फक्त पॅसेजमधल्या जुन्या मोठ्या घड्याळाची टिकटिक! नियमितपणे होणारा टिकटॉक असा आवाज. एखाद्या हृदयाच्या धडधडीसारखा! मॅनीला वाटलं, मालक मृत्यू पावल्यावर बंद पडणाऱ्या घड्याळाविषयी काहीतरी कविता होती, नाही का?

त्याला वाटलं गोष्टी पूर्वीसारख्याच असायला हव्या होत्या. शेतांवरून परतणारे ट्रॅक्टर्स, पाण्याच्या पंपापाशी पाणी उडवणारे कामगार, दुपारच्या शिजवलेल्या मांसाच्या जेवणासाठी, काळ्या पडलेल्या तपेल्यावर डावाने आवाज करून त्यांना हाकारणारा आचारी! आणि लेट्टीकाकूच्या स्वच्छ चमकदार फरशीवर पाय ठेवण्याआधी बुटांवर बूट आपटून धूळ झटकणारा एटिएनकाका.

आता इतकी शांतता होती की त्याला वाऱ्याने सळसळणाऱ्या पडद्यांचा आवाजही ऐकू येत होता आणि अजूनही मा काहीच बोलत नव्हती.

''पोलीस येऊन गेले का?'' त्याने हळूच विचारलं.

''होय.''

''मग? त्यांना मला काही विचारायचं नव्हतं?'' त्याने हाताच्या आवळलेल्या मुठी किंचित सैलावल्या. त्याच्या बाजूला बसणारी त्याची आई गंभीर दिसत होती.

''नाही रे राजा. त्यांनी मलाही काही विचारलं नाही. त्यांना फक्त ऑंडरवाटॅरच्या पार्लमेंटच्या सदस्याच्या मृत्यूत रस होता. सर्पदंश हे मृत्यूचं कारण म्हणून

दाखल्यावर लिहिण्यात आलंय.''

''पण मा...'' त्याचा आवाज अगदी कोवळा झाला होता. मागल्या आठवड्यातल्यासारखा, हे सगळं घडण्यापूर्वीचा! ''ममा, पण त्या मेलेल्या रानटी लोकांचं काय? त्यांना त्यांच्याबद्दल माहीत आहे का?''

''मी सांगितलं त्यांना; पण ते मृतदेह आणण्यासाठी तिथपर्यंत जाण्याचा खटाटोप ते करतील असं नाही वाटत मला.'' मार्टाने मान खाली घातली होती. तिच्या मानेवर लालभडक चट्टे उठले होते. ती अस्वस्थ झाली की नेहमीच ते यायचे. ''म्हणजे असं आहे की, ते रानटी लोक खोसियान जमातीचे. ते गोरे नाहीत आणि काळेही नाहीत. पुन्हा त्यांनी घुसखोरी केली होती. शिवाय आन्द्रे पार्लमेंट सदस्याचा मुलगा आहे तेव्हा...'' तिने आवंढा गिळला. तिने नजर वर केली तेव्हा तिचे डोळे अश्रूंनी भरले होते. ''मी खूप प्रयत्न केला. त्यांना सांगितलं की मी मंत्र्यांकडे तक्रार करीन, खरं काय घडलं ते सांगण्यासाठी तुला साक्षीदाराच्या पिंजऱ्यात उभं करण्याचीही तयारी दाखवली मी; पण...''

मॅनी दचकला आणि मग भीतीने कापू लागला. ''मी नाही! मी नाही करू शकणार ममा.''

''नाही रे बाळा.'' तिने त्याला जवळ ओढून घेतलं आणि त्याचा थरथरणारा देह मिठीत कवटाळला. ''रडू नकोस. खटला वगैरे काही होणार नाहीये. सगळं संपलंय. पण बाळा,'' त्याला आपल्यापासून दूर करत ती म्हणाली. ''तुला हे समजायला हवं की जे काही घडलं ते चुकीचं होतं. फार फार चुकीचं. कळतंय ना तुला मॅनी?'' त्याने जोरजोरात होकारार्थी मान हलवली. ''मग ठीक आहे.'' असं म्हणून मग मार्टा रडू लागली. तिच्या गालांवरून अश्रू मुक्तपणे ओघळू लागले.

मॅनीने आपले हात तिच्याभोवती वेढले आणि तो तिला जमेल तसं आंदुळू लागला. त्याने आपल्या आईच्या पाठीवर थोपटलं. आपल्याइतकंच इतरही कुणालातरी दुःख झालंय आणि तितकंच असहाय वाटतंय, या जाणिवेने त्याला कुठेतरी बरं वाटलं. थोड्या वेळाने तिने एक उसासा टाकला आणि ती हलकेच दूर झाली. ''मला माफ कर. मला काय झालंय कळतच नाहीये. दर पाच मिनिटांनी मला रडू येतंय. आणि मॅनफ्रेड, अजून तर मी आजोबांच्या थडग्यापाशीही जाऊन आले नाहीये. आता ते कसं काय जमतंय देव जाणे.'' आपल्या झग्याच्या टोकाने तिने आपले गाल पुसले आणि तिची आरक्त नजर मॅनीवर खिळवत ती म्हणाली, ''आपण त्या छोट्या मुलीला आपल्या घरी घेऊन जाणार आहोत आणि तू तिच्याशी अगदी चांगला वागशील याची मला खात्री आहे.''

तो आश्चर्यचकित झाला. दुष्ट मोठ्या माणसांनी जे केलं त्याच्याबद्दल दुःख होणं ही एक गोष्ट होती; पण रोज त्या मुलीला पाहणं, तेही त्याच्या कुटुंबीयांनी

तिच्या कुटुंबाचं जे काही केलं त्याची सतत जाणीव असताना, हे फारच अवघड होतं.

"मला ती इम्पालालामध्ये यायला नकोय." मॅनी म्हणाला.

"मॅनफ्रेड! मला तुझं नवल वाटतं. ती मुलगी ही आता आपल्या कुटुंबाची जबाबदारी आहे. आपण तिला अनाथ केलंय हे विसरलास? ह्या गुन्ह्याचं ओझं आपल्याला आयुष्यभर वहायचंय."

"पण पानी कुणालाच गोळी घातली नाही. एटिएनकाका आणि आन्द्रे..."

"मला ठाऊक आहे; पण तुम्हाला ती जिथे सापडली तिथपर्यंतच ट्वीला तिला सोडून यायला सांगायला आन्द्रे तयार आहे." आपल्या केसांची एक सुटलेली बट उद्विग्नपणे बोटाभोवती गुंडाळत ती म्हणाली, "तिथून ती मुलगी तिच्या जमातीपर्यंत कशी पोहोचेल? ती कलहारी वाळवंटातली आहे हे अगदी स्पष्ट आहे. आणि ते किती तरी दिवसांच्या चालण्याच्या अंतरावर आहे. तिच्या माणसांना शोधत ती एकटीच निघाली तर तिचा वाटेत निभाव लागणार नाही आणि कदाचित एव्हाना तिची जमात त्यांचा ठाव सोडून दुसरीकडेही गेली असेल."

"ट्वी तिला ट्रकमधून का सोडून येऊ शकत नाही?"

मार्टाने आपली केसांची बट कानाच्या मागे खोचली. "होय तर! ते सगळ्यात चांगलं होईल. जर ट्वी किंवा आणखी कुणाबरोबर पुरेशी शिधासामग्री घेऊन व्यवस्थित मोहीम काढली तर ते उत्तम होईल. मुळातच स्काउटच्या मुलांनी एखाद्या साहसी मोहिमेवर निघाल्यासारखं निघण्याऐवजी सगळं व्यवस्थित बरोबर घेतलं असतं तर आज कदाचित एटिएन आपल्यातच असता; पण कुठलीही मोहीम काढायची तर तिला वेळ हा लागतोच. वेळ, माणसं आणि पैसा." मार्टाने कपाळाला आठ्या घातल्या. आपला आवाज शक्य तितका ताब्यात ठेवण्याचा प्रयत्न करत ती म्हणाली, "आणि आता यावेळी शेतावर आणि इस्टेटीवर करायला हव्यात अशा बऱ्याच गोष्टी असल्याने, आन्द्रे या मोहिमेसाठी कुठलीही गुंतवणूक करायला तयार नाहीये."

"आपण तिला पोचवू शकत नाही का?"

मार्टाने आपल्या हाताने त्याच्या गालावर थोपटलं. "बाळा, ते शक्य असतं तर... पण पा..." ती थांबली आणि खिडकीतून बाहेर मक्याच्या शेतांच्या पलीकडे दिसणाऱ्या क्षितिजाकडे पाहू लागली. डिऑन त्या माळरानावर एकटा जाईल अशी कल्पना करणंच हास्यापद होतं. त्याला रानांची जाण नव्हती. स्वतःच्या शेतांमध्येही तो हरवत असे. कलहारी वाळवंटात तर ज्यांना वाळूवरच्या खुणा वाचता येत नाहीत अशांसाठी कुठलंच मार्गदर्शन नव्हतं; तिथे होता फक्त असह्य उष्मा, तहान आणि चमकणारी मृगजळं, ज्याच्यामागे धावणाऱ्या कितीएक अनभिज्ञ वाहनांच्या

त्या रणरणत्या स्मशानभूमीत गंजक्या कबरी बनल्या होत्या.

"पण जेव्हा हे बाळ मोठं होईल," आपल्या गरगरलेल्या पोटावर हात ठेवत मार्टा म्हणाली, "आणि माझ्याकडे पुरेसा पैसा शिल्लक पडेल तेव्हा मी स्वत:च त्या मुलीला कलहारी वाळवंटात घेऊन जाईन. मी आणि तू! आपण दोघं त्या साहसी मोहिमेवर जाऊ."

मॅनीचं समाधान झालं नव्हतं. त्याला ठाऊक होतं, माच्या मुरांब्याच्या बरणीत पुरेसे पैसे साठायला कितीतरी महिने, वर्षंही लागतील. तेही पाचा हात न पोचेल अशी लपवायची जागा त्यांना सापडली तर.

"पण तूच तर नेहमी म्हणतेस की या रानटी लोकांनी स्वत:च्या जगण्याच्या पद्धती विसरून जाण्याइतकी दु:खाची गोष्ट नाही. ही मुलगी इम्पालालावर नोकराणी म्हणून राहिली की नेमकं तेच होईल ना."

"खोसियान. मॅनी, तू त्यांना योग्य प्रकारे संबोधायला शिकायला हवंस आणि तू काळजी करू नकोस. माझ्या मनात एक योजना आहे, जेणेकरून ही मुलगी तिची रानटी... अं... खोसियान जीवनपद्धती विसरणार नाही." ती हळूच हसली. "चल, आता कपडे कर. तू त्या मुलीला भेटून तिला अभिवादन करावंस असं मला वाटतं. तुझ्यासारखी तीही घाबरलीय. इथलं सगळंच तिला अपरिचित आहे; पण तुझा चेहरा तरी निदान तिला ओळखीचा आहे."

मॅनीची मान खालीच राहिली. शांतता पुन्हा पसरू लागली. मार्टा कष्टाने उभी झाली.

"ठीक आहे. मी तुझ्यावर जबरदस्ती करणार नाही. पण तुला कळतंय ना, की तिला जाऊन भेटणं ही एक चांगली, सहृदयतेची गोष्ट आहे."

"होय तर!" दरवाजा बंद झाल्यानंतर त्याच्या मनात आलं, 'मला पाहिल्यावर त्या रानटी मुलीला काय वाटेल? काय काय आठवेल तिला?'

६

आपल्या खोलीतच स्वत:ला कोंडून घेतलेली लेट्टी आणि तिला सतत टाळण्याच्या प्रयत्नात असलेले डिऑन आणि मॅनी, यांच्यामुळे मार्टा जास्तीत जास्त वेळ कोठीच्या खोलीत त्या खोसियान मुलीबरोबर घालवू लागली. ती मुलगी म्हणजे तिच्यासाठी एक कोडंच होतं. ती इतकी नाजूक होती– तिचे रेखीव नाकडोळे आणि छोटेसे डौलदार अवयव, तिच्या चेहऱ्याची आणि एकूणच शरीराची ती विलक्षण वेगळीच ठेवण. तिची हनुवटी आणि कानशिलामधला हाडांचा कोन, तिचं उंच नितळ कपाळ रेखाटून चित्रात बंदिस्त करायला मार्टाला आवडलं असतं; पण त्या छोट्याशा मुलीचं ते शांत, गंभीर वागणं पाहून ती तसं करायला धजावत नव्हती.

तिला अजून न्हाण आलेलं नसावं असं मार्टाने ठरवलं. ती मॅनीच्याच वयाची असावी, एखादं-दुसरं वर्ष अधिक फार तर! बारा वर्षांची कदाचित!

दुसरीकडे कोबाही अंगावर ठिपके असल्याने बिबट्या वाघिणीसारख्या वाटणाऱ्या त्या स्त्रीचा आपल्या परीने अदमास घेत होती. त्या म्हाताऱ्या जू होनासी माणसाच्या बोलण्यावरून तिच्या एवढं लक्षात आलं होतं, की ही गोरी स्त्री म्हणजे तिची त्या तुरुंगातून सुटका होण्याची एकमेव आशा होती. तिच्या आयुष्याची हमी! आणि कोबाला नक्कीच जगायचं होतं. तिच्या छोट्याशा शरीरातला प्रत्येक अंश, बिकटातल्या बिकट, विपरित परिस्थितीतही स्वत:चं अस्तित्व टिकवून ठेवण्यासाठी निसर्गाशी जुळवून घ्यायला सरावलेला होता; पण आपल्या माणसांशिवाय एकाकी जगणं, रात्री कुशीत शिरण्यासाठी कुणीच नसणं, किंवा माळरानात अन्न गोळा करत असताना हाकारायला कुणी सोबत नसणं, तिला आपल्या पूर्वजांच्या गोष्टी सांगायला कुणी नसणं, तिच्या केसांच्या छोट्या छोट्या वेण्या घालून त्यात अलंकार गुंफणारं

कुणी नसणं, ती त्यांच्यासाठी पाण्यापेक्षाही जास्त मौल्यवान होती हे सांगणारं कुणी नसणं हे सारं तिच्या सहनशक्तीच्या पलीकडंच होतं. तो एकाकीपणा, रितेपणा तिला खायला येई. एका अनामिक भीती तिचं मन भरून टाकी. अशी भीती, जिच्यामुळे तिचं मन, हिवाळ्यातल्या पहाटेच्या थंडगार वाऱ्याने शरीर व्हावं तसं, बधिर आणि दुखरं होई. तिचा श्वास मग त्या बंदिस्त खोलीतल्या पहिल्या रात्रीसारखाच अडकत असे.

आजी सांगायची, ज्या गोष्टीची आपल्याला भीती वाटते तिच्याशीच मैत्री करावी. कोबा आता आपल्या एकाकीपणालाच आपलंसं करायला, आवडून घ्यायला शिकेल. तिच्या जमातीविषयीच्या, वस्तीवरच्या तिला आठवणाऱ्या सगळ्या गोष्टी ती स्वत:ला पुन्हा पुन्हा सांगेल. ती आपल्या खेळगड्यांची नावं घेईल. त्यातलं कोण पक्ष्यांच्या आवाजाची नक्कल हुबेहूब करतं, पकडापकडीत कोण हुशार आहे, बाओबाबच्या झाडावर सगळ्यात अगोदर कोण चढून जातं हे सारं ती आठवत राहील; तिच्या आईबद्दलच्या, वडिलांबद्दच्या, आजी आणि इतर साऱ्या नातेवाइकांविषयी तिच्या आठवणींची ती उजळणी करत राहील, जेणेकरून ती जेव्हा परत जाईल तेव्हा ती त्या सगळ्यांना तितकीच चांगली ओळखत असेल आणि त्यांनाही ती आपल्यातलीच एक वाटेल.

तिच्या छातीत होणाऱ्या ठकठकीला ती आता घाबरणार नाही. ती ते ऐकून त्याचा अर्थ समजून घेण्याचा प्रयत्न करेल. हरणटोळ जसे आपल्या सोंडेच्या ॲंटेनाने भोवतालच्या परिस्थितीचा अंदाज घेऊन स्वत:ला धोक्यापासून वाचवतात तशीच तीही त्यांचा ॲंटेनासारखा उपयोग करेल.

कोबाने उसासा टाकला. खरंच! नियती किती विचित्र असते. एका सूर्योदयापासून दुसऱ्यापर्यंत ती तुमचं आयुष्य पार उलटंपालटं करून टाकते. त्या मातुल टेकड्यांच्या पायथ्याशी ती एक लहान मुलगी होती. कसलीही जबाबदारी, बंधनं नसलेली आणि आता इथे या नवीन जागेत, नवीन जगात काहीच तास उलटलेले असताना ती अचानक मोठी झाली होती. प्रौढ आणि जबाबदार, स्वत:चे निर्णय, स्वत:चे आडाखे – जसे त्या गोऱ्या स्त्रीविषयी – स्वत:च बांधायची गरज असलेली.

जेव्हा ती गोरी स्त्री तिला तिच्या फिकट वांगांनी भरलेल्या पंजानी स्पर्श करी, तेव्हा कोबा मोठ्या निग्रहाने स्वत:ला शहारण्यापासून रोखत असे. जे काही बेचव अन्न ती देई, ते ती खायचा प्रयत्न करत असे. दाट, पांढरट लापशी; लगेच खाल्ली तर तोंड भाजणारी आणि थंड होऊ दिली तर गिळताना घशात अडकणारी.

लापशीविषयीच्या तिच्या नावडीबद्दल गैरसमज करून घेऊन मार्टा थोड मध घेऊन आली आणि तिने तो त्या मुलीच्या न्याहारीवर ओतला. आपल्या पोटावर

हात आणि ओठांवरून जीभ फिरवत, न्याहरीचा वाडगा त्या मुलीच्या पुढ्यात सरकवून तिने तिला खाण्याची खूण केली.

कोबाने बाचकत लापशी चाखली आणि ती लगेचच तिच्या घशात अडकली. आता या गोऱ्या बाईला कसं समजवायचं की तिला मध मुळीच आवडत नव्हता. तिला हवं होतं ते मीठ! कुठल्याही बेचव पदार्थाला चव आणून तो खाण्यालायक करणारं मीठ!

नाताळ आला आणि गेला. त्या मुलीला तसं कोंडून ठेवण्याविषयीची मार्टाची अस्वस्थता आणि अपराधीपणाची भावना वाढत गेली; पण त्या मुलीला मोकळं सोडलं तर पुन्हा एकदा पळून जाण्याचा प्रयत्न करणार हे निश्चित होतं आणि मार्टाला तो धोका पत्करायचा नव्हता. कारण त्या स्वातंत्र्याच्या बदल्यात तिला आपला जीव गमवावा लागेल याची मार्टाला खात्री होती. तिने मनाशी ठरवलं की आणखी एखादा आठवडा लेट्टीला मदत करण्यासाठी सक्सेसमध्ये रहायचं आणि मग ती कोबाला घेऊन इम्पालालामधे परत जाऊ शकेल आणि तिच्या पुढील आयुष्याविषयी तिने जी काही योजना ठरवली होती, ती प्रत्यक्षात आणणं तिला शक्य होईल.

मध्यंतरीच्या काळात मार्टा त्या कोठीच्या खोलीत वेगवेगळी झुडपं घेऊन येऊ लागली. वरवर पाहता कोबाला उद्देशून तिचं बोलणं चालू असताना, ती त्या झुडपांची रेखाटनं करत असे; पण बाहेर जाताना ती झुडपं त्या खोलीतच सोडून जाई. मार्टाची पाठ वळताच ती मुलगी आतुरतेने क्रोटनच्या फांदीवर झडप घालून त्याची चंदेरी पानं आपल्या नाकापाशी चुरगळून हुंगत असे आणि लव्हेंडरचा तो मंद सुवास छातीत भरून घेत असे. खोसियान स्त्रिया लव्हेंडरची वाळलेली पानं कुटून त्याच्यापासून सुगंध बनवतात असं मार्टाने ऐकलं होतं.

मार्टा चित्र काढत असताना कोबा तिच्याकडे लक्ष देऊन पाहत असे. गरोदरपणामुळे मार्टाची अवघडलेली अवस्था तिच्या नजरेतून सुटली नव्हती. कमरेत कळ आली की मार्टाच्या धनुष्याकृती भुवयांमध्ये बाणासारखी उभी आठी पडत असे. मार्टाचे सरळ केस, लालसर गवतासारखा असलेला त्यांचा रंग तिला आवडत असे. त्या केसांचा स्पर्श कसा असेल असा ती विचार करी.

ती गोरी स्त्री करत असलेल्या रेखाटनांविषयी कोबाला प्रचंड कुतूहल होतं. आपली मान लांब करून ती मार्टाच्या मांडीवरच्या चित्रांच्या वहीत डोकवण्याचा प्रयत्न कर. ती पानाचं चित्र काढत होती का? तिला माणसांची, प्राण्यांची चित्रं काढता येत होती का? गुहेतल्या त्या आदिम रेखाटनांसारखी?

एक दिवस मार्टा एक कासवाची पाठ घेऊन आली. ते रिकामं कवच खाली ठेवून तिने चित्र काढायला सुरुवात केली. आता कोबाला राहवलं नाही. ती उठून

उभी राहिली आणि मार्टाच्या खुर्चीपाशी जाऊन ती काढत असलेल्या चित्राकडे पाहू लागली. तिला एक सपाट कासव दिसलं, अजिबात हालचाल न करणारं.

"कासव," त्या प्राण्याच्या चित्राकडे बोट दाखवत मार्टा म्हणाली. नकळत कोबाने तो शब्द उच्चारण्याचा प्रयत्न केला, पण तिच्या तोंडातून आवाजच फुटला नाही. शरमिंदी होत तिने आपला चेहरा भिंतीकडे वळवला. मार्टा बोलत राहिली. आपल्या छातीवर हात ठेवून तिने स्वत:चं नाव उच्चारलं. लापशीच्या त्या वाडग्याकडे बोट दाखवून ती म्हणाली, 'लापशी' आणि त्या प्रचंड गोड असलेल्या वस्तूला निर्देशून 'मध'.

कोबाने तोंड वाकडं केलं. तिला ही अनोळखी भाषा शिकायची नव्हती. ते बेचव अन्नही खायचं नव्हतं. तिला आपल्या माणसांच्यात परत जायचं होतं. मोगाँगोची फळं, संत्री आणि मांस खायचं होतं. तिला मोठं व्हायचं नव्हतं. तिला आपले आई- वडील आणि मातुल टेकड्यांजवळच्या त्या भयानक घटनेच्या अगोदरचा काळ परत हवा होता. तिने आपल्या आईचा कातडी अंगरखा डोक्यावरून ओढून घेतला आणि त्याच्या आडोशात बसून राहिली. बिबट्या वाघिणीसारखी ती स्त्री आपल्या वस्तू गोळा करत असल्याचा आवाज तिने ऐकला. अंगरख्याला पडलेल्या एका भोकातून प्रकाशाची एक तिरीप आत येत होती. तिने आपलं बोट त्या भोकात घातलं आणि ते हलवून भोक जरासं मोठं केलं. पण मग ती थांबली. तिने तो आणखी फाडता कामा नये, कारण तो दुरुस्त करण्यासाठी तिच्याकडे काहीच नव्हतं. ती गोरी स्त्री खोलीतून निघून गेल्याचा आवाज तिने ऐकला.

दहा मिनिटांनंतर मार्टा हातात सुई-दोरा घेऊन परतली. तिने त्या वस्तू कोबाला दाखवल्या. कोबाच्या चेहऱ्यावर काहीतरी समजल्यासारखे भाव आले. तिने ती सुई आपल्या अंगरख्याच्या भोकापाशी खुपसली. कोबाच्या बोटाला ती सुई टोचली पण तिने 'हाय'ही केलं नाही. मार्टाने हळुवारपणे तिला दर्शवलं की ती तिचा अंगरखा शिवून देईल. जरासं बिचकत कोबाने आपला कातडी अंगरखा मार्टाच्या हातात दिला. त्या कातडी अंगरख्याच्या मुलायम स्पर्शाने मार्टा थक्क झाली. त्याला झाडोऱ्याचा वास येत होता. माळावर सापडणारं अन्न – बेरीज, कंदमुळं, झाडाची सालं – वाहून न्यायला त्या अंगरख्याचा झोळीसारखा उपयोग करत असणार. खोसियान स्त्रिया त्याचा आपली तान्ही बाळं बांधून न्यायलाही उपयोग करत. त्या रानटी मुलीलाही तिच्या आईने त्या अंगरख्याच्या झोळीतून नेलं होतं का? तो अंगरखा तिच्या दृष्टीने बाळपणातल्या एखाद्या दुपट्यासारखा होता का?

मार्टाने जरासं घाबरतच तो अंगरखा आपल्या गुडघ्यावर पसरला आणि शिवायला सुरुवात केली. पहिली सुई मोडली; तिने दुसऱ्या सुईत दोरा ओवला;

पण तीही सुई मोडली. हे लेट्टीसारख्या एखाद्या कुशल शिवणकाम करणारीचंच काम होतं, पण आता या वेळेला ती लेट्टीची मदत मागू शकत नव्हती. त्या मुलीची आपल्यावर खिळलेली गंभीर नजर मार्टाला जाणवत होती. ती आणखी जोरात प्रयत्न करू लागली.

तिने पहिल्यांदा घातलेली शिवण अगदीच ओबडधोबड होती. टाके खूप लांबलांब पडले होते. तिने ते सगळं उसवलं. एकाग्र चित्ताने तिच्या हालचाली पाहणारी कोबा तिला अस्वस्थ करत होती.

अर्ध्या तासानंतर आणि आणखी एक सुई मोडल्यानंतर, काम मार्टाच्या मनासारखं झालं. सलग, सुबक टाक्यांनी तो फाटलेला भाग शिवला गेला होता. तिने तो अंगरखा कोबाला परत दिला.

कोबाने एक शब्दही न उच्चारता तो घेतला आणि इथे आल्यापासून पहिल्यांदाच मार्टाच्या नजरेला नजर दिली.

७

नैर्ऋत्य आफ्रिकेपासून ते शेजारच्या दक्षिण आफ्रिकेच्या उत्तरेला असलेल्या नेस्प्रुइटपर्यंतचा लांबलचक प्रवास मार्टासाठी एखाद्या वाईट स्वप्नासारखा ठरला. ती आगगाडी प्रथम दक्षिणेला, मग आफ्रिकन उपखंडाची पूर्ण रुंदी ओलांडत पूर्वेला आणि मग पुन्हा उत्तरेला धावली. त्या प्रवासाच्या दीर्घ पल्ल्यामुळे नाही, तर भयचकित झाल्यामुळे त्या रानटी मुलीने आगगाडीत चढताना फारसा त्रास दिला नव्हता. प्रश्न उभा राहिला तो पोमेड लावून चापूनचोपून केस बसवलेल्या लहानशा चणीच्या कंडक्टरने, विंडहोकला त्यांची तिकिटं तपासली तेव्हा. त्याने त्या रानटी मुलीला त्यांच्या आरक्षित डब्यातून प्रवास करायला परवानगी नाकारली.

''तिसरा वर्ग,'' तिसऱ्या वर्गाच्या डब्यांकडे निर्देश करत तो म्हणाला. हा प्रश्न उभा राहणार याची मार्टाला अपेक्षा होतीच. तिने आपला खास उच्चभ्रू उच्चशिक्षित ठेवणीतला आवाज काढला. ''आम्हा सर्वांकडेच या वर्गाची तिकिटं आहेत.''

''हो, पण ही–'' तो माणूस अडखळला. कोबाचा समावेश कुठच्या वर्गात करावा, याविषयी त्याचा गोंधळ उडाला होता. ''ह्या लोकांनी तिसऱ्या वर्गातून प्रवास करायला हवा.''

''ही खोसीयान जमातीची, झाडोऱ्यात राहणारी मुलगी, हिने यापूर्वी कधीच आगगाडीने प्रवास केला नाहीये. तेव्हा तुम्ही जर तिला आमच्याबरोबर याच डब्यातून प्रवास करू दिलात तर फार मेहरबानी होईल. नाहीतर तिकडे एकटी ती घाबरून जाईल.''

''माफ करा बाईसाहेब. मी नियमाला अपवाद करू शकत नाही. नाहीतर तुम्हाला सगळीकडे त्यांचाच सुळसुळाट दिसेल. एरवीही ते अलीकडे जरा फारच आगाऊ व्हायला लागलेत. बसमध्येही त्यांना पुढे बसायला हवं असतं! नसती थेरं एकेक.''

मार्टाने आपला उच्चभ्रूपणाचा बुरखा झुगारून दिला. एवीतेवी त्या माणसावर त्याचा काहीच परिणाम दिसत नव्हता. "हे पहा, आमची जर पहिल्या वर्गाचं भाडं भरायची तयारी असेल तर..."

"हे बघा बाईसाहेब, नियम काही मी बनवलेले नाहीयेत. मी फक्त माझं काम करतोय." पण आपली अवघडलेली कंबर हाताने दाबणाऱ्या मार्टाला पाहून तो जरासा द्रवला. "मी सांगतो तसं करा. ह्या मुलीला तिसऱ्या वर्गात, जिथे तिची जागा आहे तिथे जाऊ दे. मी तुम्हाला तिकिटातला फरक परत देतो. मला तो अधिकार आहे."

"मी ह्या मुलीला या तीन दिवसांच्या प्रवासात एकटीला सोडणार नाही. अजिबात नाही."

"तुम्ही काळजी करू नका. मी तिच्याच जमातीच्या दुसऱ्या मुलीला तिच्यावर नजर ठेवायला सांगतो. त्या तिची चांगली काळजी घेतील."

"परमेश्वरा!" मार्टा डिऑनकडे वळत म्हणाली. "विश्वास बसतोय का तुझा हा माणूस जे म्हणतोय त्यावर?"

पेपरातून डोकं वर काढत डिऑनने आपल्या बायकोला डोळा घातला. "तू उगीचच तमाशा करू नकोस. हा गडी त्यातून मार्ग काढेल."

"कसला मार्ग?"

"एकदा गाडी सुटली की मी ह्या कंडक्टरला गाठून त्याच्या मुठीत एक दहाची नोट सारेन आणि मग काय, काम फत्ते!"

"म्हणजे? तू या वर्णभेदी व्यवस्थेच्या फडतूस मुजोर नोकराला लाच देणार? तू त्याच्याशी हातमिळवणी करणार? त्याला या अनैतिक कायद्याचा सर्व बाजूंनी फायदा उठवू देणार? तू तसं करणार नाहीयेस. माझ्यासाठी नाही आणि माझ्या पैशांनीही नाही. आभारी आहे." ती रागारागाने म्हणाली आणि परत आपल्या जागेवर बसली. तिच्या मानेची आगआग होत होती. त्या स्तंभित झालेल्या कंडक्टरकडे ती खाऊ की गिळू अशा नजरेने पाहत राहिली. पुन्हा एकदा डिऑनच्या बाजूला झुकून ती खुसफुसली. "ह्या बुद्दू गोऱ्याला ही जागा नक्कीच त्याच्या कातडीच्या रंगामुळे मिळाली असणार. गोऱ्यांसाठी नोकऱ्यांचं आरक्षण होण्यापूर्वी हे काम नक्कीच एखाद्या अधिक लायक काळ्या माणसाच्या हातात असणार आणि आता तू..."

डिऑनने दचकून त्या कंडक्टरकडे पाहिले त्याचा मख्ख चेहरा पाहून त्याला हायसं झालं. मार्टाची इंग्रजीची सुपरफास्ट गाडी त्याच्या डोक्यावरून गेली असावी बहुधा; पण तरीही त्याला आपला चेहरा लाल होत असल्याचं जाणवलं. "मार्टा! तुला आताही तुझं ते नेहमीचं तुणतुणं वाजवायलाच हवं का? तू जेव्हा त्या मुलीसाठीही पहिल्या वर्गाचं तिकीट काढलंस तेव्हाच तुला कायदा ठाऊक होता.

तुझं जर असंच चालू राहिलं तर मलाही तुझी मदत करणं कठीण होऊन बसेल आणि मग तर तो मुळीच ऐकणार नाही. दहा काय वीस दिलेस तरी ऐकणार नाही.''

मार्टाने आपलं सामान गोळा करायला सुरुवात केली. ''छान,'' ती म्हणाली, ''योग्य-अयोग्याचा काही विधिनिषेध नसलेल्या या पुरुषांशी काही बोलण्यात अर्थच नाही.'' उठून उभी राहून ती त्या कंडक्टरला आफ्रिकानमध्ये म्हणाली. ''ही मुलगी माझी जबाबदारी आहे. तेव्हा ती जर माझ्याबरोबर इथे बसू शकत नसेल, तर मी तिच्याबरोबर तिसऱ्या वर्गाच्या डब्यात जाते.'' कष्टाने आपल्या जागेवरून उठत ती म्हणाली.

त्या कंडक्टरला धक्काच बसला. ''तुम्ही तसं करू शकत नाही.''

''का?'' तिने विचारलं, ''गोऱ्यांनी तिसऱ्या वर्गातून प्रवास करायचा नाही असा काही नियम आहे का?''

''नाही नाही. तसं नाही; पण बाईसाहेब, तुम्हाला तिकडे बसणं फार त्रासाचं आणि गैरसोयीचं होईल. तिथली बाकं लाकडी आहेत. तिथे खूप गर्दी असते आणि ती जागा या लोकांच्या अंगाच्या दुर्गंधाने परमाळत असते.''

मार्टाने त्याच्या दिशेला दोन पावलं टाकली. ती आता त्याच्या इतकी जवळ होती की त्याला तिच्याकडे पहावंच लागलं. ''तुमच्या अंगाला दुर्गंधी येते असं त्यांनाही वाटत असू शकेल; पण अर्थातच हे तुझ्यासारख्या माणसाच्या कधी डोक्यातच येणार नाही.''

तो कंडक्टरही आता काहीसा उखडला. कानामागची पेन्सिल काढून घेऊन त्याने आपल्या तिकिटाच्या पेटीने आपल्या कमरेच्या पट्ट्यावर ठोकलं आणि आपल्या कोटाची टोकं ओढून तो उगाचच ताठ केला. आता डिऑनला उद्देशून तो म्हणाला, ''महाशय, आपल्या बायकोला जरा आवरा. त्रास देणाऱ्या प्रवाशांना गाडीतून उतरवायचा हक्क रेल्वेनं आपल्याकडे राखून ठेवलाय.''

डिऑन हसला आणि म्हणाला, ''त्या कामासाठी तुला माझ्या शुभेच्छा.'' त्याच्याकडे दुर्लक्ष करत कंडक्टर आता कोबाकडे रागाने पाहत म्हणाला, ''ए पोरी, मी परत येईन तेव्हा तू मला इथे दिसता कामा नयेस. कळलं?'' आणि तो धाडकन डब्याच्या बाहेर पडला.

त्या मुलीचा हात हातात धरून मार्टा मॅनीकडे वळून म्हणाली, ''तू येतोयस?''

हिरव्या रंगाच्या गुबगुबीत चामड्याच्या सीटवर मॅनी चुळबुळला. आपल्याला माबरोबर जायला हवं हे त्याला कळत होतं; पण छे! त्याला ती रानटी मुलगी त्यांच्याबरोबर असायलाच नको होती. या डब्यात नाही, गाडीत नाही, त्याच्या आयुष्यातच नको होती ती. माच्या हातात हात घालून उभ्या असलेल्या त्या मुलीला पाहून, त्याला तिला एक ठेवून द्यावीशी वाटत होती.

पण अर्थात हे योग्य नव्हतं. त्याला कळत होतं. त्याला ती तिथे जेवढी नको होती, तेवढंच तिला स्वत:लाही तिथे असायचं नव्हतंच. जर मा ने स्टेशनवर तिचा हात एवढा घट्ट पकडून ठेवला नसता, तर ती कधीचीच पळून गेली असती.

पण त्या तिसऱ्या वर्गाच्या घाणेरड्या डब्यात बसायचं नव्हतं. त्याला इथेच या ऐसपैस जागेत बसायचं होतं. कोपऱ्यातलं हात धुवायचं, सोनेरी नळ असलेलं स्वतंत्र वॉशबेसिन, रात्री अटेंडंटने येऊन बर्थ खाली पाडून त्यांचे बिछाने केले असते– कडक स्टार्चच्या शुभ्र चादरीचे. पा तर म्हणाले होते की, आता त्यांचा साल्व्हिस बेमधल्या हॉटेलवरचा खर्च वाचल्यामुळे ते डायनिंग कारमध्ये जेवायलाही गेले असते.

म्हणून मॅनी काहीच बोलला नाही. आपल्या आईच्या प्रश्नावर त्याने नुसतीच नकारार्थी मान हलवली. तिच्या नजरेला नजर न देता. आणि मग तो खिडकीकडे वळला. बाहेर अजूनही काळोख होता. त्यामुळे त्याच्या आईचं आणि त्या रानटी मुलीचं काचेत पडलेलं प्रतिबिंब अगदी स्वच्छ दिसत होतं. त्या इतक्या जवळ उभ्या होत्या की त्यांची शरीरं एकमेकांना स्पर्श करत होती आणि अचानक त्या दृष्टीसमोरून नाहीशा झाल्या. वेगाने धावणाऱ्या गाडीच्या खिडकीतून बाहेर दिसणाऱ्या गडद छायाकृती दृष्टिआड व्हाव्यात तशा.

वेगाने धावणाऱ्या गाडीच्या डब्यांना जोडणाऱ्या, हेलकावे खाणाऱ्या कॉरिडॉरमधून त्या मुलीसोबत जाताना मार्टाला चक्कर येत होती. तिच्या पोटातलं बाळ जणू कोलांट्या उड्या मारत होतं. पोटात उठलेल्या एका तीव्र वेदनेसरशी मार्टाने आपलं पोट घट्ट आवळून धरलं. 'मला शांत रहायला हवं.' ती स्वत:ला बजावत होती. कारण ही परिस्थिती तिने स्वत:हूनच ओढवून घेतली होती.

तिसऱ्या वर्गाच्या डब्याच्या बाहेरच्या मंद प्रकाशाच्या पॅसेजच्या जवळ पोहोचताच मार्टाला आतला कोलाहल ऐकू येऊ लागला. आपली बॅग छातीशी घट्ट पकडून एव्हानाच घामेजलेल्या चेहऱ्याने विस्फारलेल्या डोळ्यांनी मार्टा त्या डब्यात शिरण्याच्या दरवाज्याला टेकून उभी राहिली.

खालच्या घाणेरड्या जमिनीवर बसकण मारत ती कोबाला म्हणाली, "मला थोडा वेळ बसायला हवं."

कशासाठी तिने स्वत:ला या त्रांगड्यात अडकवलं होतं? ती आणि कोबा दोघीही जर त्या फक्त गोऱ्यांसाठी राखीव असलेल्या डब्यात राहू शकल्या असत्या, तर फारच बरं झालं असतं. त्या गलिच्छ गर्दीने खचाखच भरलेल्या डब्यात तीन दिवस काढणं ही खरोखर, त्या कडंक्टरने म्हटल्याप्रमाणे, एक शिक्षाच होती आणि आता तर डिऑन इथे येऊन तिची सुटका करणंही शक्य नव्हतं. तिने आपलं डोकं हातांनी दाबून धरलं.

दोन डब्यांच्या मधल्या त्या पॅसेजमध्ये उभी असलेली कोबा भीतीने अर्धमेली झाली होती. तिला किंचाळावंसं वाटत होतं. ती एका पोलादी राक्षसाच्या पोटात होती आणि तिथे ती अजिबात सुरक्षित नव्हती. त्या प्रचंड प्राण्याच्या शरीरात मध्ये मध्ये फटी होत्या आणि त्यातून तिला त्या राक्षसाच्या भन्नाट वेगासारशी सरासर मागे पडणारी काळोखी जमीन दिसत होती. तो राक्षस काळाकुट्ट धूर त्याच्या डोक्यावरच्या भोकांतून भसाभस बाहेर टाकत होता आणि आपल्या करकरणाऱ्या दातांनी ते वाहणारं पोलाद खात होता. तिला तिथून पळून जायचं होतं. ज्या डब्यातून निघून ते इथं आले होते, त्या डब्यात जरी तो तरसासारखा दिसणारा गोरा माणूस आणि त्याचा बछडा असले, तरीही बिबट्या वाघिणीसारख्या त्या स्त्रीने तिला तिथे परत न्यायला हवं. तिला त्या स्त्रीला हलवायलाच हवं.

कोबाने मार्टाचा हात हळूच खेचला.

आसवांनी भिजलेला चेहरा वर उचलून मार्टाने तिच्याकडे पाहिलं. ''ठीक आहे. आता एवीतेवी मी माझी जागा निवडलीच आहे, तर आपण आत जाऊन तिथेच पडू या.'' ती धडपडत उठली. तिने आपला चेहरा पुसला. एक दीर्घ श्वास घेतला आणि तिसऱ्या वर्गाच्या डब्याच्या त्या मिचकट हँडलला हात घातला.

डब्याचं दार उघडताच एक प्रचंड कोलाहल तिच्या कानावर आदळला. उघड्यावरच्या बाजारात अनेकांनी अनेक भाषांत एकाच वेळी बोलावं तसा. मुलांच्या रडण्याचे आवाज, पत्ते खेळणाऱ्यांचा आरडाओरडा, ट्रांझिस्टरवर वाजणारं संगीत.

डाव्या बाजूनं एक बाई फेरीवाल्याबरोबर, तो हातात पकडून नाचवत असलेल्या जिवंत कोंबडीच्या किमतीवरून हुज्जत घालत होती. तिने त्या कोंबड्याच्या पंखात बोट खुपसून पाहिलं. समाधान झाल्यावर मग तिने आपल्या पोलक्यात हात घालून काही नाणी बाहेर काढली. ती नाणी घेऊन त्या फेरीवाल्याने त्या नाण्याच्या उबदार स्पर्शाबद्दल काहीतरी अश्लील शेरा मारला.

''माझ्या उबेत असल्यामुळे ती अशी आहेत.'' ती बाई मुरका मारत म्हणाली.

''मला त्यांची जागा घ्यायला आवडेल.'' तो कामुकपणे बोलला.

तिने त्याला आपादमस्तक न्याहाळलं. ''शिंदळीच्या! कोंबडीविक्या! तुझी लायकी नाही इथे जागा मिळायची. इथे राजघराण्यातल्याच माणसाला जागा आहे.'' आपल्या पुष्ट छातीवर हात ठेवून ती म्हणाली.

''राजघराण्यातल्या?'' आपल्या डोक्यावरची धुळीने भरलेली हॅट मागे सारत आपलं कानशील खाजवत तो म्हणाला, ''म्हणजे तुला काय म्हणायचंय बायो?''

तिच्या आजूबाजूच्या बायका खिदळल्या. त्यांच्यातल्या एकीने आपल्या झंपरची बटणं सोडली आणि आपल्या उतू चाललेल्या वक्षसंभाराचं दर्शन त्याला घडवलं. नाण्यांनी झाकलेल्या तिच्या छातीकडे तो पाहतच राहिला. आपल्या मांसल वक्षाला

चिकटलेलं एक नाणं तिने ओढून बाहेर काढलं आणि त्याला तिच्या कातडीवर स्पष्ट उमटलेला तो ठसा दिसला– दुसऱ्या एलिझाबेथच्या अर्धपुतळ्याचा.

त्यांनी केलेल्या हुर्योच्या आवाजाने खजील होत तो मागे सरकला.

अचानक त्या हशाचा आवाज थांबला. किमतीवरून चाललेली घासाघीसही बंद पडली. रडणाऱ्या पोरांना आयांनी दटावलं आणि डझनभर काळ्या डोळ्यांच्या निर्विकार नजरा मार्टाच्या चेहऱ्यावरच्या कसनुशा हास्यावर जाऊन थबकल्या.

आपली घबराट लपवत तिने एखाद्या नजरेला नजर देण्याचा प्रयत्न केला. कोणत्याही नजरेला; पण सगळ्या नजरा दूर वळल्या.

दरवाज्याजवळ या सगळ्याची जाणीवही नसलेला खाणकामगारांचा एक घोळका आपल्या फाशांच्या डावात रंगून गेला होता. त्यांच्याकडे बसायला जागा मिळण्याची काही आशाच नव्हती. मागच्या बाजूला चापूनचोपून केस बसवलेले आणि तलवारीच्या पात्यासारखे धारदार कल्ले राखलेले दोन तरुण, एका रिकाम्या सीटवरून एकमेकांकडे थाळी फेकायचा खेळ खेळत होते. त्यांच्या ढगळ विजारींच्या पायातून दोन रंगाचे बूट डोकवत होते. पूर्ण व्हिक्टोरियन पोशाखातली एक प्रौढ हेरेरो बाई त्यांनी बसायला जागा द्यावी असं सांगत त्यांच्या दिशेला जाऊ लागली.

मार्टाने कोबाला खूण केली आणि तीही वाटेत पडलेल्या पत्र्याच्या ट्रंका आणि कपड्यांच्या बोचक्यांवर पाय देत तिच्या पाठोपाठ जाऊ लागली. चकाकणारे तपकिरी गाल असलेल्या एका आईने आपल्या रडणाऱ्या बाळाला पाठीवर बांधलेल्या कांबळ्याच्या झोळीची गाठ सोडायला आपले हात पसरून पाठीकडे नेले. तिच्या त्या पसरलेल्या हाताचा फटका मार्टाने कसाबसा चुकवला. नेहमीच्या सरावाने त्या बाईने आपलं मूल एका झटक्यात पाठीवरून पुढे आणलं आणि आपली काळीभोर बोंडी त्याच्या तोंडात कोंबली.

मार्टा त्या प्रौढ स्त्रीच्या मागोमाग जात होती. तिच्या झग्याच्या फुगीर घोळाने वाटेतल्या कितीतरी डोक्यांवरच्या हॅट्स आणि एकाचा ट्रँझिस्टरही खाली पडला. शेवटी एकदाची ती बाई त्या जागेवर फतकल मारून बसली आणि आपल्या झग्याच्या घोळ सावरत आजूबाजूच्या लोकांची माफी मागू लागली.

मार्टा तिच्या बाजूला जाऊन थांबली आणि तिला अभिवादन करून हळूच म्हणाली, ''तुम्ही जरा सरकून घ्याल तर आम्हालाही इथे दाटीवाटीने का होईना पण बसता येईल.'' ती बाई आणि तिथे बसलेला प्रत्येक माणूस मार्टाकडे महदाश्चर्याने पाहू लागला.

''बाईसाहेबांना इथे बसायचंय?''

मार्टाने मान डोलावली. आता त्या बाईच्या चेहऱ्यावरच्या आश्चर्याची जागा रागाने घेतली. ''तुम्ही इतर गोऱ्या लोकांमधे का जाऊन बसत नाही?'' तिने मोठ्या

आवाजात विचारलं. मार्टाने खांदे उडवले. त्या बाईने मार्टाच्या बाजूला असलेल्या कोबाकडे मोठ्या नाटकीपणे वाकून, निरखून पाहिलं आणि मग तिरस्काराने नाक उडवलं. तिची नाराजी आजूबाजूच्या सगळ्या बाकांवर पसरली.

"मासारावा, मासारावा," सगळ्यांचा निषेधाचा सूर प्रतिध्वनित झाला.

मार्टा परत जायला निघाली. डिऑन आता तिला नक्कीच हसला असता. तेवढ्यात तिच्या खांद्यावर कुणी तरी थोपटलं. त्या हेरेरो बाईच्या झग्याच्या फलकाऱ्याने ज्यांच्या हॅट्स उडवल्या होत्या, त्यांच्यापैकी एक वयस्कर माणूस उठून उभा राहिला.

"इथे बसा." आपल्या गावठी निबर शब्दोच्चारातल्या इंग्रजीत तो म्हणाला.

"ओह्! मी तुमची जागा बळकावू इच्छित नाही." मार्टा म्हणाली.

"मी तुम्हाला मघापासून पाहतोय!" तो म्हणाला. "कंडक्टरबरोबरची तुमची वादावादीही मी ऐकली. माझीपण तीच हकिकत आहे." आपल्या कोटाच्या खिशातून पहिल्या वर्गाचं तिकीट बाहेर काढून तिला दाखवत तो म्हणाला.

"इथे हाकलण्यापूर्वी त्यांनी तुम्हाला भाड्याच्या रकमेतल्या फरकाचा परतावा देऊ केला का?"

तो माणूस कडवट हसला. "मला ठाऊक आहे. मी फक्त एक तत्त्वाचा प्रश्न म्हणून ते करतो." मार्टाने जोरजोरात मान हलवली.

"मी एक वकील आहे," आपली तर्जनी त्या कंटक्टरच्या दिशेने रोखत तो म्हणाला, "पण त्यांच्या दृष्टीने माझी लायकी एखाद्या सूट घातलेल्या बबून माकडापेक्षा जास्त नाहीये." मार्टा काही बोलणार एवढ्यात तिला गप्प करत तिने बसून घ्यावं असं त्याने सुचवलं.

"आभारी आहे. फार फार आभारी आहे. तुम्ही माझ्याशी बोललात त्याने मला इतकं बरं वाटलं म्हणून सांगू–"

आपल्या हॅटला स्पर्श करत किंचित झुकून तो म्हणाला, "तुमचा प्रवास चांगला होवो." कोबाला आपल्याजवळ खेचून घेत मार्टा त्या कडक बाकावर टेकली.

बाकाची कडा घट्ट पकडल्याने कोबाच्या बोटांची पेरं कवड्यांच्या अंतर्भागासारखी चकाकत होती. त्या पोलादी राक्षसाचे सांधे पाहिल्यावर तिला त्याच्यात मुळीच बसायचं नव्हतं. ह्या भल्यामोठ्या डब्यातही नाही. कारण इथले लोक तिचा तिरस्कार करत होते. तिचा आणि त्या गोऱ्या स्त्रीचाही. तिचं काय होणार होतं पुढे? तिला जिथे तिचा सगळे तिरस्कार करतात अशा जागीच कायम राहावं लागणार होतं का? तिरस्कार चिकटतो, मधासारखा. तिला मध मुळीच आवडत नसे.

तिच्या वडिलांना याचं नवल वाटे. पोळ्यातला मध काढून घ्यायला ते

बाओबाबच्या झाडांवर चढत. मधमाश्यांच्या विषारी डंखाचीही पर्वा करत नसत; पण कोबाला मात्र मिठाची मिरमिरती चवच आवडायची. पावसाचं पाणी गेल्यानंतर खडकांमधल्या भेगांत साठलेल्या मिठाच्या खरपुड्या शोधायला ती खडकांपाशी रेंगाळायची.

'मीठ कधी खोटं बोलत नाही.' ती आपल्या आजीला म्हणे, 'त्याची चव कधीही लपत नाही. फक्त आंबटाला अधिक तेज करते आणि मांसाला अधिक चवदार.' झुमा तिच्या बोलण्याला हसली नव्हती. उलट थोड्या दिवसांनंतर तिनं कोबाला एक मण्यांनी विणलेली छोटीशी पिशवी, तिची स्वत:ची मिठाची कुपी म्हणून भेट दिली होती.

झुमाच्या वियोगाचं दु:ख पुन्हा एकदा कोबाच्या उरात दाटून आलं. ती फार थकली होती. इतकी, की आपलं पुढे काय होणार वा आयुष्यात परत कधी आपण आपला मुलूख पाहू की नाही याची चिंता करणंही तिने सोडून दिलं होतं. तिने आपल्या हाताची घट्ट वळलेली मूठ सोडली. पाठीचा कणाही सैलावला. गाडीच्या गतीबरोबर तिचं शरीर हिंदकळत होतं. तिचं डोकं हळूहळू हलकं झालं आणि गाडीच्या चाकांच्या तालावर आणि इंजिनातून सुटणाऱ्या वाफेच्या भपकाऱ्यांमध्ये तिला संगीत ऐकू येऊ लागलं– सा-का-पा-का, सा-का-पा-का, क्लॅक्, क्लॅक्, क्लॅक्, सा-का-पा-का, सा-का-पा-का, क्लॅक्, क्लॅक्, क्लॅक्. तिला आपल्या वस्तीवरच्या संमोहननृत्याच्या तालाची सय आली. जेव्हा कधी वस्तीवर काही संकट येई, तेव्हा वस्तीवरची मोठी माणसं एक मोठी शेकोटी रचत आणि तिच्याभावेती सगळे गोळा होत. बहुतेक वेळा झुमा टाळ्या वाजवायला सुरुवात करे. मग इतरही बायका त्यात सामील होत आणि गायला सुरुवात करत. काही उठून उभ्या राहत आपली कातडी कटिवस्त्रं फलकारत त्या वर्तुळाभोवती फेर धरत. पुरुष आपल्या पायांत नाचाचे चाळ बांधत आणि पाय आपटत गोल गोल फिरू लागत. त्यांच्या पायांच्या आघाताने उडालेली धूळ त्या आगीच्या प्रकाशात तांब्यासारखी चमके. ती तिथेच असे– आपल्या आईच्या किंवा एखाद्या मावशीच्या अंगावर लोळत किंवा हाडांचा सापळा झालेल्या झुमाच्या छातीवर डोकं टेकून. तसं केल्याने तिला, संकटावर उपाय आता सापडेलच, असा विश्वास वाटणाऱ्या आजीचा खूप आधार वाटत असे.

आताही तिला तशीच एक शांतवणारी अपेक्षा जाणवत होती. आताच्या घडीपुरती तरी स्वत:चं अस्तित्व सुरक्षित ठेवण्याची जबाबदारी दुसऱ्या कुणावर तरी टाकून ती निवांत राहू शकत होती. बिबळ्या वाघिणीसारख्या स्त्रीच्या शरीराचा गंध तिच्या नाकात जाऊन बसला होता. तो खारट होता. आपल्या जड झालेल्या पापण्या तिने मिटू दिल्या. लवकरच मार्टाच्या खांद्यावर डोकं ठेवून ती गाढ झोपी गेली.

८

बुशवेल्ड, दक्षिण आफ्रिका

दक्षिण आफ्रिकेच्या मापदंडाप्रमाणे इम्पालाला ही काही फार मोठी इस्टेट नव्हती. सक्सेसप्रमाणे तिला सहज उपसता येईल असा जमिनीखालच्या पाण्याचा साठाही नव्हता. तिची जमेची बाजू एवढीच होती की, तिची एक हद्द क्रूगर नॅशनल पार्क या दक्षिण आफ्रिकेतल्या सर्वात मोठ्या वन्यप्राणी अभयारण्याला लागून होती. हरणं आणि त्यासारखे छोटे प्राणी अगदी मुक्तपणे अभयारण्यातून इस्टेटीत ये-जा करत असत, तर इस्टेटीच्या हद्दीपलीकडच्या झाडीत चरणारे चौकस जिराफ आपल्या माना उंचावून इस्टेटीभोवतालच्या उंच कुंपणापलीकडून डोकावून पाहत. हत्ती, सिंह, रानम्हशी अथवा गेंड्यासारख्या मोठ्या प्राण्यांनी इस्टेटीच्या हद्दीत अतिक्रमण करण्याच्या घटना तुरळक असल्या, तरी अगदीच ऐकिवात नाहीत असं नव्हतं. रानातून फिरताना जरा जपून, काळजीपूर्वकच फिरावं लागे. इस्टेटीवर जास्त करून तांबूस रंगाच्या आणि डौलदार, बाकदार शिंगे असलेल्या इम्पाला जातीच्या हरणांचा भरणा होता. त्यांची संख्या नियंत्रणात ठेवायचं काम स्थानिक बिबटे आणि पूर्वी एटिएन आणि त्याचे शिकारी पाहुणे करत.

आता एटिएनकडून अनपेक्षितरित्या मिळालेल्या इम्पालालाच्या मालकीनंतर डिऑनने त्याचं रूपांतर – क्रूगर पार्कला भेट देणाऱ्या, प्राण्यांची छबी केवळ कॅमेऱ्यात बंदिस्त करण्यात रस असलेल्या प्रवाशांच्या वाढत्या संख्येसाठी – विश्रामगृहात करण्याचं ठरवलं. पुढचे काही आठवडे मग राहण्यासाठी शंकूच्या आकाराची शाकारलेली छपरं असलेल्या गोलाकार झोपड्या बांधण्यात, कपडे धुण्याची, जेवणाची, बार्बेक्यूची व्यवस्था करण्यात आणि एक छोटंसं गरजेच्या वस्तू विकणारं दुकान काढण्यात डिऑन गढून गेला.

इम्पालालातल्या स्वयंपाकघरातून मार्टा, उत्साहाने फसफसणाऱ्या डिऑनला शांतपणे निरखत राहिली. स्वयंपाकघर अगदीच छोटंसं आणि कोंदट होतं. तिथली शेगडी तर इतकी जुनी होती, की ती एखाद्या म्युझियममध्येच शोभून दिसली असती. डिऑन नेहमीच तिला एक आधुनिक सुखसोयींनी युक्त स्वयंपाकघर असलेलं चांगलं घर देण्याचा वायदा करीत असे, पण ते प्रत्यक्षात आणण्यासाठी त्याने कधीच काही धडपड केली नव्हती. स्वयंपाकघराबाबत मार्टाची फारशी तक्रार नव्हती. कारण एकंदरीत तिला स्वयंपाकाची नावडच होती आणि घरातली नोकराणी सेलिनाच ती आघाडी सांभाळत असे; पण सुबक विटांच्या भिंती असलेलं घर तिला आवडलं असतं. या घराच्या पत्र्याच्या भिंती थंडीत आक्रसत. मकरवृत्ताच्या अगदी जवळ असलेल्या त्या ठिकाणच्या दिवस आणि रात्रीच्या तपमानातला तो प्रचंड फरक पाहून जणू त्या अविश्वासाने कुरकुरत. त्या आवाजाने आधीच सावध असलेली मार्टाची झोप अधिकच अस्वस्थ होत असे.

आताही डिऑनने जेव्हा वन्यजीवन विश्रामगृहातल्या पाहुण्यांसाठी एक खुलं चित्रपटगृह बांधण्याचा विषय काढला, तेव्हा मार्टाच्या भुवया उंचावल्या. कारण कुठलाही प्रकल्प तडीला नेण्याच्या डिऑनच्या क्षमतेबद्दल ती साशंक होती. तेही कारणाशिवाय नव्हतं. मोडकळीला आलेल्या एका आउटहाऊसमध्ये पडलेले चाळण्या आणि वर्गवारी करण्याच्या भांड्यांचे ढीग म्हणजे, तिच्या नवऱ्याच्या एकेकाळच्या मातीतून सोनं काढण्याच्या वेडाचे साक्षीदार होते. त्या काळात त्याने 'यात्रेकरूंच्या विश्रांतीस्थानी' आठवडेच्या आठवडे नदीच्या पात्रातला गाळ चाळण्यात घालवले होते. काही हाताला लागलं नाही तेव्हा मग तो नाद त्याने सोडला होता. त्यानंतर त्याच्या असं डोक्यात आलं की खारवलेलं मांस विकून त्याला बऱ्यापैकी कमाई होऊ शकते. मग त्याने मांस वाळवण्यासाठी भली मोठी खोकी बनवली. काही इम्पाला हरणांची कत्तल केली. मार्टाच्या मते त्याने बनवलेलं खारवलेलं मांस चांगलं रुचकर होतं; पण त्या भागातला प्रत्येकच शेतकरी ते बनवत असे त्यामुळे त्या मालाला गिऱ्हाईकच नव्हतं. मग एकदा त्याने मधमाश्या पाळायचा उद्योग करून पाहिला. आणि आता जवळच्या टेकडीवरच्या काटेरी झुडपांवरून लटकणारी रिकामी पोळी एखाद्या ओसाड गावासारखी दिसत होती. न कमावलेल्या कातड्याचे जोडे हाताने शिवण्याचाही प्रयत्न केला त्याने एकदा.

मार्टाने सुस्कारा टाकला. घराच्या मागच्या बाजूला डिऑनने मॅनीसाठी बनवायला घेतलेल्या पोहण्याच्या तलावासाठी खड्डा तसाच होता; पण मार्टाने आता काही बोलायचं नाही असं ठरवलं होतं. त्या नेहमीच्या वादविवादांना ती आता कंटाळली होती. कदाचित या प्रयोगातून काहीतरी निष्पन्न होईल अशी तिला अंधुकशी आशाही वाटत होती, कारण शुद्धीवर असेल तर डिऑन एक फार चांगला हॉटेल

व्यवस्थापक आहे हे तिला ठाऊक होतं.

ते गर्द रान बघून कोबा अगदी आश्चर्यचकित झाली. रुंद पानांचे, भल्या मोठ्या फांद्यांच्या पसाऱ्याचे वृक्ष, काहींच्या लांब मऊ फांद्या वाकून जमिनीला टेकलेल्या, काहींची पिवळ्याधमक रंगाची खोडं, तर धगधगत्या लाल फुलांनी सजलेलं एक. आपल्या राखाडी खोडांवर भीतिदायक गाठी गाठी वागवणारी अनेक. तिथलं गवत खूप उंच होतं, पाखरं अमाप होती आणि हवेला एक ओला वास होता. इथे अन्न जमिनीखाली दडलेलं नव्हतं, तर तुमच्या नजरेसमोर झाडांवरून लटकत होतं. ती इथे कायमची राहणार नव्हती ही फारच शरमेची गोष्ट होती.

तिला ज्या टेकडीवर नेण्यात येत होतं, ती म्हणजे बाकी साऱ्या सपाट भूपृष्ठावरचा एकुलता एक उंचवटा होता. तिचं नाव पासोप्कॉप, म्हणजे 'सावधान टेकडी' असं आहे, हे तिला नंतर समजणार होतं आणि हेही, की समुद्रापलीकडून आलेल्या गोऱ्यांना ती टेकडी कशाची तरी आठवण करून द्यायची. किल्ल्यांची! त्या टेकडीची शिखरं किल्ल्याच्या बुरुजांसारखी दिसतात, असं ते म्हणत. काही काळानंतर तिला हेही समजणार होतं की तिथल्या स्थानिक त्सोंगा लोकांचा पासोप्कॉप हे नाव ऐकताच भीतीने थरकाप उडे. ते शपथेवर सांगत की त्या टेकडीचं एक राक्षसी तोंड होतं. आकाशाच्या दिशेला पसरलेले सुळे असलेलं आणि ती टेकडी माणसं खात असे.

पहिल्या दृष्टिक्षेपात कोबाला ती टेकडी अंड्यासारखी वाटली. गुळगुळीत अभंग नव्हे, तर फुटलेलं, करवतीसारखं दातेरी अंडं. जणू एखाद्या चोचीने ते फोडून आतल्या जिवावर ताव मारला होता. तिथे कुणी जिवंत राहणं शक्यच नव्हतं. ती तर नक्कीच नाही. संधी मिळताच तिथून पळून जाण्याचा तिने निर्धार केला.

तिच्या बाजूने मार्टा मोठ्या कष्टाने ती अवघड चढण चढत होती. ''धर,'' धापा टाकत आपला हात त्या संपूर्ण रानाच्या दिशेने हलवत ती म्हणाली. ती सगळी जमीन हत्तीही लपेल एवढ्या उंचीच्या, उन्हाने पिवळट सोनेरी झालेल्या गवताने आच्छादली होती. मधूनच वर आलेली काटेरी झाडं सूर्याच्या उन्हापासून बचावासाठी उघडलेल्या गडद छत्र्यांसारखी दिसत होती.

''आता तू हे समजून घ्यायला हवंस की मी तुला इथे ठेवणार आहे, ते तुझ्याच भल्यासाठी. खाली आमच्या घरात तुझं केव्हाही स्वागतच आहे; पण तुला तुझ्या माणसांच्यात पोहोचवेपर्यंतच्या काळात तू तुझा रानात जगण्याचा हुन्नर विसरायला नकोयस.'' ती म्हणाली.

''मा! तू उगाचच बोलण्याचे कष्ट घेऊ नकोस. तिला तू बोललेलं काही एक

समजत नाहीये.'' आपल्या माच्या चेहऱ्यावरच्या दमणुकीने काळजीत पडलेला मॅनी बोलला. ''तू इथेच थांब मा, मी तिला पुढे घेऊन जातो.''

मार्टाने कृतज्ञतेने मान डोलावली. पोटातल्या गर्भाच्या ओझ्याने तिच्या कमरेच्या स्नायूंवर भलताच ताण पडत होता. तिने मॅनीच्या हातात एक पलिता आणि काडेपेटी दिली आणि त्याच्या मागोमाग जावं अशी त्या मुलीला खूण केली.

कोबाने तोंड वेडंवाकडं केलं. तिला तो गोरा मुलगा मुळीच आवडला नव्हता. त्याच्याकडे पाठ फिरवून ती आसपासचा तो अपरिचित परिसर निरखत मनाशी काही खूणगाठ बांधत राहिली. तो मुलगा तिच्याभोवती घुटमळत होता. आपले डोळे फिरवत काहीतरी विनोदी हावभाव करत होता. तो आपले डोळे एखाद्या बेडकासारखे बटबटीत करू शकत होता. कोबाला हसू आलं. खाणाखुणांच्या भाषेत तो तिला समजावत होता की टेकडीवर तिच्यासाठी झोपण्याची जागा होती. तिथे अन्नही असेल का? तिला खूप भूक लागली होती.

वर चढताना तिला खाण्याजोग्या बऱ्याच वनस्पती दिसल्या; पण प्रथम झोपण्यासाठी सुरक्षित जागा शोधणं जरुरीचं होतं, कारण तिथे तिला चित्त्यांच्या पावलांचा माग दिसला होता.

टेकडीच्या माथ्यावर पोहोचायला त्यांना जरुरीपेक्षा जास्तच वेळ लागला. कारण कोबा एकसारखी रस्ता सोडून आडबाजूला जात होती. झाडाझुडपांचं निरीक्षण करायला, आपला अंगठा आणि तर्जनीच्या मध्ये झाडांची पानं चुरगळून त्याचा वास किंवा चव घ्यायला. हरणांच्या लीदीचे वाळलेले तुकडे तिने उचलले. दलदलीत उमटलेल्या ठशांचं निरीक्षण केलं आणि सूर्याच्या उष्णतेने तापलेल्या खडकावरून पळत जाणाऱ्या सरड्याच्या मागे पाय भाजत असतानाही धावली. त्या प्रखर उन्हाने मॅनीला चक्कर यायला लागली.

शेवटी एकदाचे ते शिखरावर पोहोचले. ज्या अनेक खडकाळ कपारींमुळे टेकडीचं ते शिखर करवतीसारखं दातेरी दिसत होतं, त्यापैकी एका कपारीत तिने उतरावं असं मॅनीने कोबाला सुचवलं. कोबा नाखुषीनेच आत उतरली पण आत उतरताच ती गर्द झाडानेच भरलेली एखाद्या उथळ वाडग्यासारखी जागा पाहून ती आश्चर्यचकित झाली. तिथे अनेक प्रकारची आणि आकाराची झुडपं होती आणि खडकांच्या मधून वाट काढलेलं एक वेडंवाकडं अंजिराचं झाड. त्याच्यावर फळंसुद्धा होती. ती धावत त्या झाडापाशी गेली आणि तिने एक सुरकुतलेला अंजीर तोडला. तिच्या हातावर त्याचा पांढरा चीक ओघळला. त्याची चव कडसर होती, पण जेव्हा तिने आपले दात त्या फळात रुतवले, तेव्हा त्याचा गाभा विलक्षण मधुर असल्याचं तिला जाणवलं. तिला न आवडण्याइतका मधुर! तिने हातातला अंजीर खाली

फेकला आणि ती इतस्ततः पाहू लागली. या जागेवरून मातुल टेकड्या कुठल्या दिशेला होत्या? जिथून दूरवरचं दिसू शकेल अशा एका खडकाच्या सुळक्यावर ती चढली.

"अगं ए मुली," मॅनी अधीरपणे ओरडला. "आधी गुहेत चल बघू."

कोबाने आवाजाच्या दिशेने मान वळवली. बेडकासारखे डोळे असलेला तो मुलगा कुठेच दिसत नव्हता. तिने डोळे चोळले. आत्ता तर तो तिच्या पाठीमागे होता, एवढ्यात कुठे नाहीसा झाला? भारल्यासारखी ती, तो अगोदर जिथे उभा होता त्या झुडपांच्या रांगेपाशी गेली. याउ! त्या खडकाळ जमिनीत एक भुयार होतं.

भुयारात डोकावून पाहणाऱ्या तिला मॅनीने आतून पाहिलं. तिच्या वाकलेल्या शरीराने सूर्याचा काही भाग झाकला गेला होता. "आत ये. माझ्या आईला तुला जे दाखवायचंय ते इथे आत आहे."

कोबाने एखाद्या मांजरीसारखी भुयारात अलगद उडी मारली. मॅनीने हातातल्या विजेरीचा झोत त्या भुयारात फिरवला आणि मग दूरच्या भिंतीवर स्थिर केला. भिंतीवरचं ते चित्र पाहून कोबाने काढलेला आश्चर्याचा चीत्कार आणि तिने आनंदाने वाजवलेल्या टाळ्या त्याने ऐकल्या. दुसऱ्या क्षणाला ती त्याच्या बाजूला होती. जीभ आणि दातांनी काही अगम्य आवाज काढत; त्या काड्याकाड्यांच्या प्राणी आणि माणसांच्या चित्रांवरून असोशीने हात फिरवत. तिने त्याच्या हातातून विजेरी खेचून घेतल्याचं त्याला फारसं आवडलं नाही; पण तिच्या चेहऱ्यावरून ओघळणारे अश्रू जेव्हा त्याने पाहिलं, तेव्हा मग त्याने ती परत घेण्याचा प्रयत्न केला नाही. चित्रातल्या त्या माणसांचे कान हरणांसारखे आणि हातपाय खुरांसारखे का होते ते तिला ठाऊक होतं का? त्याच्या मनात आलं. आणि त्यांच्या नाकातून वाहणाऱ्या शेंबडाचा आणि त्यांच्या शिस्नाच्या टोकातून खुपसलेल्या काड्यांचा अर्थ काय होता?

आपल्या खिशातून काडेपेटी बाहेर काढून मॅनीने त्यातली एक काडी पेटवली. जेणेकरून त्याला त्या मुलीला नीट निखरता आलं असतं. त्याची आई सांगायची की खडकांवर कोरलेली ती चित्रं म्हणजे झुडपात राहणाऱ्या रानटी लोकांची कला होती. त्या चित्रांच्या पुढ्यात ती मुलगी आता गुडघ्यावर रांगत होती. तिच्या चेहऱ्यावरची उत्तेजना आणि विणकामाच्या सुयांचा एकमेकांवर आपटून यावा तसा तिच्या जीभ आणि दातांचा चाललेला किलकिलाट पाहून ते खरंच असावं असं मॅनीला वाटलं; पण ती आपल्याशी बोलत नसून त्या चित्रांशी बोलतेय अशी एक विचित्र भावनाही त्याला झाली. वेडपटच होती ती. आपल्या गळ्याला स्पर्श करून मग ती त्या चित्रांवर फुंकर घालत होती. त्याने आणखी एक काडी पेटवली आणि मग आणखी तीन. जेणेकरून त्याला तिच्या हालचाली अगदी स्वच्छ दिसू शकत

होत्या. माला नक्कीच अगदी तपशीलवार अहवाल हवा असणार.

अखेर ती मुलगी त्या चित्रासमोर बसली.

"ठीक आहे. आता मला जायला हवं. मा वाट पाहत असेल." तिच्या हातातून विजेरी काढून घेत मॅनी म्हणाला, "मा ने हे तुझ्याजवळ ठेवायला सांगितलंय." त्याने हातातली काडेपेटी भुयाराच्या जमिनीवर टाकली. "विजेरी म्हणजे फारच आधुनिक उपकरण असं काहीतरी तिला वाटलं," तो म्हणाला.

तो निघून गेल्यानंतर कोबाने आपलं कपाळ त्या भित्तीचित्रावर टेकवलं. तिच्या अपेक्षेप्रमाणे त्याचा स्पर्श खडकासारखा कठीण वा खडबडीत नव्हता, तर नरम आणि हलका होता. तिच्या आजीच्या गालावरच्या त्वचेसारखा. झुमा इथेच कुठेतरी होती. आता ती इथून ज़ाऊ शकत नव्हती.

१

ही जागा भलतीच धोकादायक होती. दुसऱ्या दिवशी सकाळी शिखराच्या कडेवर राहून सूर्याच्या उन्हात स्वत:ला शेकवताना कोबा स्वत:शीच विचार करत होती. जमिनीला झाकून टाकणाऱ्या सिंहाच्या आयाळीच्या रंगाच्या त्या गवतात कुणालाही धोक्याची चाहूल लागली असती.

इथून पळून न जाण्यात तिचं काही चुकत होतं का? तिच्या मनात आलं तसं तर ती आज रात्रीही निघू शकत होती. सिंहाचा धोका पत्करून व्याधाच्या चांदणीच्या दिशेने तिला घरी पोहोचायला किती वेळ लागला असता? आगगाडीच्या त्या प्रवासाने तिचं दिशेचं आणि काळाचं भानच हरवलं होतं. प्रवास करत असताना तिने दिशेचा माग आणि होऊन गेलेल्या सूर्योदयांचा हिशेब ठेवायचा खूप प्रयत्न केला. पण ती गुदमरवून टाकणारी हवा, सतत हलणारी बैठक आणि गाडीच्या चाकांचा एका लयीतला आवाज, यामुळे ती बराचसा वेळ झोपेच्या ग्लानीतच होती.

आता तिने डोळे बारीक करून नजर पोहोचेल तिथपर्यंत गवताने झाकलेल्या त्या क्षितिजापलीकडे पाहण्याचा प्रयत्न केला. मातुल टेकड्यांसारखं दिसणारं काहीच दृष्टिपथात नव्हतं. ती कितीही चालली असती तरी, समजा वाटेत तहानभुकेने तिचा जीव गेला नसता, तरीही त्या टेकड्यांच्या जवळ पोहोचेपर्यंत झुमा जिवंत असेल याची काय शाश्वती?

तिला कळून चुकलं होतं की झुमा जिवंत नव्हती. ती जिवंत असती तर काल त्या खडकावरच्या चित्रात तिला तिचं अस्तित्व जाणवलं नसतं. आपल्या आजीच्या आत्म्यानं काहीतरी संदेश पाठवेपर्यंत तिला वाट पाहायला हवी.

मधल्या काळात तिला जिवंत राहायचं असेल तर खायला हवं. बिबट्या

वाघिणीसारख्या त्या गोऱ्या स्त्रीने दिलेलं पांढऱ्या रंगाचं चपट अन्न सारं संपून गेलं होतं.

टेकडीच्या खाली तिला शंकूच्या आकाराची शाकारलेली छपरं असलेल्या गोलाकार झोपड्यांचा एक पुंजका दिसत होता. त्यांपैकी काहींच्या बाहेर, अन्न शिजवण्यासाठी विस्तव पेटलेला दिसत होती आणि बांबूच्या कुंपणाच्या आत काळ्या आकृतींची ये-जा चालू होता. त्या कुंपणाला आणि टेकडीला जोडणारी त्या रानामधून जाणारी एखादी मळलेली पायवाट कोबाला दिसली नाही, तेव्हा तिने असा अंदाज केला की इथले स्थानिक लोक ती जागा वर्ज्य मानत असावेत. ते तिलाही आपल्यात सामावून घेणार नाहीत का? आगगाडीच्या प्रवासातल्या काळ्या सहप्रवाशांची तिच्याबरोबरची असहिष्णुतेची वागणूक पाहता, इथल्या लोकांचीही तशीच प्रतिक्रिया असणार याची तिला खात्री वाटली.

त्या झोपड्यांमधून काही अंतरावरच्या गोऱ्या माणसाच्या घराकडे जाणारा एक राखाडी रस्ता तिला दिसला. टेकडीच्या माथ्यावरून तो, एखाद्या सिंहाच्या पिवळ्या कातडीवरच्या, लांबलचक व्रणासारखा दिसत होता. त्या रस्त्याच्याही वाटेला न फिरकलेलंच बरं! आपल्या आजीच्या आत्म्याकडून येणाऱ्या संदेशाची वाट पाहत असताना तिला तिचा मार्ग स्वत:लाच शोधायला हवा.

हळूहळू कोबाने आपलं नवीन घर लावायला सुरुवात केली. भुयाराच्या जमिनीवरची एक सपाट जागा, आपल्या गवताच्या झाडूने झाडून, त्यावर पडलेली वटवाघळांची शीट दूरच्या कोपऱ्यात लोटून, साफसूफ करून घेतली. त्या जागेवर आपल्या आईचा कातडी अंगरखा तिने अंथरुणासारखा पसरला. अन्नासाठी वाडग्यासारखा उपयोग करायला म्हणून अंथरुणाशेजारी कासवाच्या दोन पाठी आणून ठेवल्या. त्या दोन पाठी म्हणजे तिच्या दृष्टीने मोठीच अभिमानाची गोष्ट होती. दोन जिवंत कासवांना मारून त्यांच्या पाठीचं कवच वेगळं करणं काही सोपी गोष्ट नव्हती. त्यांच्यातल्या मोठ्या कासवाला तर तिला बुडवून ठार करावं लागलं होतं. कारण त्याच्या पायावरची चिवट कातडी तिच्या काठीच्या भाल्याला दाद देत नव्हती. एकदा ते मेल्यानंतर त्या पाठीच्या कवचाला जराही धक्का लागू न देता त्याचं शरीर आतून बाहेर काढणं ही दुसरी मोठी लढाई होती. दुसऱ्या छोट्या कासवाला तर तिने तिच्या शेकोटीत भाजून काढलं होतं. ते त्यातूनही पळून जायचा प्रयत्न करत होतं. शेवटी तिने त्याला चक्क निखारे आणि गरम राखेच्या ढिगात पुरलं. लवकरच ते छानपैकी खरपूस भाजलं गेलं होतं.

पाण्याचाच जरासा प्रश्न होता. पाऊस पडून गेला की ती टेकडीवरच्या खडकांमधल्या खड्ड्यात साठलेलं पाणी गोळा करत असे पण कोरड्या दिवसांत नदी हा एकच पाण्याचा ठाव होता आणि नदीपर्यंत पोहोचायला खूप चालावं लागत असे.

एके दिवशी सकाळी तिच्या गुहेच्या दारात कोबाच्या दृष्टीने अतिशय मौल्यवान आणि उपयोगी अशा दोन चिजा अगदी रहस्यमयरित्या येऊन दाखल झाल्या होत्या. त्यातली एक होती– एक जुनीपुराणी पत्र्याची बादली. जिच्यामुळे तिला पाण्यासाठी नदीपर्यंत घालाव्या लागणाऱ्या खेपांची संख्या खूपच कमी झाली होती आणि दुसरी म्हणजे– एक छोटा घडीचा चाकू. त्याच्या उघडमीट करू शकणाऱ्या पात्यावर आणि कठीण कवचाची फळं फोडणं अगदी सोपं करून टाकणाऱ्या वळलेल्या टोकदार आकड्यावर कोबा बेहद्द खूष होती. आपल्या वडिलांनी ही आयुधं पाहायला हवी होती असं तिला वाटायचं.

चाकूच्या पात्याला आपल्या कटिवस्त्रावर घासून धार काढताना ती त्या भेटींविषयी विचार करत होती. ती भेट परतफेडीच्या अपेक्षेने नक्कीच दिलेली नव्हती, कारण मग देणाऱ्याने स्वत:चं नावगाव उघड केलं असतं. जेणेकरून तिला मग त्या उपकाराच्या बदल्यात काही देणं शक्य झालं असतं. म्हणजे मग ही भेट कुठल्याही प्रकारच्या अपेक्षेशिवाय होती. नक्कीच ती कुणातरी खूप श्रीमंत माणसाकडून आलेली असणार एखाद्या गोऱ्या माणसाकडून? पण कुठल्या?

त्या बिबट्या वाघिणीसारख्या दिसणाऱ्या स्त्रीने नक्कीच नसणार. तिची जेव्हा जेव्हा रानात तिच्याशी गाठ पडे तेव्हा ती फक्त काही तरी बोलत असे. विचित्र अपरिचित शब्द. ती कोबाला उद्देशून त्यांची इतक्यांदा पुनरावृत्ती करे की ते आता तिच्या स्वप्नातही येऊ लागले होते. मग तो बेडकासारख्या डोळ्यांचा मुलगा? पण तो तर तिला टाळत असे. तिला तिथे घेऊन आल्याच्या दिवसानंतर त्यांचा अजिबात संपर्क नव्हता; पण तो दुरून तिला निरखत असे याची तिला जाणीव होती. जरी आपल्याला कुणी पाहत नाही असं त्याला वाटत असलं तरीही. हे गोरे लोक म्हणजे जंगलातून चालताना इतका आवाज करतात, वाळलेल्या पानांवर पडणाऱ्या पावसाच्या थेंबासारखा, म्हणजे मग उरला तो फक्त पाय ओढत चालणारा अजिबात आवाज न करणारा तो तरसासारखा गोरा! तोच तिचा उपकारकर्ता असू शकतो; पण तो जर इथे वर आला असेल, तर त्याने वाळूवर पाय न ठेवण्याची खबरदारी घेतलेली दिसत होती. कारण शोधूनही तिला त्याच्या पावलांचा माग कुठेच आढळला नव्हता.

कोबाचे दिवस अगदी भरगच्च होते. इथल्या नवीन झाडाझुडपांची, पशुपक्ष्यांची आणि कीटकांची तिला माहिती करून घ्यायची होती. एखाद्या उपजत निसर्ग निरीक्षकाप्रमाणे ती त्यांची दिनचर्या, त्यांचे राहण्याचे ठाव यांचा अभ्यास करी. नदीच्या आसमंतातले प्राणी तिला खूपच नवलाईचे वाटत. उत्तरेकडच्या ओकाव्हांगो प्रदेशापर्यंत प्रवास केलेल्या तिच्या जमातीतल्या लोकांकडून तिने सुसरींविषयी ऐकलं होतं; पण त्यांना प्रत्यक्ष पाहिलं नव्हतं. फक्त डोळे आणि नाकपुड्या

पाण्यावर दिसणाऱ्या, लाकडी ओंडक्यांसारख्या पाण्यात तरंगत राहणाऱ्या सुसरींनी पाण्यातून बाहेर यावं म्हणून आता ती तासन्‌तास पाण्याच्या काठावर वाट पाहत राही. आखूड फताड्या पायांमुळे जमिनीवरची त्यांची हालचाल फारशी वेगवान वा सफाईदार नसे; पण विद्युत्‌वेगाने उघडमीट होणारे त्यांचे जबडे पाहून त्या सिंहापेक्षाही अधिक धोकादायक असल्याची तिची खात्री पटे. लठ्ठ अवाढव्य शरीरं आणि त्यामानाने अगदीच लहानसे कान असलेले पाणघोडे पाहून तिची करमणूक होई. त्याचं मांस अगदी चवदार असावं अशी तिची समजून होती; पण त्यांच्या त्या अजस्र जबड्यापलीकडे जाऊन त्यांची शिकार करणं अगदीच अशक्यप्राय होतं. त्यापेक्षा छोटी छोटी त्सोंगा जमातीची मुलं त्या गढूळ पाण्यातून पकडत ते फडफडणारं चंदेरी अन्न मिळवणं खूपच सोपं होतं; पण त्यासाठी तिला त्यांच्यापाशी असलेल्या आयुधांची गरज होती.

एक दिवस पहाटे धाडस करून त्सोंगा लोक राहत त्या वस्तीच्या कुंपणापाशी पोहोचली. त्यांचा कचऱ्याचा ढीग तिच्या दृष्टीने मोठा खजिनाच होता. त्यात तिला मासे पकडायच्या जाळ्याचे तुकडे आणि गळ सापडला. तिला जाळं विणण्याची कला शिकायला तेवढं पुरेसं होतं. आता तीसुद्धा नदीच्या पाण्यातून ते चमकदार अन्न खेचून घेऊ शकत होती. शेकोटीला टाकून अगदी काळं पडेपर्यंत भाजलं की त्या खमंग वासामुळे तिच्या तोंडाला अगदी पाणी सुटले.

त्सोंगा लोकांच्या दृष्टीस न पडण्याची कोबा कायम खबरदारी घेई. तिला काळ्याकभिन्न लोकांची, त्यांच्या भसाड्या आवाजाची आणि त्यांच्या जादूटोणा करणाऱ्या शक्तिमान मांत्रिकांची खूप भीती वाटत असे.

कोबाच्या जू होनासी जमातीच्या शेकोट्यांभोवती पुन्हापुन्हा चवीने चघळली जाणारी एक आख्यायिका होती. एका काळ्या वैदू मांत्रिकाने फसवलेल्या कोबाच्या वडिलांच्या चुलत चुलत्याची! त्या वैदूला दिलेल्या नागाच्या कातड्याची रास्त किंमत त्याने अदा करावी अशी कोबाच्या त्या चुलतआजाने त्याच्याकडे मागणी केली होती. वैदूने किंमत द्यायचं नाकारलं. शेवटी प्रकरण त्या वैदूच्या जमातीच्या मुखियापर्यंत गेलं. नाइलाजाने त्या मांत्रिकाने पैसे चुकते केले पण त्याने त्या नाण्यांवर शापाचा मंत्र टाकला होता. ती नाणी हातात घेतल्या क्षणापासून त्या आजाच्या हातांची आग आग होऊ लागली. जळजळीत वेदनांनी त्याचा हात शेवट लुळा पडला आणि जरी त्याचा तो आजार दूर व्हावा म्हणून किती एक संमोहन नृत्यं केली गेली, तरी हळूहळू ते विष त्याच्या संपूर्ण शरीरात भिनलं आणि शेवटी तो मरण पावला. अशा त्या भयंकर त्सोंगांच्या जवळपासही तिला फिरकायचं नव्हतं. ती आपली टेकडीच्या माथ्यावरच सुखरूप बरी होती.

कोबासाठी रात्री मात्र लांबच लांब असायच्या. गुहेच्या भिंतीवर पडणाऱ्या

शेकोटीच्या ज्वालांच्या लांब भीतिदायक सावल्या ती निरखत राहायची. कुठलंच संरक्षण नसलेल्या तिच्या उघड्या पाठीवर भीतीचा काटा यायचा. मांजराच्या पावलांनी दबकत येणाऱ्या अरिष्टांची चाहूल लागणार नाही, या भीतीने ती स्वस्थ झोपूही शकत नसे.

एखाद्या अगदीच भीतिदायक रात्री मग ती नायसाच्या त्या कातडी अंगरख्याखाली दडून आपल्या आईचा गंध हुंगत राही. ती रडत मात्र नसे. अश्रू गाळण्याचे दिवस आता संपले होते.

मला जगायला हवं, जगायलाच हवं, ती स्वतःला बजावे.

एके रात्री स्वप्नात तिला तिच्या शरीराला एका हाडं असलेल्या पाठीचा स्पर्श जाणवला. स्वप्नातली कोबा गुहेच्या बाहेर झेपावली आणि टेकडीवरून खाली धावत सुटली. 'आगगाडीच्या रुळांचा तो मार्ग सापडेपर्यंत मला धावायला हवं आणि मग त्याच्या बाजूबाजूने मातुल टेकड्यांपर्यंत जायला हवं.'

'त्यापेक्षा तलावात सांडलेला अश्रू शोधणं सोपं.' स्वप्नाच्या सीमारेषेपलीकडची भानावर असलेली कोबा म्हणाली; पण स्वप्नातल्या कोबाने तिच्याकडे दुर्लक्ष केलं. आणि चंद्रप्रकाशात न्हालेल्या वाळूवरून उडत उडत ती त्या निषिद्ध पाण्याच्या ठावापाशी पोहोचली. वर टेकडीच्या कपारीत तिला एक नीट रचून ठेवलेला हाडांचा ढीग दिसला. त्यातला, एखाद्या अतिवृद्ध स्त्रीच्या बाक आलेल्या कण्यासारखा पाठीचा कणा अगदी शाबूत होता.

कोबा विव्हळली. तिच्या दुःखभरल्या चीत्कारांनी भयभीत होऊन आजूबाजूला दबा धरून बसलेले चित्तेही पळाले आणि आपल्या झोपड्यांमध्ये आपापल्या आयांच्या कुशीत निजलेली त्सोंगा मुलं जागी झाली. त्यांची खात्री पटली की सैतानी आत्म्याच्या त्यांनी ऐकलेल्या गोष्टी खऱ्याच होत्या. 'पासोप्कॉपवर तो त्या पिवळीच्या सोबत राहतो ममा! बाप रे तो आला!'

वर आपल्या गुहेत आता पूर्ण जाग्या झालेल्या कोबाची खात्री पटली होती की तिची आजी जिवंत नव्हती; पण झुमा अस्तित्वात होतीच. तिच्या पाठीच्या धनुकलीच्या कुशीत पहुडल्याइतक्या स्पष्टपणे कोबाला तिचं अस्तित्व जाणवत होतं. मृत्यूने तिची आजी तिला परत मिळवून दिली होती. ती आनंदाने उठून बसली.

"माझ्या लाडक्या आजीच्या आत्म्या, मी तुला प्रणाम करते." आता कमी एकाकी वाटणाऱ्या काळोखाला उद्देशून ती म्हणाली.

१०

"कोबा! कोबा!!" मॅनीने आपल्या आईला हाकारताना ऐकलं. तिने मनाशी योजलेल्या एका चित्रासाठी फुलांचे झुपके गोळा करायला तो तिला मदत करत होता तेव्हा त्यांना काही अंतरावर ती दिसली.

"कोबा म्हणजे काय?" त्याने विचारलं.

"तिचं नाव," मार्टा म्हणाली. "म्हणजे ते तिचं नाव असावं असं मला वाटतं. मी जेव्हा तिला मी मार्टा आहे असं सांगते, तेव्हा दरवेळेस ती आपल्या छातीवर हात ठेवून कोबा असं म्हणते." आपल्या हातातली परडी झुलवत ती पुढे निघाली. "माटा, ती मला माटा म्हणते. तिला 'र' चा उच्चार करता येत नाही. का ते देव जाणे. तो उच्चार तिच्या त्या क्लिष्ट किचकिचाटापेक्षा नक्कीच सोपा आहे."

आपल्या आईला गाठायला धावत जात मॅनी म्हणाला, "ती आणखी काही बोलली का?" मार्टा थबकली आणि त्याच्याकडे तोंड करून खिन्नपणे म्हणाली. "होय, तिला घरी जायचंय. आपल्याला घरी जायचंय असं तिने अनेक वेळा दर्शवलंय."

मॅनीने सुटकेचा एक मोठा निश्वास टाकला. "मग ती तिच्या घरी कधी जाणार?"

"आपल्यापाशी पुरेसे पैसे साठले की."

"मला तर वाटलं की आपल्याला पैसे मिळालेत एटिएनकाकाकडून."

"त्याने पांच्या नावावर त्याचं हे शेत ठेवलंय. रोख पैसा नाही. या जागेवर प्रवासी पाहुण्यांसाठी राहण्या-जेवण्याच्या सोयी उभ्या करण्यासाठी पाला बँकेकडून कर्ज घ्यावं लागतंय. त्याचा हा प्रयोग त्याने जरी पूर्ण केला, तरी बँकेचं कर्ज फेडून आपल्या हातात काही शिल्लक उरायला कित्येक वर्षं जातील." तिने सुस्कारा

सोडला. ''अजून तरी आपल्या परिस्थितीत काही फारसा फरक पडलाय असं मला वाटत नाही.''

कोबा त्यांच्यापाशी पोहोचली. वर निळे ठिपके असलेल्या राखाडी रंगाच्या पिसांच्या स्कार्फसारखं दिसणारं काहीतरी तिने खांद्यावर टाकलं होतं. ती पुरेशी जवळ येताच त्यांना दिसलं, की मेलेल्या तितर पक्ष्यांची एक जोडी तिने खांद्यावर लटकवली होती.

''तुझी रात्रीच्या जेवणाची सोय झालेली दिसतेय. शाब्बास कोबा!'' मार्टा म्हणाली. कोबा नुसतीच तिच्याकडे गंभीरपणे पाहत राहिली. ''अं... मी हे गोळा करत होते. बघ.'' आपल्या परडीतली फुलं तिने कोबाला दाखवली. ''या लाल फुलाचं नाव आहे, बार्बिटॉन डेझी. हा रानटी पेअरच्या फळाचा मोहर तू पूर्वी पाहिला असशीलच!''

कोबाने मान हलवली. मार्टाच्या एकंदर आविर्भावावरून तिला जाणवलं की बिबट्या वाघिणीसारखी दिसणारी ती स्त्री आज तशी निवांत वाटत होती. पाठीतल्या वेदनेमुळे तिच्या भुवयांच्या मध्ये उमटणारी बाणासारखी आठी आज दिसत नव्हती. तिच्याबरोबरचा संवाद वाढवायची ही चांगली संधी होती. तिच्या परडीत शोभावी अशी एखादी गोष्ट शोधण्यासाठी कोबाने आजूबाजूला नजर फिरवली. एका काटेरी झाडाची एक छोटीशी फांदी तोडून तिने त्या फांदीवर लटकणाऱ्या पिवळ्या आणि गुलाबी तुऱ्यांकडे मार्टाचं लक्ष वेधलं.

तिच्याकडे प्रेमाने पाहत मार्टा म्हणाली, ''होय, होय. हे सिक़लचं झाड आहे. डायक्रोस्टाचिस सायनेरिया. त्याच्या दोन रंगांमुळे त्याला डायक्रोस्टाचिस म्हणतात.'' आपल्या मुलाच्या चेहऱ्यावरची नाराजी जाणवूनही तिने त्याकडे दुर्लक्ष केलं. ती त्याला नंतर समजावेल. ''त्सोंगा जमातीचे लोक या झाडाला मुखियाच्या टोपीचे गोंडे म्हणतात.''

''मुटी,'' कोबा म्हणाली आणि तिने आपल्या हाताने फूत्कार टाकणाऱ्या नागाची खूण केली.

''होय! सर्पदंशावर औषध! मला माहीत आहे.'' मग आपल्या मुलाला उद्देशून मार्टा म्हणाली,

''तिला झाडपाल्याची तऱ्हेतऱ्हेची औषधं माहिती आहेत आणि मला वाटतं ती तुला तितर पक्षी पकडायलाही शिकवू शकेल.''

'तर! माझं अडलंय खेटर असल्या फडतूस मुलीकडून शिकायला–' मॅनी मनातल्या मनात म्हणाला. त्याला राग आल्याचं मार्टाला कळलं! ''अगं आई गं! हे माझे पाय! नुसते ठणकतायत. मला बसायला हवं. आपण नदीकाठची एखादी छानशी जागा शोधू या का?''

त्यांना फार चालावं लागलं नाही. महोगनीच्या झाडांच्या त्या राईत बिबटे दडले नसल्याची मार्टाने एकदा खात्री करून घेतल्यावर मग ते त्या सावलीत विसावले. मॅनी त्याला सापडलेल्या एका जाडसर तपकिरी शेंगेशी दुर्मुखलेल्या चेहऱ्याने चाळा करत राहिला. त्याने ती शेंग फोडली. आत वेगवेगळ्या कप्प्यांत काळा ठिपका असलेल्या लालचुटुक बिया होत्या.

आपल्या पायाच्या अंगठ्याने त्याला अलगद ढोसत त्याची आई त्याला म्हणाली, "तिलाही दाखव."

त्याने काहीशा अनिच्छेने एक बी कोबाच्या हाता दिली. मार्टाने त्याला पुन्हा ढोसलं. "शकुनाची बी," तो पुटपुटला.

आपल्या पिवळसर रंगाच्या तळव्यात कोबाने ती बी उलटसुलट केली. ती खूपच सुरेख होती. गळ्यातल्या माळेत अगदी शोभून दिसली असती. रागाने धुमसणाऱ्या त्या मुलाकडे दुर्लक्ष करून कोबा मग स्वत:च तसल्या शेंगा गोळ करू लागली.

एकमेकांची दखल न घेण्याच्या त्यांच्या पवित्र्याकडे मार्टाने दुर्लक्ष केलं. तिला ठाऊक होतं की काही काळ उलटला की त्यांच्यात दोस्ती होईल. जमिनीतून हिरवे कोंब वर येत होते. नदीच्या काठावर नारिंगी रंगाच्या वेली पसरल्या होत्या आणि तिच्या मुलाच्या गालांवर लाली चमकत होती. शिकारीच्या दुर्दैवी मोहिमेनंतर पहिल्यांदाच तो इतका सतेज आणि निरोगी दिसत होता. कोबाचीही तीच कथा होती. चमकदार त्वचा, नितळ डोळे आणि लोकरीसारख्या कुरळ्या केसांच्या टोपल्यात कुठेच विरळ कप्पे नाहीत. तिचा आहार सकस असावा. नशीबच म्हणायचं, कारण डिऑन तिच्या निर्णयाच्या योग्यतेबद्दल सतत साशंक असल्याने, कोबाला आपल्याबरोबर घरात टेबलावर जेवू घालण्याचा मोह आवरण तिलाही कठीण जात होतं.

ते स्वैपाकघरातल्या टेबलाभोवती बसले होते. वातावरण अजूनही तंगच होतं. सेलिना, त्यांची नोकराणी आवराआवर करत होती. ती म्हणाली की शेतावरचे त्सोंगा जमातीचे कामगार त्या पिवळ्या मुलीच्या तिथे असल्याबद्दल फारसे खूष नव्हते. पण मार्टा काहीच बोलली नाही.

"खरंच आहे." डिऑन म्हणाला, "आजच्या काळात कातड्याची वस्त्रं लेवून अन्नासाठी शिकार करणारं रानटी मूल, ही कल्पना अगदीच कशीशी वाटते. तिला इथे घेऊन येण्यात तुझा काय उद्देश होता? नाही, म्हणजे इथे येणाऱ्या प्रवाशांसाठी एक चांगलं आकर्षण ठरू शकेल."

मार्टा रागाने हिरवी-पिवळी झाली. "तुला खरंच वाटतं, मी असं काही होऊ देईन म्हणून? त्या लहान मुलीच्या पुढच्या आयुष्याच्या दृष्टीने जे योग्य आहे तेच

करायचा मी प्रयत्न करतेय. आपल्या कुटुंबानं तिच्यावर किती अन्याय केलाय हे तू विसरलास का?'' तिने डिऑनकडे पाहिलं. तिचे हिरवे डोळे उपसलेल्या तलवारीच्या मुठीवरच्या पाचूंसारखे चमकत होते. आपला प्रचंड देह आवरत शक्य तेवढ्या लगबगीने सेलिना तिथून सटकली. डिऑन अगदी गरीब चेहरा करून, मान खाली घालून टेबलाकडे पहात राहिला. मार्टाने आपला राग आवरायचा प्रयत्न केला. फार संतापणं कदाचित तिच्या पोटातल्या बाळाच्या हिताचं नसेल. ''आपण तिला तिच्या घरी परत पाठवेपर्यंत आपल्या खोसियात जमतीची जगण्याची पद्धत तिने विसरता कामा नये, याची आपण काळजी घेणंच कोबाच्या दृष्टीने योग्य आहे.''

डिऑनने खुर्ची मागे ढकलली. ''तिला घरी पोहोचवायचं? आणि त्यासाठी लागणारं रेल्वेभाडं कुठून भरणार आहोत आपण? आपल्याजवळची पै न् पै या इमारतीच्या बांधकामात खर्च होतेय... आपल्याजवळ असलेली आणि नसलेली सुद्धा!''

आपल्या आवाजावर काबू ठेवण्याच्या प्रयत्नात ओठ घट्ट आवळून घेत मार्टा म्हणाली. ''पण कधीतरी तरी...''

''कधी तरी. पण तोपर्यंत ती सक्सेसवरच्या ट्वीसारखी एक पाळीव आणि गरीब बिचारी रानटी टोळीवाली होईल.'' डिऑन उठून उभा राहिला. ''मार्टा, हे सत्य तुला स्वीकारायला हवं. तिलाही डोक्यावर काळा संभाल बांधून इथे काम करणाऱ्या त्सोंगांच्या बरोबर राहायला सांगू दे. निदान इथे कामाला तरी काही हातभार लागेल.''

टेबलापलीकडून त्याच्याकडे रोखून पाहात मार्टा म्हणाली, ''नाही. ती नोकर नाहीये. तिला बाळगायला आपल्या दमडीचाही खर्च येणार नाही. ती पूर्णपणे स्वतःच्या पायावर उभी राहील की नाही बघच तू. ती आणि तिच्या जमातीचे लोक इथल्यापेक्षा अन्नपाण्याचं कितीतरी दुर्भिक्ष्य असलेल्या जमिनीवर स्वतःचा निर्वाह करत आलेत. कित्येक शतकं. तीही रुळेल. शेवटी ती एक आदिवासी निसर्गकन्या आहे.''

''ती एक लहान मुलगी आहे.'' डिऑन म्हणाला.

हे ऐकल्यावर मार्टाचा निश्चय काहीसा डळमळला, पण त्या मुलीच्या भल्यासाठी तिला ठाम राहायलाच हवं होतं. ''तू तिची जबाबदारी माझ्यावर सोपव. एकदा का बाळाचा जन्म होऊन मी या गर्भारपणातून मोकळी झाले, की मी तिच्यासाठी व्यवस्थित योजना करेन.''

त्या दिवशी दुपारी तिने बसून साउथ आफ्रिकेतल्या रानटी फुलांवर पुस्तकं प्रसिद्ध करणाऱ्या एका प्रकाशकाला, तिला कायम स्वरूपाचं काम मिळू शकेल का

याची चाचपणी करणारं पत्र लिहिलं. आपली काही रेखाचित्रं नमुन्यादाखल जोडली. तिला जर काम मिळालं असतं तर त्याचा मोबदला कोबाच्या परतीच्या प्रवासाच्या भाड्याच्या कामी आला असता. तिला ठाऊक होतं की एकदा सगळं स्थिरस्थावर झालं की डिऑननेही तिला मदत केली असती. तो नुसताच भुंकायचा, चावायचा नाही, पण ते भुंकणं इतकं असह्य होई की त्यापेक्षा चावणंही परवडलं. पण आता तो त्याच्या प्रवाशांसाठीच्या विश्रांतीगृहाच्या कामाच्या व्यापात व्यस्त झाल्यावर त्याचं भुंकणंही काही प्रमाणात सुसह्य झालं होतं, हे तिला मान्य करावंच लागलं असतं.

नदीकाठावर बसल्या बसल्या मार्टाला वाटलं, त्या प्रकाशकाला पुन्हा एकदा लिहायला हवं. तिने आपले नमुने त्याला पाठवल्याला आता दोन आठवडे होऊन गेले होते. ते पोस्टात गहाळ तर झाले नसतील? होय, बाळाच्या जन्माअगोदर एकदा ते पहायलाच हवं.

आपल्या खिशातून दोन संत्री बाहेर काढून तिने ती सोलली आणि दोन्ही मुलांना दिली.

कोबाने तिच्या संत्र्याचा वास घेतला. याउ! काय गोड वास! त्याच्या फोडी काढण्याच्या भानगडीत न पडता तिने सरळ त्या संपूर्ण गोळ्यात आपले दात रुतावले. याउ! याउ! याउ! हे तर रानटी संत्र्यासारखं होतं, पण कितीतरी चांगलं! रसाळ, आंबट आणि दळदारही! दोन्ही हातांनी ते फळ आपल्या तोंडात घालताना त्याच्या रसाचे ओघळ तिच्या हनवटीवरून आणि वर उचललेल्या हातांच्या कोपरांवरून वाहू लागले. तिचे गाल फुगले. एवढा मोठा घास एकदम चावण्याच्या आणि गिळण्याच्या प्रयत्नात तिच्या डोळ्यांतून पाणी वहायला लागलं.

मॅनी हसू लागला.

"मॅनफ्रेड–" मार्टाने त्याला दटावलं आणि ती कोबाला मायेने म्हणाली, "आाखी एक संत्र घे,"

रागाने घुसफुसत कोबाने दुसरं संत्र सोललं. तो बेडूकडोळ्या मुलगा तिलां हसला? त्याची हिंमत कशी झाली? त्याच्याकडे सगळं काही होतं, अगदी भरपूर आणि त्याची माणसंसुद्धा! काळजीपूर्वक नेम धरत तिने आपला अंगठा आणि तर्जनीच्या मध्ये एक फोड दाबून पिळली. तिला वाटलं होतं अगदी तसंच झालं. गोऱ्यांचं संत्र रानटी संत्र्यापेक्षा परिणामकारक होतं. त्याच्या रसाची चिळकांडी बरोबर त्याच्या बेडूकडोळ्यांत उडाली. तो विव्हळत डोळे चोळू लागला. 'छान झालं, आता तर ते आणखीच झोंबेल.' कोबा मनाशी म्हणाली.

"कोबा, तू ते मुद्दामून केलंस," मार्टा रागाने म्हणाली. तोंडातला अजून न चावलेला संत्र्याचा गर दाखवत कोबा हसली.

मॅनी प्रत्युत्तरदाखल पुढे वाकला आणि आपल्या दोन्ही हातांनी त्या खोडसाळ आदिवासी मुलीला धक्का देऊन तिला ढकलून गेला.

पण आपल्या वस्तीवरच्या इतर मुली आणि मुलांबरोबर मारामारी करण्यात चांगलीच वाकबगार असलेल्या कोबाने त्याचे दोन्ही हात पकडून मागे पिरगळले. मॅनीचा तोल जाऊन तो धडपडला.

''थांबवा! तुम्ही दोघंही आधी ही मारामारी थांबवा,'' पण रागाने फुत्कारणारी कोबा आणि दातओठ खाणारा मॅनी दोघंही एकमेकांना भिडले होते. मारामारी चालूच राहिली. शेवटी दोघंही नदीकाठच्या चिखलात गडबडा लोळत पाण्याच्या एका डबक्यात धापकन जाऊन आदळले.

''सुसरी!'' त्यांच्या मागोमाग धडपडत जात मार्टा किंचाळली. पण तिला जाणवलं, ते डबकं एवढं उथळ होतं की सुसरीसारखा मोठा प्राणी त्यात दडून रहाणं शक्यच नव्हतं. ती त्यांना रागवत असताना दोन्ही मुलं ओशाळलेपणे पहात राहिली आणि मग हळूच डोळ्याच्या कोपऱ्यातून एकमेकांकडे पाहून हसली.

मार्टाला हे जाणवल्याखेरीज राहिलं नाही की, एकमेकांचे हात धरून उभ्या असलेल्या त्या दोघा मुलांच्या रंगातला फरक, चिखलाच्या लेपामुळे नाहीसा झाला होता.

मार्टा विव्हळली एक जबरदस्त वेदना ...

तिच्या प्रसूतीच्या नियोजित वेळेला अजून काही आठवड्यांचा अवकाश होता. पुढ्यातल्या कोऱ्या कागदाशी चाळा करत तिने आपला रेखाटनाचा उद्योग पुढे चालूच ठेवायचं ठरवलं. नमुन्यासाठी गोळा केलेली फुलं आता कोमेजून जायला लागली होती. पण तिच्या हातांवर सूज होती. बोटात पेन्सिल किंवा रंगवायचा कुंचला नीट धरता येत नव्हता. तिच्या पोटात प्रचंड भूक लागल्यासारखा खड्डा पडला होता, पण अन्नाच्या नुसत्या विचारानेही तिला कसंसंच होत होतं. तिला ससत वांतीची भावना होत होती. ती उठून उभी राहिली. अवघडलेली पाठ सरळ व्हावी म्हणून ती ओणवी झाली आणि पुन्हा खाली बसली, पण कशानेच आराम वाटत नव्हता.

'पिलावळ जन्माला घालायला योग्य जागा शोधणाऱ्या पोटुशा कुत्रीसारखं वाटतंय मला.' तिच्या मनात आलं. 'दिवस मोजण्यात काही चूक तर झाली नसेल ना?'

मग अचानक तिला तिच्या मांड्यांमध्ये ओलावा जाणवला. 'पाणमोटली फुटली की काय?' एक टॉवेल आपल्या झग्याच्या आत घालून तिने टिपलं. त्यावर लालसर रंगाचा डाग आला. वेळ आली वाटतं. तिला अचानक उत्साहित वाटू लागलं आता लवकरच तिला 'ती' भेटेल. ती तीच असणार याची तिला खात्री होती.

कित्येक तासांच्या, असह्य, अगणित वेदनांनंतर अंगाखाली अंथरलेल्या चादरीवर काळपट हिरव्या रंगाचे डाग पाहून मार्टा भयभीत झाली. तिच्या वेणांमध्ये अजूनही दहा मिनिटांचं अंतर होतं. बाळाचा जीव धोक्यात होता.

कशीबशी खोलीच्या दारापर्यंत येऊन तिने व्हरांड्यात गोट्या खेळणाऱ्या मॅनीला हाक मारली. 'लवकर जाऊन तुझ्या पाना घेऊन ये बाळा!'

एक आठवड्यानंतर कोबाने मॅनीला, त्या नव्याने खणलेल्या चिमुकल्या कबरीपाशी उभा असलेला पाहिला. सोसाट्याच्या वाऱ्यात थरथरणाऱ्या एखाद्या रोपट्यासारखा तो कापत होता. म्हणजे बिबट्या वाघिणीचं बाळ! कोबाच्या मनात आलं ती हलकेच तिथून दूर झाली. मॅनी उभा होता ती जागा वाईट होती. कबरीवरून वाहत येणाऱ्या मृतात्म्याच्या वाऱ्याने तो नक्कीच आजारी पडेल. कदाचित तो आजारी झालाच होता, कारण तो पहिल्यापेक्षा अधिक बारीक दिसत होता आणि त्याच्या डोळ्यांत भीती होती.

पण ती बिबट्या वाघिणीसारखी दिसणारी स्त्री कुठे होती? गेल्या काही दिवसांत कोबाने तिला पाहिलं नव्हतं. तरसासारखा फेंगडत चालणारा तिचा नवराही हल्ली झोपड्या उभारणाऱ्या कामगारांवर देखरेख करत असताना, शीळ घालायचा बंद झाला होता. कोबाला भीती वाटू लागली की तिची 'मार्टा' आजारी असेल. आणि काही दिवसांनी जर आणखी एक मोठी कबर उभी राहिली, तर तिला तिच्या माणसांच्यात परत कोण पोचवेल?

ती बोरीच्या झाडावर चढली. तिथून तिला ती छोटी दफनभूमी नीट दिसत होती. त्या मुलाला निरखताना तिला जाणवलं की बरेच दिवसात सूर्यप्रकाशात बाहेर न पडल्यासारखा त्याचा रंग आणखीच फिकटला होता. तो आपल्या आजारी आईची शुश्रूषा करत होता का? कोबाला अपराधी वाटू लागलं. मार्टाचं बाळंतपण अवघड जाणार हे तिला आधीच कळलं होतं. आपल्या मनातली भीती तिने झुमाजवळ बोलूनही दाखवली होती. पण तिच्या आजीने तिला सांगितलं होतं की या बाबतीत ती काहीच करू शकत नव्हती. ते बाळ या जगात येण्याएवढं सशक्त नव्हतंच मुळी!

त्या मुलाचा दुःखी चेहरा पाहून कोबाने मनाशी खूणगाठ बांधली, की गोरी माणसं फार एकाकी असावीत. एक तर ते एवढ्या लहान लहान जमावात राहतात आणि त्यातही जो तो आपल्याच दुनियेत असतो. तिने पाहिलेल्या गोऱ्या मुलांना एकच आई-वडील होते. जू होनासींच्या मुलांना अख्खी जमात असायची. स्त्रिया आणि मुलं जेव्हा अन्न गोळा करायला जायची, तेव्हा लहानगी कोबा आपल्या

एखाद्या मावशीच्या किंवा ताईच्या पाठीवरच्या झोळीत तितकीच खूष आणि निवांत असायची, जेवढी स्वतःच्या आईच्या! ती कधी थकलेली असेल किंवा तिला काही दुखलंखुपलं असेल किंवा नुसतंच उदास वाटत असेल, तर शांतवनासाठी ती आपल्या जमातीतल्या कुठल्याही मोठ्या माणसाचा किंवा आपल्याहून मोठ्या असलेल्या मुलाचा आधार घेऊ शकत होती. अगदी ती उचलून घेण्याएवढी लहान राहिली नव्हती तेव्हाही. आणि आजी कायमच जवळ असल्यामुळे तिला नायसाची, आपल्या आईची जवळजवळ गरजच भासत नसे.

अंगावर हिरवे ठिपके असलेल्या पारव्याची शीळ माळावर घुमली. दुःखभरल्या स्वरांचा समूह असल्यासारखी ती शीळ म्हणजे देवाघरी गेलेल्या लहान मुलांसाठीचं रुदन असल्याचं आजी तिला सांगायची ते तिला आठवलं. शीळ कानावर आल्यावर तिने आपल्या भटकणाऱ्या मनाला खडसावून जागेवर आणलं. ह्या गोऱ्या माणसांमुळेच तिचे आई-वडील तिला दुरावले होते आणि त्या गोऱ्यापेक्षाही ती एकाकी झाली होती. त्याच्याविषयी तिला सहानुभूती वाटण्याचं काही कारणच नव्हतं.

घाईघाईने झाडावरून उतरताना तिला थोडसं खरचटलं. माळरान ओलांडून जात असताना तिला ती पारव्याची शीळ पुन्हा ऐकू आली. या खेपेला तिला नक्की वाटलं की तो पारवा म्हणत होता– तिचे आईवडील मेले तो काही त्या बेडूकडोळ्या मुलाचा दोष नव्हता.

कोबाने खांदे उडवले. तिला तो अजूनही आवडत नव्हता. पण त्याच्यावर लक्ष ठेवल्याने काही बिघडत नव्हतं.

ते फारसं कठीण नव्हतं. दुसऱ्या दिवशी सकाळी ती अन्न गोळा करायच्या मोहिमेवर निघाली तेव्हा मॅनी तिच्या मागेमागे होता. त्याला आपल्या बरोबरीने येऊ देण्यासाठी ती एका खडकाजवळ वाकून तो चाटत रेंगाळली. त्याची सावली तिच्यावर पडली.

"हे तू काय करतेयस?" त्याने विचारलं.

त्याने काय विचारलं ते तिला कळलं. तिने मार्टाच्या शब्दात उत्तर द्यायचा प्रयत्न केला, "चव घेतेय," राखाडी खडकावरच्या पांढरट रंगाच्या थराकडे बोट दाखवत ती म्हणाली.

"ते काय आहे?"

आपल्या नखाने खरवडून तिने त्याला ते मीठ देऊ केलं. त्याने जिभेच्या टोकाने ते जरासं चाटलं आणि तोंड वेडंवाकडं करत थुंकून टाकलं. कोबा हसू लागली. मॅनीने रागाने कपाळाला आठ्या घातल्या.

"तुला ते खडकावरून चाटून खायची गरज नाही. इथून जवळच मिठाच्या

खाणी आहेत. त्सोंगा लोक कित्येक वर्षांपासून त्यातून मीठ काढतात.'' तो म्हणाला. तो जे काही बोलला त्यातलं कोबाला थोडंसं समजलं. ''हे बघ,'' त्याने पुन्हा प्रयत्न केला. ''तुला हे आवडतं का?'' त्या पांढऱ्या थराकडे बोट दाखवत त्याने विचारलं. कोबाने जोरजोरात मान हलवली. ''मी जर तुला मीठ आणून दिलं तर तू मला मध देशील का?''

कोबाला मध शब्दाचा अर्थ कळला. इम्पालालावर मध मिळवणं कलहारी वाळवंटासारखं कठीण नव्हतं. तिथे लुटली न गेलेली पोळी फारच तुरळक असायची. इथे अनेकदा मधाचा माग दाखवणारा पक्षी तिच्या समोर झाडाच्या फांदीवर येऊन बसायचा आणि त्याचा विशिष्ट आवाज काढायचा. तिचं लक्ष जाईपर्यंत तो पंख फडफडवत नाचत राहायचा आणि मग अगदी खालून उडत तिला मधाच्या पोळ्याचा माग दाखवायचा. कधकधी त्या पाखराला खूष करण्यासाठी फक्त ती धूर करून त्या पोळ्यातून मधमाशींना पिटाळून लावत असे. तो एक खटाटोपच असायचा. पण सकाळी लवकर, थंडीमुळे मधमाशा जेव्हा फारशा हालचाल करत नसत, तेव्हा तो थोडासा सोपा व्हायचा. अर्थात तरीही थोडेफार डंख सहन करावे लागायचेच.

तिला स्वत:ला मध फारसा आवडत नसला तरी तिच्या वडिलांना तो फार आवडत असे. त्यांची आठवण काढून ती कधीकधी पोळ्याचा एखादा तुकडा तोंडात घालून चोखायची. पोळं साफ करण्यातली तिची कुशलता पाहून तामीला नक्कीच तिचा अभिमान वाटला असता. आणि पोळ्याचा माग दाखवणाऱ्या कोशांतल्या अळ्या हे त्याचं आवडतं अन्न होतं. पोळ्याचे तुकडे ती नेहमीच त्या पक्ष्यांकडे भिरकावत असे.

तामीने एकदा तिला डाबे नावाच्या लोभी म्हाताऱ्याची गोष्ट सांगितली होती. पोळ्याचं मेण एकदा त्याने स्वत:च खाऊन टाकलं आणि पक्ष्यांसाठी फक्त मध ठेवला. घरी परतताना डाबेचा पाय एका फुरशावर पडला आणि मग आयुष्यात त्याला परत कधी मध मिळवण्यासाठी झाडावर चढता आलं नाही.

मॅनीच्या प्रस्तावाचा कोबाने मान वाकडी करून गंभीरपणे विचार केला. भरपूर मीठ मिळवण्यासाठी मधमाशांचे थोडेसे डंख सहन करायला काहीच हरकत नव्हती.

काही दिवसांनंतर तिने त्याला एक मोठा कटोरा भरून मध दिला. मॅनीने आपली दोन बोटं त्यात बुडवली आणि मग त्याच बोटांवरून ठिबकणारा मध डोळे मिटून अगदी बोटं स्वच्छ होईपर्यंत चाटून खाणं कोबा पाहत होती. त्याने पटकन डोळे उघडले आणि कटोरा तिच्या पुढे करून म्हणाला, ''तुला हवाय का थोडा?''

तिने मान हलवली.

लवकरच त्या मुलांमधली देवाणघेवाण मीठ आणि मधापुरती सीमित राहिली नाही. आपल्या शेतावरच्या घरातून मॅनी जे काही लंपास करू शकत असे असं सगळं! एखादा ब्लँकेटच्या मोबदल्यात सुसरीची अंडी, ज्यात वळवळणारी छोटी छोटी पिल्लं असायची, आगपेटीच्या मोबदल्यात सापाची कात, जस्ताचा भांड्याच्या बदल्यात कोबाच्या शेकोटीजवळ एक संध्याकाळ घालवायची मुभा. ते एकमेकांना अशा वस्तू देत-घेत, की ज्याची देणाऱ्याला फारशी किंमत नव्हती, पण घेणाऱ्याच्या दृष्टीने त्या अनमोल असत.

''मा हॉस्पिटलमधून परत आलीय, पण ती तिच्या खोलीबाहेर एवढ्याच पडणार नाही. तू तिला भेटायला येशील का? तिला त्यामुळे आनंद होई असं पांना वाटतं.''

मॅनी जे काही बोलला त्याचं सार कोबाला कळलं. ती विनंती करताना त्याला होणारे कष्ट पाहून तिची चांगलीच करमणूक झाली. तिची नजर चुकवत, आपल्या बोटांनी, राखाडी रंगाच्या आपल्या शर्टाच्या कॉलरशी चाळा करत तो बोलत होता. तिला ठाऊक होतं, त्याची आई तिला जो वेळ देत असे, ते त्याला अजिबात आवडत नसे. अनेकदा ती त्या गोऱ्या बाईशी बोलत असताना तो तिच्या आणि मार्टाच्या मध्ये, त्या मधाचा माग दाखवणाऱ्या पक्ष्यासारखा, मार्टाचं लक्ष वेधून घेण्याचा प्रयत्न करत असे. आणि आता तो स्वत:च तिने मार्टाला भेटावं म्हणून तिची विनवणी करत होता.

''तू जर आलीस तर मी तुला कलिंगड देईन लाल लाल!'' कोबाने तोंड वाकडं केलं. तिने ते खाल्लं होतं. फारच गोड!

''मला माहीत आहे.'' मॅनीचा चेहरा उजळला, ''मी तुला अव्हाकाडोचं फळ देईन, आमच्या घराच्या मागच्या अंगणात त्याचं एक झाड आहे. मी एक छान पिकलेलं अव्हाकाडो देईन तुला. ते अगदी चविष्ट असतं आणि खारटही. तुला नक्की आवडेल. पण तुला घरी यायला हवं.''

शेतावरच्या घराच्या दरवाज्याच्या उंबरठ्यावर कोबा जराशी घुटमळली. गोऱ्या लोकांच्या घरात जाणं सुरक्षित होतं का? ते घर एखाद्या गुहेसारखं अंधारलेलं होतं. त्यात कुबट वासही येत होता. काहीसा उग्र आणि मेणचटलेला वास, पण खऱ्या मधमाशांचा नव्हे. गुडघे आणि हात टेकून जमीन पुसणारी आणि तिच्याकडे नेहमी रागाने पाहणारी ती प्रचंड आकाराची काळी बाई! तो भयानक वास तिच्याजवळच्या भांड्यातल्या त्या चिकट पदार्थाचाच असावा बहुधा. ते अव्हाकाडो होतं का? तसं

असेल तर ती ते मुळीच खाणार नव्हती.

''चल आत,'' त्या गुदमरणाऱ्या वातावरणात बेडूकडोळ्याचा आवाज घुमला. त्या काळ्या दांडग्या बाईकडे न पाहता कोबाने आत पाऊल टाकलं.

फरशी पुसायच काम थांबवून आपल्या मोठ्या कट्ट्यांवर फतकल मारून बसत सेलिना त्या रानटी मुलीकडे पाहू लागली. कदाचित वस्तीवरच्या झोपड्यांत लोक कुजबुजायचे तितकी ती मुलगी भयंकर नसावी. तिचा नवरा गिडिऑन खाणीतून परतल्यावर काय म्हणाला असता देवाला ठाऊक. त्याच्यापाशी मासारावांच्या आख्यायिकांचा मोठाच साठा होता. त्यांचे विषारी बाण त्सोंगांचे जीव घ्यायचे. जुन्या काळातल्या अशा जमातीतल्या त्या मुलीला आपल्या घरात बोलावणाऱ्या त्या गोऱ्या लोकांना मूर्ख म्हणायचं नाही तर काय! जोरजोरात मान हलवत तिने आपलं काम परत सुरू केलं.

झोपण्याच्या खोलीच्या दारातून डिऑन बाहेर आला. ''ठीक आहे. घाबरायचं काही कारण नाही.'' असं म्हणून तो कोबाचा हात धरून तिला मार्टाच्या खोलीत घेऊन गेला.

मार्टाची अवस्था पाहून कोबाला धक्काच बसला. मधमाश्यांचा संबंध पोळ्याने हल्ला केला असावा तशागत सुजून हुप्प झालेला चेहरा आणि मान. तिने आपल्या छातीशी एक छोटंसं गुलाबी झबलं घट्ट पकडून ठेवलं होतं.

ती इतकी पांढरी पडलीय, तिच्या चेहऱ्यावरचे वांगसुद्धा फिकट झालेयत. कोबाच्या मनात आणि तिच्या केसांची चमकही पार नाहीशी झालीय. ही ती पूर्वीची सतेज बिबटी वाघीण नाहीच.

कोबाला पाहूनही न ओळखल्यासारखी मार्टा तिच्याकडे पाहत राहिली. तेवढ्यात संधी साधून कोबाने खोलीत नजर टाकली. शटरमधून आत येणाऱ्या सूर्यप्रकाशाने चितारलेली, झेब्र्याच्या अंगावरच्या काळ्यापांढऱ्या पट्ट्यांसारखी नक्षी, खूप वर, अगदी आभाळाएवढ्या उंचीवर असणारं छत, खुरांवर पंजे कोरलेला चार पायांचा झोपण्याचा पलंग. त्याचे पंजे नक्कीच रात्री तिच्या स्वप्नात आले असते. खोलीत एक गोडुस आणि दुःखी व आजारी वास भरून राहिला होता. डिऑनने दरवाजा बंद केल्यावर त्याच्या पावलांच्या आवाजाने लाकडी जमीन जोरात करकरली. त्या आवाजाने कोबा शहारली.

पाळीव प्राण्याच्या कातड्याने मढवलेल्या एका खुर्चीकडे निर्देश करून तो म्हणाला 'आरामात बस' आणि मग खोलीतून निघून गेला.

मार्टाच्या कुशीवर वळण्याने झालेला पलंगाचा आवाज कोबाने ऐकला.

''तुला ठाऊक आहे? तो मला दोष देतो. म्हणजे तसं स्पष्ट बोलत नसला तरी त्याच्या नजरेतून मला ते जाणवतं.'' कोपर टेकून ती धडपडत उठून बसली आणि

आपल्या रूक्ष झालेल्या केसांच्या गुंत्यातून रोखून तिच्याकडे पहात म्हणाली, "अपराधीपणाची जाणीव मला त्याने करून द्यायची मुळीच गरज नाहीये. ती जाणीव माझी मलाच आतून सतत पोखरतेय." एवढं बोलून ती परत आडवी झाली आणि भकासपणे छत निरखून लागली.

आपण काय करायला हवं ते कोबाला कळेना. मार्टाच्या बोलण्यातलं बरचसं तिला कळलंच नव्हतं. ती इतक्या भराभर आणि विचित्र बोलत होती की दुष्ट आत्म्यांनी तिच्या जिभेवर ताबा मिळवला असल्याची कोबाची खात्रीच पटली. तिला बरं करण्याचं एखादा संमोहन नृत्य असणारच. एखाद्या तरबेज वैदूनं ते संमोहन करून हिचं दुःख पळवून लावायला हवं.

"मी खूप निष्काळजी राहिले." पांघरुणाखाली तिने पायांची अस्वस्थ चाळवाचाळव केली. "पण अर्थात, मी काही निष्णात सुईण नाही. शिवाय एवढं काही घडत होतं... एटिएनचा तो अपघात–" ती पुन्हा उठून बसली. तिच्या चेहऱ्यावर चक्क अस्पष्टसं हसू उमटलं. "तू सापडलीस, तुला इथे स्थिरस्थावर करण्याचा खटाटोप, या सगळ्यात डोकेदुखी, पायावरची सूज अशा चिल्लर गोष्टींकडे लक्ष द्यायला वेळ तरी कुठे होता? डॉक्टरही म्हणाले, ती माझी चूक नव्हती म्हणून. ती जगणार नव्हतीच. पण असं असलं तरीही आपल्या मनाची टोचणी काही कमी होत नाही." मार्टा पुन्हा हलकेच आडवी झाली. मच्छरदाणी आणि खिडकीच्या मध्ये अडकलेल्या एका कीटकाच्या पंखांच्या फडफडाटाव्यतिरिक्त तिथे संपूर्ण शांतता होती. काही वेळाने मार्टा रडू लागली.

कोबा जमिनीवर सावरून बसली. दुःख तिच्या ओळखीचं होतं. तिच्या दुःखात आपणही सहभागी व्हायला हवं हे तिला कळत होतं. तिनेही मग मार्टाकडे न पहाता तिच्या हुंदक्यांमध्ये आपलाही स्वर मिसळून हेल काढायला सुरुवात केली. त्या दुःखी स्त्रीला आपल्या दुःखाचं ओझं वहायला मदत करायची ती वेळ होती. तिच्याकडे पाहाण्याची नव्हे.

असाच काही वेळ गेला. स्वतःशीच झुलत, आळोखेपिळोखे देत कोबाने आपलं रडणं भारल्यासारखं सुरू ठेवलं; त्याची गती वा स्वर जराही कमी-जास्त न होऊ देता. शेवटी मार्टा शांत झाली.

थोड्या वेळाने ती उठून बसली. आपल्या चेहऱ्यावरचे केस मागे सारून स्वच्छ नजरेने तिने कोबाकडे पाहिलं. "इन्ग्रिड, माझी मुलगी जगली असती तर डिऑनला आणि मला खूप आधार झाला असता. आता काय होईल कुणास ठाऊक." मग एक लांबलचक सुस्कारा टाकून ती म्हणाली, "मला हे मूल इतकं हवं होतं, मी विणायला सुद्धा शिकले."

ते गुलाबी झबलं हातात उचलून खोटं खोटं हसत ती म्हणाली, "घरगुती

कामांच्या बाबतीत मी अगदी मठ्ठ आहे. स्वयंपाकपाणी सेलिना करते. शिवण-टिपण...'' तिने खांदे उडवले आणि खिन्नपणे हसत ती म्हणाली, ''तुझा कातडी अंगरखा शिवायला मला किती कठीण गेलं, तू पाहिलंच आहेस. या सगळ्या गोष्टी शिकवायला मला आईच नव्हती. पण ती मुलगी आहे हे मला माहीत होतं, म्हणून मी गुलाबी लोकर आणली आणि एक नमुना.'' ते हातात उंच धरून ती म्हणाली, ''नवशिक्या माणसासाठी मोठंच धाडसाचं काम आहे, हा नमुना! पण मला जमेलसं वाटलं. सेलिनाने मला अगदी प्राथमिक गोष्टी शिकवल्या. एक उलट टाका एक सुलट, पण ही वीण तिच्याही समजुतीपलीकडे होती.

''मला त्या लोकरीच्या दुकानातल्या बाईकडेच जायला हवं होतं. पण तिची मदत घ्यायला मला संकोच वाटला. ती अगदी पक्की जुन्या वळणाची बाई आहे. मला विणता येत नाही हे कबूल करणं मला कमीपणाचं वाटलं. इथल्या सगळ्या बायकांना ते येतं. त्या सगळ्या आपल्या नवऱ्यांचे शर्ट शिवताता आणि चर्चमधल्या मेळ्यासाठी केक बनवतात.''

कोबाने बैठक बदलली. मार्टाच्या डोक्यामागच्या फुलांची नक्षी असलेल्या भिंतीरून तिची नजर फिरली.

''मला माफ कर.'' आपल्या फिकटलेल्या तोंडावर पटकन बोट ठेवत मार्टा म्हणाली. जिला तिचं बोलणं फारसं समजतही नाहीये, अशा व्यक्तीशी ती खूप काही बोलत राहिली होती.

अर्थात तिने डिऑनशी हे सारं बोलण्याचा विचार केला, पण ते शक्य झालं नव्हतं. त्याच्या सगळ्या प्रेमळ देखरेखीनंतरही – तिच्या पाठीखाली दिलेला उशांचा आधार, तिला चमच्या चमच्याने भरवलेलं सूप, तिच्या ड्रेसिंगटेबलावरची ताजी फुलं आणि हे सारं त्याच्या काळजाचे तुकडे तुकडे होत असताना! त्याच्याही तितक्याच तीव्र दुःखावर फुंकर घालण्याची उमेदच तिच्यात उरली नव्हती. तिचे ओठ थरथरू लागले. तिला जाणवलं की स्वतःच्या दुबळेपणाच्या अनुकंपेनं आता तिला रडूच कोसळणार आहे.

कोबा उठून पलंगापाशी आली आणि ते झबलं हातात घेऊन गंभीरपणे म्हणाली, ''छान,''

मार्टाला डोळे मिचकावले. शब्द? तिच्या आफ्रिकन भाषेतला? एक आवंढा गिळून तिने आपलं नाक शिंकरलं आणि डोळे टिपले. यांत्रिकपणे ती आपल्या विस्कटलेल्या केसांची वेणी चाळवू लागली. कोबा जर तिची भाषा समजू शकत असेल तर ती तिला कितीतरी गोष्टी शिकवू शकत होती.

कोबा तिच्याकडे विस्फारित नजरेने पहात होती. भीत भीत हात पुढे करून तिने मार्टाच्या वेणीला स्पर्श केला. मार्टाने ती तिच्यापुढे केली. कोबाने त्याच्या मुलायम

गोंड्यावर बोटं फिरवली. तिच्या अपेक्षेपेक्षाही ते खूप मुलायम होते. गवतासारखे राठ अजिबात नव्हते. पूर्वीच्या सोनेरी लडींमध्ये तिला आता मधे मधे चंदेरी बटाही दिसल्या. हातातली वेणी खाली टाकून ती मागे सरकली आणि मार्टाकडे पाहून उदास हसली.

ती घराबाहेर पडत असताना मॅनीने तिच्या हातात, एक आव्हाकाडोचं फळ आणि मिठाची पुडी खुपसली.

त्या दिवसांनतर कोबा वरचेवर त्या घरात जाऊन मार्टासोबत बसू लागली. मार्टा बोलत असताना ती खोलीत इकडेतिकडे फिरत असे. वस्तू न्याहाळत. धीर चेपला तशी ती त्यांना हलकेच स्पर्शही करू लागली. तिला जिच्यावर लोळावंसं वाटायचं अशी मऊमऊ गादी. ज्यांचा मुलायम स्पर्श तिला आवडायचा अशा चादरी, कासवाच्या पाठीचा बनवलेला मार्टाचा केस विंचरायचा ब्रश पाहून तिला खूप गंमत वाटायची. पण सगळ्यात मजेशीर होता तो ड्रेसिंगटेबलावरचा आरसा, कोबा तासन्तास त्यात स्वत:चा चेहरा निरखत राहायची, वेडेवाकडे हावभाव करत. उजव्या आणि डाव्या बाजूच्या जोड्या आरशांमध्ये स्वत: वेगवेगळ्या कोनांतून न्याहाळत.

पाठमोऱ्या कोबाशी बोलत राहायलाही हरकत नव्हती. जिला आपण बोललेलं समजत नाही आणि समजून घेण्यात फारसा रसही नाही, अशा व्यक्तीशी बोलण्यात एक वेगळीच सुरक्षितपणाची भावना वाटे. त्यामुळे मार्टा बिनघोर झाली. आपल्या मनातले सारे परस्परविरोधी तर्कदुष्ट आणि वाईटसाइट विचारही कोबाला ऐकवून, तिला एक वेगळाच सुटकेचा अनुभव येऊ लागला. हळूहळू ते वेडं दु:ख मागे पडलं. स्वत:च्या दु:खाच्या कोशातून ती बाहेर आली आणि कोबाला समजतील असे माळावरच्या हवेसंबंधी, प्राण्यांसंबंधी, अन्नाच्या उपलब्धतेसंबंधी प्रश्न तिला विचारू लागली. एक अडखळता संवाद सुरू झाला.

नंतर जेव्हा कोबाला स्वैपाकघरात घेऊन जाण्याइतपत मार्टा बरी झाली, तेव्हा पाण्याचा नळ सोडणं आणि बंद करणं हा कोबाचा मोठाचा आवडीचा उद्योग होऊन बसला. मनगटाच्या नुसत्या एका हालचालीने पाण्याची धार सुरू करता येणं, हा तिच्या दृष्टीने मोठाच चमत्कार होता. धो धो वाहणाऱ्या पाण्याच्या धारेखाली आपलं डोकं धरून, त्या थंडगार पाण्याचा मोहरून टाकणारा अनुभव घेत, हिऱ्यासारख्या चमकणाऱ्या पाण्याच्या थेंबांचा मुकुट डोक्यावर लेवून ती बाहेर येई. तिच्या त्या मुकुटाचा राठ, कुरळा स्पर्श अनुभवताच मार्टाला हसू फुटे. आपल्याला आनंद देऊ शकणाऱ्या गोष्टी अजूनही या जगात आहेत, याचं तिला मोठंच नवल वाटे.

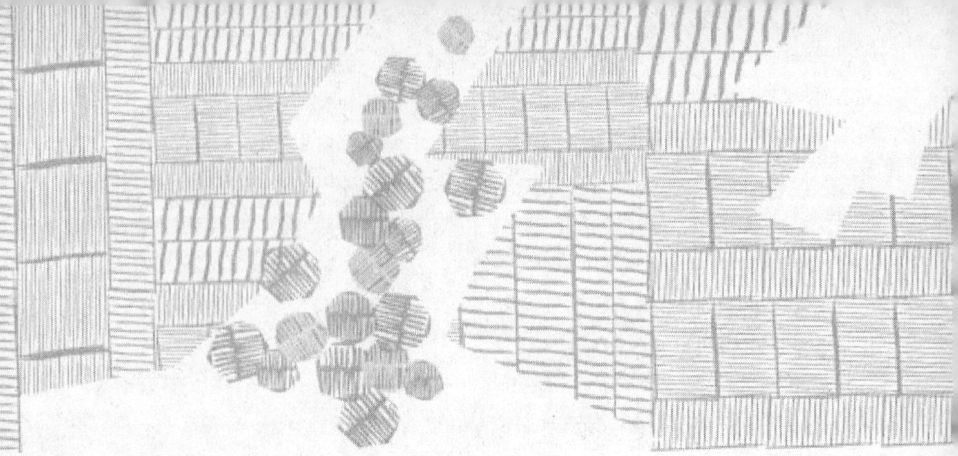

११

मार्टाची तब्येत घराबाहेर येऊन बसण्याइतपत सुधारली, तोपर्यंत उन्हाळा जवळजवळ संपत आला होता. जुन्यापुराण्या अव्हाकाडो वृक्षाच्या गर्द छायेत वेताची एक खुर्ची टाकून डिऑनने तिला आणून बसवलं. ती आरामशीरपणे त्यात विसावली. तिच्या दुबळेपणानं जणू त्याला नवीन जोम दिला होता. इन्ग्रिडच्या मरणाने तो एकदम जबाबदार आणि गंभीर झाला होता. कायमचा!

तिला खुर्चीत बसवून तो निघून गेला. गर्द सावलीतून प्रखर सूर्यप्रकाशात जाणाऱ्या त्याच्या आकृतीकडे पहाताना तिला जाणवलं की, त्याच्यातल्या बदलाची सुरुवात कदाचित एटिएनच्या मृत्यूपासूनच झाली होती. स्वतःच्याच समस्यांत आणि दुःखात बुडल्याने तिच्या ते तेव्हा लक्षात आलं नव्हतं.

जवळच्या आव्हाकाडो झाडाच्या फांद्यांच्या संभाराकडे तिची नजर गेली. ते झाड त्यांच्या घरापेक्षाही जुनं होतं. पवनचक्कीपेक्षा उंच वाटलं होतं आणि शेकडो विणकर पक्ष्यांचा आसरा बनलं होतं. त्याच्या प्रत्येक फांदीवर त्यांची पेअरच्या आकाराची घरटी लटकली होती.

मार्टाने त्या दिवशी दुपारी लेट्टीला पत्र लिहायचं ठरवलं होतं. तिच्या जावेकडून तिला कधी नव्हे ते एक सांत्वनाचं पत्र आलं होतं. लेट्टी आणि तिच्यातलं जावा-जावांचं नातं अजूनही कायम होतं का? मार्टाच्या मनात आलं. लेट्टीने पत्राला ताजा कलम जोडून तिला बजावलं होतं की दुःखामुळे माणूस लवकर म्हातारा होतो हे तिने लक्षात ठेवावं.

मार्टाला हसू आलं. तिला उत्तर लिहायला हवंच होतं. लेट्टी आपल्या मुलाच्या काळजीत चूर असताना तिला दिलाशाचे काही शब्द नक्कीच हवेसे वाटले असते.

प्रश्न एवढाच होता की, आन्द्रे त्याच्या आईच्या भाषेत 'वांडपणा'तून कधी बाहेर पडेल, असं मार्टाला मुळीच वाटत नव्हतं. तो मुलगा अगदी दांडगा होता आणि आता हातात आलेल्या सत्तेमुळे त्याची गुर्मी अधिकच वाढलेली असण्याची शक्यता होती.

तिने सुस्कारा सोडला. अजून इतक्या साऱ्या गुंतागुंतीतून मार्ग काढण्याइतपत हुशारी तिला वाटत नव्हती. या साऱ्या गोष्टी मनाआड करून स्वस्थ बसून विचार करणं, तोही बहुतांशी कोबाबद्दल, तिला श्रेयस्कर वाटलं.

कदाचित डिऑनचं बरोबर असेल. कदाचित तिने कोबाला सर्वांपासून अलग ठेवणं योग्य नसेल. पण कोबाचा रानटीपणा खास होता. नागरी संस्कृतीशी संपूर्णपणे अपरिचित असलेल्या तिच्या आदिम संवेदनांनीच निसर्गाशी एक खास नातं जोडलं होतं आणि मार्टाला तिची ती नाळ तुटायला नको होती.

आपल्या डोक्याभोवती गुणगुणत घिरट्या घालणाऱ्या माशीवर तिने त्रासिकपणे एक थप्पड लगावली. तिने कोबाला टारझनच्या, एखाद्या धीरोदात्त जंगली नायकाच्या पंक्तीला नेऊन बसवण्यावर त्याचा आक्षेप होता. त्यात अर्थातच तथ्य नव्हतं. ती खरं तर कोबाला आपल्यापैकी एक, आपल्या मुलीसारखी वागवण्याचा प्रयत्न करत होती.

कदाचित म्हणूनच आदल्या रात्री जेवणाच्या वेळी, जेव्हा तिने आपण कोबाला वाचायला शिकवण्यास सुरुवात केल्याचा उल्लेख केला, तेव्हा तो भलताच दुखावला गेला होता. ''मला वाटलं तुला तिला शहरी संस्कार करून बिघडवायचं नव्हतं.'' तो फटकन बोलला.

त्याच्या उद्धटपणाविषयी त्याला टोकून वाद वाढवण्याइतपत ताकद मार्टाच्यात नव्हती. त्यामुळे त्याच्याकडे दुर्लक्ष करत ती म्हणाली की, कदाचित कोबाला त्यांच्यापाशी काही विशिष्ट हेतूने पाठवण्यात आलं होतं. मी तिला शिक्षण द्यावं, आधुनिक राहणीचे संस्कार तिच्यावर करावेत आणि मग सुशिक्षित सुसंस्कारित कोबाला तिच्या माणसांच्यात, त्यांना सुधारण्यासाठी पाठवावं. आपल्या नवऱ्याकडे आणि मुलाकडे पाहून ती सामोपचाराचं हसू हसली आणि म्हणाली, ''त्याचं असं आहे की, मलाही आता याचं म्हणणं पटू लागलंय. खोसियान लोक त्यांच्या त्या वाळवंटातही काही कायमचेच अशा रानटी अवस्थेत, संस्कृतीचा स्पर्शही न होता राहू शकत नाहीत, तेव्हा...'' केसांची एक बट आपल्या तर्जनीभोवती गुंडाळत ती म्हणाली, ''तेव्हा त्यांच्यापैकीच एखादी व्यक्ती जर नागर संस्कृतीशी परिचित होऊन त्यांना सुधारण्यासाठी परत गेली, तर ते चांगलं होणार नाही का?''

डिऑन आणि मॅनीने एकमेकांकडे पाहून भुवया उंचावलेल्या मार्टाने पाहिल्या. त्या दोघांच्यात नव्याने प्रस्थापित झालेल्या अनुबंधाचा आपल्याला काहीसा मत्सर

वाटतोय असं तिच्या लक्षात आलं. शाळेतून परत आलेल्या मॅनीची नजर आता प्रथम डिऑनला शोधत असे. हास्यविनोद करत नव्या बांधकामाची पाहणी करत असलेले ते तिला दिसत. ते दोघं आपसात चालताचालता काय बोलत हे मॅनीने तिला कधीच सांगितलं नाही. तिच्यासाठी तो आपल्या शाळेतल्या हकिकती राखून ठेवत असे. शाळेत त्याने नवीन काय वाचलं, कमरीन बोथाने, त्यांच्या शेजारच्या शेतमालाकाच्या छोट्या सैतान मुलीने शाळेच्या बसवर काय काय प्रताप केले, इ. इ.

मार्टाचा सगळ्यात आवडता वेळ असायचा, तो म्हणजे मॅनीच्या परीकथांच्या पुस्तकातल्या गोष्टी ती कोबाला वाचून दाखवायची तो किंवा कोबा आपल्या जू होनासी जमातीच्या लोककथा/दंतकथा आपल्या हळुवार आवाजात मार्टाला ऐकवायची तो! तिच्या जिभेने ती करत असलेले विविध प्रकारचे आवाज, तिच्या गोष्टींमधल्या अनेक प्राण्यांच्या आवाजाची ती ज्या कुशलतेने हुबेहूब नक्कल करायची, ते तिचं कसब पाहून मार्टा नेहमीच आश्चर्यचकित होत असे.

डिऑन तिच्या नजरेच्या टप्प्यात आला. तो कामगारांना काही सूचना देत होता. हसऱ्या चेहऱ्याचे त्याच्या सूचना अमलात आणायला उत्सुक दिसणारे ते कामगार त्याच्याभोवती गोळा झाले. डिऑनच्या या नवीन अवतारविषयी त्यांच्या मनात आदर उत्पन्न झाला होता. तो त्यांच्याशी मैत्रीच्या नात्याने वागत असला तरी तितकाच अधिकारही व्यवस्थित वापरत होता. आपल्या अधू पायांची पर्वा न करता नवीन प्रवासी लॉजच्या पायातली वीटन्‌वीट तो पारखून घेत होता. तीन गोलाकार झोपड्यांचं काम एव्हाना शंकूच्या आकाराच्या छतापर्यंत पोहोचलंही होतं.

लौकरच त्सोंगा कामगार स्त्रियांनी गवत कापून त्या झोपड्या शाकरण्याचं काम सुरू केलं असतं.

मार्टाला आपल्या खांद्यावर काहीतरी टपकन पडल्याचं जाणवलं. गवताची एक लांब काडी. नक्कीच जवळपास आपल्या घरट्याची डागडुजी करणारा एखादा नर असणार. मग तिला तो दिसला, घरट्याची वीण जिथे जिथे सैल पडली होती ती घट्ट करणारा, चमकदार पिवळ्या अंगाचा आणि काळ्याभोर तोंडाचा तो देखणा नर.

अगदी डिऑनसारखा! तिला हसू फुटलं.

मग तिच्या मनात एक कल्पना आली. डोक्यावरचा रुमाल खाली घसरला तरच फक्त दृष्टीला पडणाऱ्या त्सोंगा स्त्रियांच्या क्लिष्ट केशरचनेसारखी रचना, कोबाच्याही केसांची आपण करून पाहिली तर?

त्या गोष्टीचा विचार करू लागल्यावर तिच्या लक्षात आलं की कोबाचे केस

ही एक मोठी समस्याच आहे. ती मुलगी, केवळ उकिरड्यावरच सापडू शकेल, अशी एक जुनी लोकरीची टोपी सतत डोक्यावर घालत असे. तिला भोकं पडली होती आणि रंगही पार विटला होता. तिच्या सुरेख वाटोळ्या डोक्यावरून ती खेचून काढावी, असं मार्टाला वाटत असे. कारण ती टोपी घालून कोबा अगदी दरिद्री आणि उपेक्षित – खूप प्रयत्नांनी मार्टाला हा शब्द सुचला होता – दिसत असे. हो तोच योग्य शब्द होता. ती टोपी आणि मॅनीची जुनी अर्धी चड्डी – ती तिला कुठे सापडली होती कुणास ठाऊक – घालून ती अगदीच गबाळग्रंथी आणि उपाशी दिसत असे. एखाद्या मुलासारखी. पण तिच्या छातीवर उमलू पाहणाऱ्या त्या दोन टपोऱ्या कळ्या...

मार्टा अस्वस्थपणे चुळबुळली. प्रश्न हा होता की, कोबा आपल्या केसांच्या वेण्या घालून घ्यायला तयार होईल का?

कुठल्याही खोसियान जमातीच्या स्त्रीच्या डोक्यावर एखादी गुंतागुंतीची केशरचना पाहिल्याचं मार्टाला आठवत नव्हतं. तिला हे ठाऊक होतं की इतर अफ्रिकन जमातीच्या स्त्रियांप्रमाणे त्या आपल्या डोक्यावरून अवगुंठन घेत नसत. त्यांचे केस नेहमी अगदी डोक्यालगत तासलेले असत. जेणेकरून त्यांच्या डोक्यांचा सुबक आकार अगदी स्पष्टपणे अधोरेखित होत असे. कोबाजळ आपले लांब वाढलेले केस कापण्याचं काही साधन नसल्यामुळे ती आपलं डोकं झाकून घेत होती का?

अरे देवा! मार्टाने कपाळाला हात लावला. ती इतकी असंवेदनशील कशी झाली होती? आणि आंधळीसुद्धा! ती मुलगी खोसियान लोकांच्या जू होनासी जमातीपैकी होती. पण ते सगळं नंतरचं; ती हे कसं विसरली, की सर्वांत प्रथम ती एक मुलगी होती. किशोरवयीन, जिला नक्कीच मनातून आपण चांगलं, आकर्षक दिसावं याची ओढ असणारी. तिला कात्री द्यायला हवी. शिवाय एक आरसा आणि आंघोळीसाठी एखादा टब.

मी एवढी मूर्ख कशी? मार्टा स्वत:लाच दूषणं देत होती. आता याची भरपाई कोबापाशी कशी करू? ती उठून उभी राहिली आणि येरझारा घालू लागली. ती कोबासाठी काही नवीन कपडे घेऊ शकली असती. एखादा स्कर्ट आणि काही ब्लाऊज. खरंच! पण ते कपडे रानावनात रहाण्यास योग्य होते का? तिने स्वत:च्या मनाला विचारलं. पण कोबाने रानात का राहायचं? घरातल्या जास्तीच्या खोलीत ती का राहू शकत नव्हती?

मार्टा घाईघाईने घरात शिरली आणि कोबासाठी खोली तयार करू लागली. आवराआवर करताना तिला, कोबा इथे आली त्यादिवशी डिऑनबरोबर उडालेल्या तिच्या एका कडवट चकमकीची आठवण झाली.

"मला वाटतं तिच्या राहण्यासाठी पासोप्कॉप योग्य जागा आहे." डिऑन आणि मॅनी सामानाचे डाग खाली उतरवत असताना ती म्हणाली.

"म्हणजे? तुझा काय तिला गुहेत ठेवण्याचा विचार आहे?"

"ज्या गुहेत ती आदिम मानवांची रेखाचित्रं आहेत."

"खरंच की! खडकावरची ती चित्रं तिला छान उबदार ठेवतील आणि तिचा वेळही घालवतील."

"मग तुझं काय म्हणणं आहे?" मुठी आवळत मार्टाने विचारलं.

"तिला सेलिना आणि इतर काळ्या नोकरांबरोबर त्यांच्या झोपड्यात ठेव."

"मला नं, खरंच तुझी कमाल वाटते. या मातीत एवढी वर्षं राहूनसुद्धा तुला एवढी साधी गोष्ट ठाऊक नाही? तुला समजेलशा शब्दांत सांगते. काळ्या आफ्रिकनांना झुडपातले रानटी आदिवासी आवडत नाहीत आणि ते पिवळ्या रंगाचे रानटी लोक, काळ्या आफ्रिकनांना भितात. पण काळे आणि पिवळे दोघांनाही, आपण गोरे लोअर लोक आवडत नाहीत."

डिऑनने एक बॅग गाडीच्या मागच्या भागातून उचलून इतक्या रागाने खाली भिरकावली, की लाल धुळीचा लोट उडवत ती धाडकन रस्त्यावर पडली. "मग तिला तुझ्या स्वैपाकघरात ठेव–" तो ओरडला.

"कुत्र्यासारखं चुलीच्या पुढ्यात उबेला झोपायला?" मार्टाने खोचकपणे विचारलं.

तो धडपडत ट्रकमधून खाली उतरत आणि गुरगुरला, "नाही, कुत्र्यासारखं नाही–" मार्टाचा दंड पकडून त्याने त्या नोकरांच्या वस्तीच्या कुंपणाबाहेर गोळा झालेल्या बघ्यांच्या नजरेआड तिला खेचत नेलं. "मला वाटलं आपण तिला इथे आणलं ते तिची हालत सुधारायला. तिला गरज आहे, निदान सुरुवातीला तरी, अन्नाची, कपड्याची, शिक्षणाची."

"हो? अगदी चांगलं ख्रिश्चन धर्माचं शिक्षण?"

"परमेश्वरा! अगं बाई! तू तिला काय शिकवतेस त्याची मला पर्वा नाही. तिला सर्वसामान्य माणूस बनवू शकेल असं काहीही, जेणेकरून तिचं जिणं सुसह्य होईल."

मार्टाने त्याच्या पकडीतून आपला दंड सोडवून घेतला, "तुझ्या कधी मनात तरी आलं का, की तिचंही काहीतरी नाव असेल. एखादं छानस खोसियान नाव–"

"असेल की! नक्कीच असेल! पण ते काय आहे ते तू कसं शोधून काढणार आहेस?"

खोली आवरून झाल्यावर मार्टा कोबाला शोधायला बाहेर पडली. बोटीच्यचा

झाडांच्या एका जमिनीपासून कित्येक फूट उंच असलेल्या एका फांदीवर ती बसली होती. तिने मॅनीची टाकून दिलेली अर्धी चड्डी घातली होती आणि डोक्यावर ती लोकरी टोपी. निष्काळजीपणे सरसर खाली उतरणाऱ्या कोबाला पाहून मार्टा म्हणाली, "जरा जपून गं पोरी." त्या मुलीच्या हातात मूठभर लालसर-पिवळी फळं होती. "ती खाण्याजोगी आहेत का?"

कोबाने खांदे उडवले आणि आपल्या खांद्यावरून झोळीसारख्या अडकलेल्या कातडी अंगरख्यात तिने ती फळं टाकली. तिने अगोदर गोळा केलेल्या कंदमुळांनी ती झोळी फुगली होती. तिच्याजवळ एक पोचे आलेला जुना जस्ताचा मगही होता. मार्टाला आठवलं की आपण तो काही दिवसांपूर्वी फेकून दिला होता. तिला कसंसंच झालं तिने मान फिरवली.

कोबा उभी राहिली. तिला जाणवत होतं की मार्टाच्या मनात काहीतरी होतं. जे काही होतं ते तिनं पटकन सांगून टाकावं, असं कोबाला वाटत होतं. कारण काळोख पडण्यापूर्वी तिला अजून काही प्लमची फळं गोळा करायची होती. तिने काही वेळ आपल्या खांद्यावरच्या झोळीशी चाळा केला. आणखी थोडा वेळ गेल्यावर ती म्हणाली, "मी जाते."

"थांब–" मार्टा झपकन गुडघ्यावर बसत म्हणाली. तिच्या त्या अनपेक्षित हालचालीने कोबा दचकली. "तुला आमच्याबरोबर राहायला आवडेल का? म्हणजे आमच्या घरात? मी तुझ्यासाठी चांगले कपडे आणीन, तुझ्या केसांच्या वेण्या घालीन–" तिने कोबाच्या डोक्यावरची ती लोकरी टोपी बाजूला केली. धुळीने भरलेल्या आणि बटा झालेल्या केसांचं टोपलं बाहेर पडलं. मार्टाने हळुवारपणे त्या केसांना स्पर्श केला.

कोबाने ताबडतोब मार्टाच्या हातातली टोपी खेचून घेतली आणि आपल्या डोक्यावर घातली. मार्टाचं काय डोकंबिकं फिरलं होतं की काय?

"कोबा, तू जू होनासीसारखं राहावंस अशी अपेक्षा करणं, ही माझी चूक होती असं आता वाटतंय. तू आमच्याबरोबर आमच्या वस्तीवर का राहात नाहीस?"

आता कोबाच्या लक्षात आलं. मार्टाला तिने गुहा सोडून तिच्याबरोबर राहायला हवं होतं. तिला कोबाच्या केसांचंही काहीतरी करायचं होतं. तिने आपल्या केसांना हात लावला. ते कापायला हवे होते. पण कुणाची तरी मदत आणि ब्लेडशिवाय ते शक्य नव्हतं. बेडूकडोळ्या मुलाशी या बाबतीत बोलायला तिला एक न उमगणारा संकोच वाटत होता.

अचानक तिच्या लक्षात आलं की तिला ह्या स्त्रीची मदत नको होती. ती गुहा तिची होती. तिने मोठ्या कष्टात तिला आपलं घर बनवलं होतं. त्याबाबतीत तिला कुणाचीतरी मदत जरूर हवी होती, पण ह्या गोऱ्यांची नव्हे. त्यांनी तिची आई,

तिचा बाप, तिचं घर सारं काही तिच्याकडून हिरावून घेतलं होतं आणि आता मार्टा तिचं 'जू होनासी'पण, तिची ओळखच हिरावून घ्यायला निघाली होती. बिबटी वाघीण तिच्याच गुहेत, तिचाच घास घ्यायला निघाली होती.

नाही! कधीच नाही. त्यांनी आधीच तिला पुरेसं लुटलं होतं. ती त्यांचा तिरस्कार करत होती. ती कशी विसरू शकत होती ते सारं! तिला आता त्यांना दाखवून द्यायलाच हवं. शेवटी तिने मार्टाकडे पाठ फिरवली. आपली अर्धी चड्डी खाली ओढून, आपली झोळी संभाळत ती रागारागाने माळावरून झपाट्याने निघून गेली.

१२

एक वर्षानंतर जेव्हा कोबा तिच्या कलहारी वाळवंटातल्या राहण्याच्या ठिकाणच्या निसर्गाचा तपशील आठवण्याचा प्रयत्न करू लागली, तेव्हा तिला असं जाणवलं की तळपत्या उन्हाच्या चंदेरी पडद्यातून डोकावताना सारं धूसर दिसावं, तशा तिच्या आठवणी झाल्या होत्या. ज्या प्रचंड बाओबाब झाडांच्या सावलीत बसून ती तासन्तास झुमाच्या गोष्टी ऐकत असे, त्या झाडांच्याही केवळ पुसट रेखाकृतीच तिच्या स्मृतीत उरल्या होत्या. तिला स्पष्ट जाणीव उरली होती ती फक्त त्या असह्य उष्म्याची, फिकट आकाशाची आणि चढत्या दिवसाबरोबर तापणाऱ्या आणि शिजून निघाणाऱ्या वाळवंटाच्या साथीने पिवळ्याचा पांढरा होणाऱ्या सूर्याची. सरत्या दिवसांबरोबर कलहारी वाळवंटाच्या स्मृती धूसर होऊ लागल्या होत्या. पण अजूनही तिला वाळूच्या त्या उंच डोंगरांवरच्या हलणाऱ्या छोट्या काळ्या आकृती स्पष्ट आठवत होत्या.

प्रश्न एवढाच होता की, ती जेवढा जास्त वेळ त्या नजरेसमोर आणायचा प्रयत्न करे. तितक्याच वेगाने त्या विरून जात. अजून किती काळ त्यांची सोबत तिला लाभणार होती ते तिला ठाऊक नव्हतं.

दूर माळारानावर कुठेतरी हिरवे ठिपकेवाल्या जंगली पारव्याने आर्त साद घातली.

'तू रडू नको रे! तुला उडून जाता येतं!' कोबाच्या मनात आलं. जवळच्याच एका काटेरी झुडपावर पांढऱ्या लांब काट्यांपासून स्वतःचा बचाव करीत, आपली दुभंगलेली शेपटी हलवत तोल सावरत येऊन बसलेला डोंगो तिनं पाहिला.

'मला कसंही करून या धोकादायक परिस्थितीत जगत राहायला हवं, अनुकूल

वेळ येण्याची वाट पाहत.' त्या रात्री गुहेत झुमाशी बोलताना कोबा म्हणाली. खडकावरच्या त्या चित्राकडे ती टक लावून पहात राहिली. लवकरच अग्निच्या लवलवत्या ज्वालांच्या प्रकाशात त्या आकृत्या जिवंत होतील. त्या थरथरत्या प्रकाशात भिंतीवरचा जिराफ उडी मारेल, नृत्य करणारी माणसं सावल्यांच्या अंधारात दिसेनाशी होतील, आगीच्या लवलवणाऱ्या जिभा त्यांच्यात पुन्हा प्राण फुंकेपर्यंत! हे चित्र सारंच फार सुंदर होतं. त्या निषिद्ध तळ्याजवळच्या गुहेतल्या चित्रापेक्षाही सुंदर. खडाकात कोरलेले ते विविध आकार कोळ्याच्या जाळ्यासारख्या एकमेकांना छेदणाऱ्या, किंवा मधमाशाच्या पोळ्याच्या अंतर्भागासारखे षट्कोन! ते आकार पाहून, झुमा तिला अफू खायला घालायची तेव्हा तिच्या नजरेसमोर नाचणाऱ्या आकारांची आठवण व्हायची.

अफू कडू लागायची आणि तिला वांतीची भावना व्हायची. पण तिची आजी म्हणे की संमोहनावस्थेत जायचं असेल तर ती खायलाच हवी. खऱ्याखुऱ्या संमोहनाचा तिला अनुभव नव्हता. त्यासाठी अभ्यासाची आणि ढोलकीनृत्याची गरज होती. पण तिला अंगाला सुटणाऱ्या कंपाचा, शरीरातून वाहणाऱ्या घामाच्या धारांचा आणि डोळ्यांसमोर नाचणाऱ्या त्या आकृतींचा अनुभव होता. त्यांच्या जमातीच्या अगदी सुरुवातीच्या काळापासून, लोकांच्या नजरेसमोर हेच आकार नाचले होते या विचाराने तिला खूप बरं वाटायचं. तिचं संमोहनाचं शिक्षण पूर्ण करण्याएवढा वेळ झुमाला मिळायला हवा होता. आता तिला कोण शिकवेल?

आगीच्या मध्यावर ठेवलेल्या गुळगुळीत दगडावर तिने चरबीचा एक तुकडा टाकला. तो चुरचुरून वितळू लागला, तेव्हा तिने त्या दिवशी पकडलेल्या माशाला ती चरबी फासून तो भाजायला ठेवला. भाजल्या जाणाऱ्या माशाचा खरपूस वास येऊ लागला. पण आज त्या सुगंधानेही तिच्या चित्तवृत्ती प्रफुल्लित झाल्या नाहीत. तिला खऱ्याखुऱ्या मांसाची, लाल मांसाची, भूक लागली होती. इथे तिला खायला मिळायचं ते बेचव पांढर मांस, मासे, ससे आणि कासवं! खूरवाल्या प्राण्याचं स्वादिष्ट लालभडक मांस खाण्यासाठी तिच्या पोटात कालवाकालव होतं होती. शेताच्या सीमारेषेवरच्या उंच कुंपणापलीकडे अधून मधून दिसणाऱ्या चपळ हरणाचं मांस! तशी दिसणारी हरणं, तिने कलहारीतही पाहिली होती. अगदी तीच नव्हेत, पण तशीच. इथल्या हरणाचं तोंड काळं असत. त्यांचं मांस फार रुचकर असतं असं सगळे म्हणत. तिला हे हरीण, मॅनी ज्याला इम्पाला म्हणत असे, ते पकडायला नक्कीच आवडल असतं. पण कसं? ती बनवू शकत असलेले छोटे सापळे त्या हरणाला फासू शकत नव्हते.

नाही. या इम्पालाचा वेध विषारी बाणानेच घ्यायला हवा आणि मग अंगात विष भिनून ते खाली कोसळेपर्यंत त्याचा पाठलाग. पण तिच्याकडे बाण नव्हते आणि

स्त्रिया आणि मुलांना शिकारीची हत्यारं हाताळण्याची परवानगीच नव्हती.

भाजलेला मासा खाता खाता कोबाच्या मनात आलं, पोलाद मिळालं तर ती त्यापासून बाण किंवा भाला बनवू शकेल. माशाचा काटा तिने विस्तवात फेकत ओशट बोटं उघड्या मांड्यांवर पुसली. मग ती आपलं हत्यार बनवण्याची योजना आखू लागली. एखाद्या धारदार हत्याराने ती जर कुंपणाचा एखादा तुकडा कापून घेऊ शकली, तर मग ती तो वितळवून त्यापासून बाणाची अग्रं बनवू शकेल. आपल्या वडिलांना तसं करताना तिने पाहिलं होतं. धनुष्य बनवलं तर आणखी सोपं होतं. धनुष्य बनवायला योग्य लाकूड असलेलं एक झाड तिने हेरून ठेवलं होतं. त्याची एक फांदी तोडून ती घासून, तासून गुळगुळीत करेल. मग गरम वाळूत पुरून ठेवली की तिला ती गुडघ्यांवर घेऊन अधिक सहजपणे वाकवता येईल. त्या धनुष्यावर ती नक्षीकामही करेल. तिचं धनुष्य सुंदरही असायला हवं.

आपला चाकू घेऊन तिने स्वत:च्या पायाच्या कठीण तळव्यावर घासत त्याला धार काढायला सुरुवात केली. प्रश्न फक्त त्या रिवाजाचा होता. स्त्रियांना आणि मुलांना हत्यारं हाताळण्यावर असलेल्या बंदीचा. ती बंदी न जुमानता तिने बाण बनवलेच तर वेदनांचे भाले तिच्या शरीरात घुसतील का? ती मरून पडेल का? बायका बाण बनवू शकत. झुमा तर त्यात कुशल होती. पण बायकांनी आणि मुलांनी बाणाच्या विषारी अग्रांना स्पर्शही करायचा नसतो. त्यांची जादू ही फक्त पुरुषांसाठी होती तिच्या वडिलांनी तिला सांगितलं होतं.

नंतर तिला आठवलं की तिची आई एका शिकार करणाऱ्या स्त्रीविषयी मोठ्या आदराने बोलत असे. नायसाच्या म्हणण्याप्रमाणे ती बाई मागडीकगडी खाचरांच्या जवळ राहात असे. तिचा नवरा अगदी आळशी होता. तिची मांसाची भूक एवढी जबरदस्त होती की ती स्वत:च शिकार करायला शिकली.

'ती अगदी लठ्ठ झाली आणि तिचा नवरा देखील.' नायसा म्हणायची. त्यावर हसत हसत असंही की, 'पण शिकार केल्यामुळे तिचं काही वाईट झालं नाही.'

त्या बाईचा जमातीच्या रिवाजांवर, त्याच्या शक्तीवर विश्वास नसल्यामुळे तिला अपाय झाला नसावा का? कोबाच्या मनात आलं.

'मग माझाही विश्वास नाहीये.' ती जोरात म्हणाली.

मग तिला स्पष्टपणे आठवलं, की जो कुणी खांद्यावर मारलेल्या हरणाचं ओझं मिरवीत वस्तीवर येई, त्याचं किती उत्साहानं स्वागत होत असे. इतर मुलांबरोबर तीही त्या शूरवीराच्या पुढ्यात नाचत असे, आनंदातिशयाने चीत्कारत, ते कलेवर हुंगण्यासाठी उड्या मारत, भुकेलेल्या कुत्र्याच्या पिलांप्रमाणे ती आणि तिचे सवंगडी एकमेकांवर फिसकारत, एकमेकांना ओरबाडत. झोपड्यांमधून म्हातारी माणसंही धडपडत बाहेर यायची. भांडखोर आवाजात त्या शिकाऱ्याला, पूर्वीच्या एखाद्या

फेडायच्या राहून गेलेल्या उपकाराची आठवण करून देत. तोंडाला पाणी सुटलेले, त्या रक्त ठिबकणाऱ्या लालभडक मांसाचे काटे कुणाकुणाच्या वाट्याला येतील याचा अंदाज घेणारे लोक, आशाळभूतासारखे ताटकळत. एकदा पोटं तुडुंब भरली की तोंडाला त्या चरबीचं ओशट लागलेले ते लोक शिकाऱ्याच्या शेकोटीभोवती बसून, त्याला त्या पाठलागाची आणि शिकारीची रोमहर्षक हकिकत सांगण्यासाठी विनवत.

'इतकं सारं कौतुक होणं केव्हाही चांगलंच,' कोबाच्या मनात आलं, 'पण माझ्या शिकारीची हकिकत मी कुणाला सांगणार आहे?'

हिवाळ्यात ते माळरान पर्णहीन झालं; पण उजाड झालं नव्हतं. डिऑनने वणव्याविरुद्ध घेतलेल्या खबरदारीचा तो परिणाम होता. नदीचं पात्र जवळजवळ आटलं होतं आणि आपला पर्णसंभार टिकवून धरलेल्या बुचाच्या एखाद्या चुकार झुडपाशिवाय बाकी सारी झाडं ओकीबोकी दिसत होती.

सुट्ट्या सुरू झाल्या आणि मॅनीला कोबाबरोबर घालवायला भरपूर वेळ मिळू लागला. कोबालाही बरं वाटायचं. त्याचा सहवास तिचा एकटेपणा काहीसा सुसह्य करायचा. उसन्या घेतलेल्या पकडीने तोडून काढलेले कुंपणाच्या लोखंडी सळ्यांचे तुकडे ठाकूनठोकून त्याचे बाण बनवायला मॅनी तिला मदत करत असताना, ती त्याच्या भाषेत त्याच्याशी अखंड बोलत त्याच्यावर सूचनांचा भडिमार करत राही. तिने त्याला कलहारी वाळवंटात सापडणाऱ्या एका कीटकासंबंधी सांगितलं. ज्याच्या विषारी लाळेचा वापर तिचे लोक बाणांची अग्रं माखायला करीत असत.

"हो, पण इथे आपल्याला तो कसा मिळणार?"

"इथे नाहीच. इथे नुसत्या साध्या बाणानेच शिकार करायला हवी." त्याला त्या विषयात वाटू लागलेला रस पाहून खूष होत कोबा म्हणाली.

त्या दिवशी रात्री गुहेत झुमाने खूपच आकांडतांडव केलं. "तुला जू होनासींची परंपरा पाळायला हवी." कोबाला तिचा दटावणीचा आवाज ऐकू आला.

"पण बायका जर बाण बनवू शकत असतील, तर त्यांनी शिकार का नाही करायची आजी?"

"त्या तुझ्यासारखी बाणांची अग्रं बनवत नाहीत. मांसाची मेजवानी मिळवून देणाऱ्या त्या विष माखलेल्या बाणांच्या जवळपास फिरकण्याचीही स्त्रिया आणि लहान मुलांना पारवानगी नाहीये."

"पण माझ्या बाणांना विष लावलेलं नाहीये." कोबा कुरकुरली.

"पण मग तुझी शिकार मरणार कशी?"

"अशीच! अगदी झटक्यात! माझे तीक्ष्ण बाण त्याच्या हृदयाचाच वेध घेतील."

"अहं, अहं, अजूनही एखाद्या मान खाली घालून मुसंडी मारणाऱ्या काळविटासारखी धावतेस तू. पडशील कोबा. माझं ऐक, तुला आपल्या जमातीत परत जायचंय ही काळ्या दगडावरची रेघ आहे. तू जर आपले रीतिरिवाज विसरलीस तर लोक तुला स्वीकारणार नाहीत."

कोबाने आपलं धार काढायचं काम चालू ठेवलं. या असल्या कुजबुजीकडे लक्ष द्यायची तिला गरज नव्हती.

एक दिवस कोबाने ठरवलं की आता तिची आणि बेडूकडोळ्या मुलाची हरणाच्या शिकारीची तयारी पूर्ण झाली होती. मग ते निघाले, कोबा एक भाता भरून बाण तर मॅनी एक लांब टोकदार बांबू घेऊन. पुढ्यातून धावत असलेल्या कोबाच्या पायांनी उडवलेल्या धुळीच्या कणांनी मॅनीला ठसका लागला.

"शू! आवाज करू नको," कोबा कुजबुजली. "शिकाऱ्यासारखी चाल नाही ठेवलीस तर पोट भरायला काही मिळणार नाही."

"केक् केक् केक् किर्र–" अचानक टिटवीची कर्कश साद आली आणि या आगंतुकांच्या चाहुलीने भेदरलेली पाखरं निळ्या-करड्या रंगाचे पंख फडफडवीत उडली.

तासभर वणवण करूनही इम्पाला दृष्टीस न पडलेल्या कोबाने कुंपणाखालून रांगत क्रूगर पार्कमध्ये घुसायचं सुचवलं.

"तिथे शिकार करता येणार नाही. ते अभयारण्य आहे. ते बेकायदेशीर आहे. आपल्याला जर कोणी पकडलं तर चोरट्या शिकारीच्या आरोपावरून तुरुंगात जावं लागेल." मॅनी म्हणाला.

"तुरुंगात? पण देवाने तर प्राणी मानवांना खाता येण्यासाठीच बनवलेत."

"या अभयारण्यातले प्राणी खाण्यासाठी नाहीयेत."

"हं! या अभयारण्याच्या हद्दीतले सगळे प्राणी त्यांच्या मालकीचे आहेत असं वाटतं की काय त्याच्या गोऱ्या मालकांना!"

"नाही. ते सर्वांच्या मालकीचे आहेत; पण ते फक्त बघण्यासाठी. सर्व लोकांना ते बघता यावेत, त्यांच्या सौंदर्याचा आस्वाद घेता यावा यासाठी."

आपल्या कृश कटीवर हात ठेवून कोबा म्हणाली. "मला काय त्यांचं सौंदर्य माहीत नाही?" सावरीच्या कापसाच्या फुटलेल्या बोंडाची आठवण करून देणारे इम्पाला हरणांच्या पांढऱ्या शुभ्र शेपट्यांचे झुपकेदार गोंडे! मेंढ्याच्या शिंगांचा तो डौलदार बाक! गोऱ्यांच्या भाषेत व्यक्त करता येत नसलं तरी या साऱ्यातलं सौंदर्य तिलाही भावलं होतंच. हातातल्या बाणाने आसपासच्या गवतावर रागाने सपासप वार करून तिने त्यांच्या माना छाटून टाकल्या आणि ती बंडखोरपणे म्हणाली,

“माझ्या जमातीचे लोक ते शिकार करत असलेल्या प्राण्यांवर नेहमीच प्रेम करतात.”

“मला ठाऊक आहे. मला कळतंय तुला काय म्हणायचंय ते.”

“जेव्हा मला तांबड्या मांसाची भूक लागते तेव्हा मी काय खावं मग?”

मॅनीने खांदे उडवले. “हे बघ, या इस्टेटीवरच्या कुठल्याही प्राण्याची आपण शिकार करू शकतो; पण मी त्या तिकडे क्रूगर पार्कमध्ये येणार नाही. कळलं? आणि तू जाणार असशील तर मला त्याबद्दल काही सांगू नकोस.”

तिने मान हलवली. या गोऱ्यांचं सगळं विचित्रच! दृष्टीआड सृष्टी. त्यांचा खरंच विश्वास होता काय? ठीक आहे. त्या बेडूकडोळ्याला जर या इस्टेटीवरच शिकार करायची असेल, तर ती त्याला अशा ठिकाणी शिकारीच्या मागावर घेऊन जाईल, की त्याला पश्चात्तापच झाला पाहिजे.

कोबा तिला दिसत असलेल्या काटेरी झुडपांच्या गर्द रानाकडे वेगाने धावत सुटली. “तिकडे – आतमध्ये आपल्याला माग सापडेल,” ती ओरडली. तिथे पोहोचल्यावर एका, आता ओस पडलेल्या, वाळवीच्या वारुळाला टेकून बसली आणि तिने मॅनीला त्या रानात घुसण्याचा इशारा केला. “तुला काही सापडलं की मला आवाज दे.”

आणि खरंच त्याला त्या रानात काहीतरी सापडलं. कोबाला आश्चर्यच वाटलं. मॅनीच्या आरड्या-ओरड्याने आणि घुसखोरीने संत्रस्त झालेली एक डुकरीण रानाबाहेर उधळली.

“लवकर! लवकर!” कोबा धडपडत उभी राहिली. झुडपांतून सुसाटत जाणाऱ्या त्या डुकरिणीच्या वेगाची ते बरोबरी करू शकले नाहीत; पण तिच्या पायांचा माग त्यांना ओढ्याकाठच्या एका बिळापर्यंत घेऊन गेला.

“ती पळाली–” आपल्या हातातली काठी खाली फेकत मॅनी विव्हळला.

“पळेल नाही तर काय! तू तर एखाद्या मांस खाऊन खाऊन पोट तुडुंब भरलेल्या माणसासारखा शिकार करतोस. ह्या डुकरिणीत चरबी नुसती ठासून भरलीय. आपण तिला बाहेर काढू शकतो. तयारीत रहा.” आपल्या हातातला भाता त्याच्याजवळ देत, त्याचा भाला हिसकावून घेत ती म्हणाली.

“चामखीळवाल्या डुकरिणी, आम्ही आलोच.” ती तो काठावरचा चढ चढून गेली आणि भाला वाळूच्या बिळात खुपसू लागली. सुरुवातीला भाला बिळात खुपसण्याच्या आणि उपसून वर काढण्याच्या खटाटोपात चाललेले कोबाचे धपापणारे श्वास आणि हुंकाराखेरीज कुठलाच आवाज येत नव्हता; पण नंतर कोबाच्या एका खास जोरदार आणि खुनशी हल्ल्यानंतर त्यांना एक घुसमटलेलं केकाटणं ऐकू आलं. “आता बाहेर येईल ती–” कोबा खाली उभ्या असलेल्या मॅनीला म्हणाली,

"तयारीत रहा. तिचे सुळे सिंहाच्या दातांसारखे तीक्ष्ण असतात. त्यांना कडेलाही धार असते."

ती डुकरीण अचानक बिळातून बाहेर उधळली. तिच्या आयाळीचे केस पिंजारले होते, शेपटी ताठ झाली होती आणि आपल्याला सतावणाऱ्या प्राण्यांचा शोध घेत इकडे-तिकडे फिरणारी तिची नजर कमालीची हिंस्र झाली होती.

तिचे ते तीक्ष्ण कराल सुळे आणि त्याच्यावर खिळलेल्या तिच्या डोळ्यांखालचा चामखिळीचा उंचवटा, मॅनीला अगदी स्पष्ट दिसत होता; पण तो भारल्यासारखा स्तब्ध उभा होता– धनुष्य ताणून; पण भीतीने काष्ठवत झालेल्या त्याच्या बोटांच्या पकडीतलं ते धुनष्य सर्वस्वी निश्चल होतं.

"बाण मार! मार लवकर–" कोबा ओरडली; पण मुसंडी मारून पुढे येणाऱ्या त्या डुकरिणीच्या वाटेतून तो जेमतेम उडी मारून बाजूला झाला. तिच्या सुळ्यांनी त्याच्या बुटांचं कातडं फाटलं, पण आश्चर्यकारकपणे त्याच्या कातडीला स्पर्शही झाला नाही. संतापाने गिरकी मारून वळलेल्या त्या प्राण्यावर कोबाने आपल्या हातातला भाला भिरकावला. त्याने डुकरिणीचं लक्ष विचलित झालं. संतापाने केकाटत ती तितक्याच वेगाने कोबाच्या दिशेला वळली.

कोबाची नजर, पटकन वर चढता येण्यासारख्या एखाद्या झाडाच्या शोधात सभोवती फिरल्याचं मॅनीने पाहिलं आणि मॅनी स्वप्नात असल्यासारखे, कोबाने त्याला शिकवलेले धनुष्याने लक्ष्यावर बाण मारण्याचे सारे सोपस्कार एका मागून एक करत गेला. *'वर पहा. बाणाच्या मार्गात काही अडथळा नाही ना?'* वाटेत येणारा एका फांदीचा अडथळा चुकवण्यासाठी त्याने धनुष्याच्या दोरीवरचा ताण कमीजास्त केला. *'स्थिर उभा रहा. सावजाचे कान शांतपणे वरखाली होत असले पाहिजेत. ताठ उभे नकोत, कारण मग त्याला तुमची हालचाल ऐकू येते.'* फारच उशीर झाला होता. *'स्थिर नजरेने पहा आणि सावजाच्या पायात किंवा हृदयावर गोळी झाडा, जेणेकरून ते फार दूर पळू शकणार नाही. दंड आणि मनगट अगदी सैल सोड, ताण नको.'* मॅनीने बाण सोडला. *'तो कुठे लागतोय ते पहा.'*

हवेतून झेपावत जाणारा किंवा त्या डुकरिणीच्या पुष्ट तपकिरी छातीत जाऊन रुतलेला बाण मॅनीला दिसला नाही, त्यामुळे जेव्हा ती मादी कोबापासून काही फूट अंतरावर गुडघ्यात पाय मोडून कोसळली, तेव्हा त्याला आश्चर्यच वाटलं.

तो पुढे धावला आणि त्या डुकरिणीच्या अजूनही धपापणाऱ्या उरावर त्याने खचाखच वार केले. तिच्या शेवटच्या आचक्याबरोबर ऐकू आलेला तो मोठ्याने हसण्याचा आवाज! तो त्याचाच होता का? त्या कलेवराला वळसा घालून कोबाला मिठी मारायला धावताना रक्ताने लथपथलेल्या वाळूत घसरून पडल्यावर हसणारा, तो स्वत:च होता का? रक्ताने माखलेला, आपल्या शिकारीवर ऐटीत पाय देऊन

उभा राहिलेला मुलगाही तोच होता का?

"आता तू शिकार करून मांस घरी घेऊन येऊ शकतोस, म्हणजे तुला बायकोही मिळायला अडचण नाही." कोबाने त्याला चिडवलं. ते धूड त्यांनी ओढत ओढत कोबाच्या मुक्कामावर आणलं. त्याला सोलून त्याच्या मांसाचे तुकडे करताना मॅनीचा उत्साह अगदी उतू जात होता. मग कोबाने एक तुकडा भाजायला ठेवला आणि उघड्या अंगाने मॅनी ऊन खात विसावला. गप्पागोष्टी करत खात असताना, त्याच्या भरलेल्या तोंडातून, उन्हाने उबदार झालेल्या त्याच्या अंगावर, चरबीचे थेंब उडत होते.

मग पोट तुडुंब भरल्याने, आळसावलेल्या एखाद्या कुत्र्याच्या पिलासारखा तो लोळत राहिला. डुकराची चरबी काही जाळलेल्या वनस्पतींच्या पुडीत मिसळणाऱ्या कोबाला न्याहाळत राहिला.

"मी त्या भाज्या खाणार नाहीये." तो जांभई देत बोलला.

"ते गोंदण्यासाठी आहे, खाण्यासाठी नाही."

"कसलं गोंदण?"

"तुमच्या पहिल्या हरणाच्या शिकारीनंतर तुम्हाला गोंदवून घ्यावंच लागतं." मॅनी उठून बसला. "हरीण? पण मी हरणाची शिकार कुठे केली?"

"होय होय! पण हरीण किंवा डोळ्यांखालच्या उंचवटेवाल्यांसाठी एकच रिवाज आहे."

"डोळ्यांखालचे उंचवटे?"

"म्हणजे डुकरीण रे बेडूकडोळ्या. तू पाहिलं नाहीस का?" मॅनीने मान हलवली. त्या डुकरिणीच्या मिचमिच्या डोळ्यांखालचे विद्रूप उंचवटे त्याला आठवले. "तुझी पहिली शिकार मादी होती. त्यामुळे मला या बाजूला गोंदवायला हवं." तिच्या सुऱ्याच्या टोकाने मॅनीच्या हृदयाकडे निर्देश करत ती त्याच्या जवळ येऊ लागली.

मॅनी हडबडून मागे सरकला. "हं! थांब..." झटक्यात आपला एक पाय त्याच्या अंगावरून टाकून कोबा त्याच्या छातीवर बसली. एका हातात सुरा आणि दुसऱ्यात गोंदणाचं मिश्रण घेऊन. तिने आपले गुडघे त्याच्या दोन्ही हातांवर रोवून ते जमिनीला जखडून टाकले.

त्याने सुटण्याची धडपड केली नाही. आता तो तिच्याहून उंचनिंच आणि धिप्पाड झाला होता. त्याने मनात आणलं असतं तर तो केव्हाच कोबाला दूर ढकलून देऊ शकला असता; पण तिच्या चेहऱ्यावर क्वचितच दिसणारं ते मोहक स्मित होतं आणि त्याच्या शरीराला लगटलेल्या तिचा स्पर्श, त्याला हवाहवासा वाटत होता.

"आता तू काय करणार आहेस?'' त्याने हसत हसत तिला विचारलं.

"घाबरू नकोस. शूरपणे वाग.'' त्याच्या छातीच्या डाव्या बाजूच्या स्नायूच्या वरच्या बाजूची चिमटीत ताणलेली कातडी तिने धरून वर उचलली आणि आपल्या सुऱ्याने छोटे छोटे समांतर छेद दिले. त्यातून रक्ताची धार लागली, पण कोबाने झटकन गोंदण्याचं मिश्रण त्यावर चोळलं. तिने हातात पकडून धरलेली कातडी सोडल्यावरच मॅनीला चरचरून झोंबण्याची संवेदना झाली.

"आई गं!'' तो ओरडला. ती वेदना का आणि कुठून येतेय ते पाहण्यासाठी त्याने आपलं डोकं वर उचललं आणि आपल्या छातीवरच्या त्या रक्त आणि काळपट चरबीच्या ओघळांकडे भयचकित होऊन पाहातच राहिला. "ए मूर्ख काफिर मुली! तू हे काय केलंस?''

"तुझ्या हृदयात सदैव मांसाची असोशी जागावी म्हणून औषध.'' ती अजूनही हसत होती, पण पहिल्याइतक्या आत्मविश्वासाने नाही. "आता मला तुझ्या दंडावर गोंदवायला हवं, ज्यामुळे तुझा नेम चांगला बसेल आणि कपाळावरही, ज्यामुळे तुझी नजर तीक्ष्ण होईल.''

"अजिबात नाही! कधीच नाही!'' मातुल टेकड्यांच्या जवळ सक्सेसमध्ये अनेक वर्षांपूर्वी तिने त्याला असंच चेपून धरलं होतं, ते त्याला आठवलं. तिने त्याचा श्वासच बंद करायचा प्रयत्न केला होता. तिला आपल्या छातीवरून ढकलून देत मॅनी उठून उभा राहिला. "एखाद्या जंगली माणसारखा मी अंगभर गोंदण लेवून फिरणार नाहीये.''

मॅनीच्या त्या अनपेक्षित प्रतिक्रियेतून सावरत धुळीत बसलेल्या कोबाने आपलं कटिवस्त्र सारखं केलं, पण तत्पूर्वी, त्याच्या जुन्या अर्ध्या चड्डीत सदैव झाकलेल्या, तिच्या फिकट मधासारख्या सोनेरी रंगाच्या मांड्या मॅनीच्या नजरेस पडल्या होत्याच. सूर्यप्रकाशात असलेल्या तिच्या उघड्या त्वचेच्या रापलेल्या रंगाहून किती वेगळा रंग! त्याच्या मनात आलं.

त्या गोंदण्याच्या सरंजामात पाय पसरून बसलेली तिची छोटीशी आकृती पाहून मॅनीच्या हृदयात कालवाकालव झाली. तिच्या पुढ्यात गुडघ्यांवर बसत तो म्हणाला, "मला माफ कर कोबा, पण मी एकदम घाबरलो. आम्ही... गोरे लोक, आम्ही एकमेकांना असं काही करत नाही.''

त्याच्या बोलण्यात कुठे अप्रामाणिकपणा आहे का याचा शोध घेत तिची नजर त्याच्यावर खिळली.

"हे बघ, आपण मित्र आहोत ना? अजूनही? या शिकारीबद्दल मी तुझ्या अंगावर काही गोंदवू का?''

कोबाने खिन्नपणे मान हलवली. "जू हान परंपरेप्रमाणे स्त्रियांनी शिकार

करायची नसते. पुरुषांनी शिकार करायची; बायकांनी रांधायचं. पुरुषांना त्यांच्या पहिल्या शिकारीचं गोंदण तर बायकांना पहिल्या ऋतुस्त्रावाचं."

"ऋतुस्त्राव?"

"जेव्हा मुलींना प्रथम रजोदर्शन होतं..."

"काय?"

"रजोदर्शन?" आपलं पोट आवळत तिने मासिक पाळीच्या वेळच्या वेदनांची नक्कल केली. मॅनी तिच्याकडे अजाण नजरेने पाहत राहिला.

कोबाने नि:श्वास टाकला आणि ती आपलं सामान गोळा करू लागली. बेडूक-डोळ्या मुलगा मूर्ख पिशिबोरोसारखा, त्या अजाण दैवतासारखा होता, ज्याला आपल्या स्त्रिया कशासाठी आहेत हेच माहीत नव्हतं. त्याला समजावून द्यायला शेवटी, बायकांना त्याच्या डोक्यावरच्या झाडावर चढून, मग त्याला वर पहायला सांगावं लागलं.

१३

रस्त्यावरून धक्के खात वर चढत येणारी ती मोठी गाडी मॅनीने पाहिली. परमेश्वरा! शेव्हरोलेट! खरीखुरी अमेरिकन गाडी. या गाडीतून त्यांना भेटायला कोण येत असेल.

गाडीच्या चालकानं तिच्या व्ही-८ इंजीनला एक जोराचा झटका दिला. ती गाडी धुळीचा आणि खडीचा लोट उठवत शेतावरच्या त्या घराच्या दारात घसरत जाऊन थांबली. एक तरुण मुलगा गाडीचा दोन रंगी दरवाजा उघडून उडी मारून खाली उतरला.

तो आन्द्रे होता. त्याची वाढलेली दाढी एखाद्या सिंहाच्या आयाळीसारखी भासत होती.

मॅनीने नकळत स्वत:च्या हनुवटीवर हात फिरवला. तिथली वाढ आता कुठं जराशी राठ होऊ लागली होती.

आपण बावळटासारखे आ वासून त्या गाडीकडे पाहतोय हे लक्षात येताच मॅनीने झटकन तोंड बंद केलं; पण आन्द्रेनं पाहिलंच.

"यापूर्वी शेव्ही कधी पाहिली नव्हतीस का रे? बेल एअर! या प्रकारच्या मोजक्याच गाड्या काढल्यायत कंपनीनं. असाच डरबनहून बोटीवरून तिला ताब्यात घेऊन आलोय. झकास आहे ना?" दरवाज्यावर रेलत त्याने दुधी रंगाच्या पुढच्या लांबलचक सीटवर कौतुकानं थोपटलं. "अशा या देशात सहाच आल्यायत."

गाडीचं नवलाईचं रूप न्याहाळण्याची ओढ आणि त्याच्या मनातली आन्द्रेची दहशत यामध्ये मॅनीची ओढाताण होत होती. कित्येक वर्षांपूर्वी झालेल्या, आन्द्रेने घोड्याच्या टापेखाली पाऊल चुरडल्याच्या प्रसंगाची आठवण करून देणारा तो भलामोठा वण त्याच्या पावलांवर अजूनही होता. डोळे बारीक करून त्याने आपल्या

चुलतभावाची अंगकाठी न्याहाळली. तो धिप्पाड होता खरंच; पण तो स्वत:ही आता काही लहानखुरा राहिला नव्हता. आपल्या वज्रमुष्टींचा प्रहार आन्द्रे अगदी लीलया करू शकत होता हे खरं असलं, तरी अति बिअर प्याल्याने सुटलेलं पोट त्याला अडचणीचं ठरू शकत होतं. नाही! खरं तर तशी वेळ आलीच तर तो आता आन्द्रेचं आव्हान नक्कीच स्वीकारू शकत होता.

मॅनीच्या मागच्या बाजूला असलेल्या व्हरांड्याच्या सावलीतून डिऑन बाहेर आला. आन्द्रेशी हस्तांदोलन करत तो म्हणाला, ''वा! हा अगदी अलभ्य लाभच आहे.''

''हं! ठीक आहे.'' आपले दोन्ही हात डोक्याच्या वर पसरून ताणत जांभई देत आन्द्रे म्हणाला, ''काकाने आणि इतरांनी ह्या जुन्या इस्टेटीची आता काय व्यवस्था केलीय ते पहायचं होतं, शिवाय हिलाही एखाद्या सफरीवर न्यायचंच होतं.'' आपल्या नव्याकोऱ्या बेल एअरच्या बॉनेटवर प्रेमाने थोपटत तो म्हणाला, ''परत नैर्ऋत्य आफ्रिकेपर्यंतच्या सफरीसाठी तिला मालगाडीवर चढवण्याआधी एक छानशी लांबलचक चाचणी घ्यायची होती. सोमवारी सकाळी ठीक आठ वाजता जोहान्सबर्गमध्ये तिला मालगाडीत चढवायचंय.''

''छान. मग हा शनिवार-रविवार तू आमच्याचकडे रहा. मार्टालाही बरं वाटेल. किती दिवस झाले नाही? आम्ही तुमच्याकडे सक्सेसमध्ये रहायला आलो होतो, त्याला पाच-सहा वर्षं तर नक्कीच झाली असतील.''

डिऑन मग आन्द्रेला इम्पालाला आणि पॅरिस दाखवायला घेऊन गेला. धीम्या गतीने पण निश्चितपणे इम्पालालात येऊ घातलेल्या सुबत्तेच्या खुणा जागोजाग विखुरल्या होत्या. एटिएनचा शेतीचा व्यवसाय पाण्याच्या मुबलकतेवर अवलंबून होता, तर डिऑनचा व्यवसाय पाण्याचं दुर्भिक्ष्य होई तेव्हा जोरावर असे. पाण्याचा तुटवडा भासू लागला की सुटीवर येणाऱ्या प्रवाशांच्या झुंडीच्या झुंडी क्रूगर पार्कमध्ये एकवटत असत– आटत चाललेल्या पाण्याच्या ठावांभोवती जमणारे तहानेने व्याकुळलेले झेब्रे, वनगायी, जिराफ, हरणं यांचे कळप पाहण्यासाठी. त्यांच्या मागावर येणारे शिकारी प्राणीही आसपासच असत. उन्हाच्या तडाख्याने उजाड, ओक्याबोक्या झालेल्या जंगलात त्यांच्या जीवघेण्या शिकारीच्या खेळात गुंतलेले सिंह आणि चित्ते आणि आटत चाललेल्या नद्यांच्या पात्रातल्या सुसरी अगदी स्पष्ट दिसत असत. कमी कमी होत चाललेल्या त्या पात्रांतल्या चिखलात स्वत:ला बुडवून घेऊ पाहणारे तापट स्वभावाचे पाणघोडे त्यांच्या वाटेत येणाऱ्या कुणावरही, मग तो अगदी महाकाय हत्ती का असेना, आपले प्रचंड जबडे भीतिदायक उघडमीट करून हल्ला करण्याचा पवित्रा घेत. इतर कुणाहीपेक्षा त्या पाणघोड्यांना हे चांगलं ठाऊक होतं, की लवकरच तो ओला चिखलही वाळून

अगदी दगडासारखा टणक होईल आणि आसपास मरणासन्न प्राण्यांची शरीरं पडू लागतील. पार्कच्या आत असलेल्या विश्रांतिगृहांची क्षमता तिथे येणाऱ्या सर्व प्रवाशांची सोय करण्यासाठी नव्हती. त्यामुळे मग इम्पालालासारख्या खाजगी विश्रामगृहांना बरकत येई.

आताही, उत्तम पाऊस होऊन गेल्यामुळे रान हिरवंगार झालेलं असताना, निसर्गाच्या क्रौर्याच्या खुणा जवळपास कुठेच दिसत नसताना, इम्पालालाचं विश्रांतीगृह प्रवाशांनी भरलेलं होतं. डिऑन हा एक असा यजमान होता जो त्याच्याकडे येणारे अतिथी पुन्हा पुन्हा परततील याची खात्री करून घेत असे. रोज संध्याकाळच्या वेळी सार्वजनिक शेकोटीच्या जागी तो आपल्या लॉजवरच्या प्रवाशांत मिसळत असे. अर्ध्या चड्ड्या घातलेले, एका हातात बीअरचे प्याले तर दुसऱ्यात शेकोटीत भाजायला लावलेले मांसाचे तुकडे उचलण्याचे लांब काटे घेतलेले धिप्पाड अफ्रिकन गोरे. त्यांच्या बायका कपडे धुण्याच्या टबच्या आकाराच्या भांड्यात केळ्यांची मसालेदार कोशिंबीर बनवत, तर तासलेल्या डोक्यांतून बाहेर येणारे बिनबिजागऱ्यांच्या दरवाज्यासारखे कान असलेले त्यांचे मुलगे रग्बी खेळत किंवा झाडांवर चढत. लहान मुलांसाठी डिऑनने बनवलेल्या खेळण्याच्या जागेत, आखूड पायजमे घातलेल्या छोट्या मुली झोपाळ्यांवर झोके घेत किंवा सीसॉवर बसण्यासाठी रांग लावत. तिथली हवा बार्बेक्यूच्या धुराने निळसर झालेली असे आणि तिला डासांना पळवून लावण्याच्या औषधांचा तिखट वास असे. प्रवाशांनी पाहिलेल्या, सिंहांनी केलेल्या शिकारीच्या चित्तथरारक हकिकती, डिऑन अगदी मन लावून ऐकत असे आणि अतिशय दुर्मिळ जातीचं हरीण कुठे पहायला मिळेल, याविषयीच्या त्यांच्या प्रश्नांनाही उत्तरं देत असे.

प्रवाशांनी सतत भरलेल्या विश्रांतिगृहाचा परिणाम डिऑनच्या शेतघरावरही दिसू लागला होता. पूर्वीच्या पत्र्याच्या छपराच्या साध्यासुध्या घराच्या जागी आता एक दिमाखदार वसाहतींमध्ये शोभेलसा बंगला उभा राहिला होता. गिलावा करून शुभ्र पांढरा रंग दिलेल्या जाड विटांच्या भिंतींच्या घरात, मार्टा आता शांत झोपत असे. हिरव्या रंगाची लाकडी शटर्स नवीन छपराला साजेशी होती. रुंद व्हरांडे आणि उतरती छपरं असलेलं ते घर सुखद थंडाव्यानं आगंतुकाचं स्वागत करत असे. रोज संध्याकाळी बाहेरच्या हिरवळीवर फिरणारा स्प्रिंकलर त्या गरम हवेवर बोअरवेलच्या पाण्याचा शिडकावा करत असे. पांढऱ्या रंगाने रंगवलेल्या दगडांनी रेखलेल्या रस्त्यावरून लोक घरात येत. गणवेशातला एक माळी तो रस्ता रोज झाडून, त्यावर सडा घालून, आसपासच्या लाल मातीपासून सुरक्षित ठेवत असे.

रात्रीच्या जेवणाच्या वेळी मॅनी आन्द्रेवर लक्ष ठेवून होता. त्यांच्या चारच माणसे

बसू शकतील एवढ्या लहान टेबलाला, टेबलावरच्या साध्या सुती टेबलक्लॉथला – जो लेट्टीकाकूकडच्या सारखा लेसचा नव्हता – आन्द्रे हसत होता का? आणि माने जेवण काय बनवलं होतं? मटणात रस्सा जवळ जवळ नव्हताच आणि मांसाचे तुकडेही थोडेसे करपले होते, हे आन्द्रेच्या लक्षात आलं होतं का?

पण लवकरच त्याच्या लक्षात आलं की आन्द्रे स्वत:च्याच बढाया मारण्यात इतका मश्गुल होता की, आजूबाजूच्या गोष्टींकडे त्याचं लक्षच नव्हतं. आपण खरेदी केलेल्या नवनवीन गोष्टींविषयी, जशी त्याची आधुनिक बंदूक, मोटरबाइकचं सगळ्यांत नवीन मॉडेल, विमान उडविण्याचे तो गिरवत असलेले धडे, यांविषयी तो न थांबता बोलत होता आणि डिऑन पूर्वी पीत असे त्या वेगाने ब्रँडी रिचवत होता.

मार्टाने त्याला खोदून विचारेपर्यंत आन्द्रे आपल्याविषयी काहीच बोलला नाही.

''अं हो! पूर्वीसारखंच चालू आहे सारं. घडी इतकी बसलेली आहे की विशेष काही लक्ष द्यावं लागत नाही. त्यातून ट्वीला सगळी माहिती आहे. या रानटी लोकांचा रानटीपणा एकदा दूर केला की ते कामाला अगदी वाघ असतात.'' मार्टाच्या चेहऱ्यावरचे भाव पाहून आपलं डोकं मागे टाकून तो मोठ्याने हसला. ''काकूची रानटी लोकांविषयीची अनुकंपा अजूनही तितकीच तीव्र आहे वाटतं? मा सांगत होती की ती रानटी मुलगी अजूनही इथेच आहे आणि तू तिला मुलीसारखी वागवतेस?'' त्याने वळून डिऑनला डोळा घातला. ''मला तर वाटलं होतं की आज ती जेवायला इथे माझ्याबरोबर असेल–'' परत तो खदखदून हसला. डिऑन कसनुसा हसला; तर आपल्या आईने पुन्हा या विषयावर आन्द्रेशी वाद घालायला सुरुवात करू नये अशी मॅनीने मनात प्रार्थना केली.

मार्टानं जेवणाच्या टेबलाकडे पाहिलं. कोबा खरंच इथे असायला हवी होती. तिला वाटलं. मार्टाच्या घरात येऊन राहायचं तिने नाकारलं असलं तरीही कोबा आता घरातलीच एक झाली होती. आता ती त्यांची आफ्रिकन भाषा अगदी अस्खलितपणे बोलू शकत असे. बरेच वेळा मार्टाने तिच्या गुहेबाहेर तिच्यासाठी ठेवलेला स्कर्ट आणि ब्लाऊज घालून ती घरात येत असे. अजूनही स्कर्टवरून किंवा अर्ध्या चड्डीवरून ती आपलं मण्यांनी विणलेलं कटिवस्त्र घालत असे आणि एका खांद्यावरून ते कातडी उत्तरीय; पण आता त्या पिवळ्या टोपीला मात्र तिने चाट दिली होती. त्याऐवजी ती तऱ्हेतऱ्हेच्या रुमालांनी आपलं डोकं झाकून घेत असे. हे रुमाल ती कुठून पैदा करत असे हे मार्टासाठी एक गूढच होतं. त्या रुमालाखालचे कोबाचे केस कसे होते याची तिला अजिबात कल्पना नव्हती. तिने एक कात्री आणि आरसा वर पासोप्कॉपमध्ये पाठवला होता; पण कोबा ते वापरत होती की नाही याची तिला काहीच कल्पना नव्हती.

कोबाने अर्धी चड्डी खाली करून आपले कुल्ले तिच्या तोंडासमोर नाचवून

खिजवण्याच्या प्रसंगापासून मार्टा तिच्याविषयी कुठलाही ग्रह करून घ्यायला वा निर्णय घ्यायला धजावत नसे. जंगलात जेव्हा कधी योगायोगाने त्यांची गाठभेट होई तेव्हा त्यांचे संबंध अगदी सामान्य असत; पण तिचे वाचनाचे धडे मात्र जवळजवळ वर्षभर बंद पडले होते. शेवटी एकदा कोबानेच ते पुन्हा सुरू करण्याविषयी सुचवलं.

ती मुलगी खरंच बुद्धिमान होती आणि लवकरच मार्टा तिला पूर्ण शालेय अभ्यासक्रम शिकवू लागली. तिच्याबरोबरचं आपलं नातं हे फक्त शिक्षक-विद्यार्थी असं, पूर्णपणे व्यावसायिक रहावं असा मार्टाचा प्रयत्न असे; पण ते कठीण होतं.

मार्टाला वाटे की तिच्या धडपडीचा, श्रमांचा मोबदला म्हणजे स्वत:ला मार्टाच्या मुशीतून घडवण्याचा प्रयत्न करणारी तारुण्याच्या उंबरठ्यावरची कोबा. कोबा ही एक विलक्षण व्यक्ती होती. ना रंगाने काळी, ना गोरी. आपला पोशाख, आचारविचार याबाबतीत ना पूर्णपणे पाश्चिमात्य वळणाची, ना रानटी जमातीची. मार्टाच्या दृष्टीने कोबा म्हणजे दक्षिण आफ्रिकेचा भविष्यातला चेहरा होता.

आता जेवणाच्या टेबलापाशी बसल्याबसल्या मार्टाच्या मनात आलं की, कदाचित कोबाची तिच्या माणसांच्यात परत जाण्याची वेळ आली होती, अर्थात तिची इच्छा असेल तरच! एक दीर्घ नि:श्वास सोडून तिने मनाशी निश्चय केला की ती कधीही कोबाला तिच्या मनाविरुद्ध काहीही करायला भाग पाडणार नाही.

दुसऱ्या दिवशी सकाळी आन्द्रेला शिकारीसाठी बाहेर घेऊन जाण्याची कामगिरी अंगावर येऊन पडल्यामुळे मॅनी अस्वस्थ होता.

"मी थोड्याशा तितरांची शिकार करून सागुतीची सोय करतो. कुठलीच पूर्वसूचना न देता मी थेट येऊन थडकल्यामुळे काकूची पंचाईत झाली असेल." आन्द्रे म्हणाला होता. त्याने डिऑनकडून एक बंदूक उसनी घेतली होती.

"त्या बंदुकीने पक्ष्याच्या चिंधड्या नाही ना उडवणार?" मार्टाने विचारलं.

आन्द्रे हसत म्हणाला, "जर माझी इच्छा असेल तरच."

विश्रामगृहातले प्रवासी पाहुणे भल्या सकाळच्या जंगलातल्या फेरफटक्यासाठी गाड्यांत चढू लागले होते. त्यांच्या राहण्याच्या गोलाकार घरांना वळसा घालून जाताना शिजणाऱ्या न्याहरीचा खमंग वास त्यांच्या नाकात शिरला; पण लवकरच मानवी वस्तीच्या खुणा त्यांनी मागे टाकल्या आणि रात्रीतून येऊन गेलेल्या तरसांनी आपापली हद्द अधोरेखित करण्यासाठी उत्सर्जिलेल्या मूत्राचा दर्प त्यांच्या नाकात घुसला.

"मग! बेट्या! तुझ्या आईची ती लाडकी आदिवासी मुलगी कुठे राहते, ती गुहा मला दाखव!" उंच वाढलेल्या गवतातून ढांगा टाकत जात आन्द्रे म्हणाला.

मॅनी सहजपणे चालत राहिला; पण आपल्या शरीरावरचा केसन्केस ताठ उभा राहिल्याचं त्याला जाणवत होतं.

“ती खूप दूर आहे. तिथे गेलो तर तुझी तितरांची शिकार हुकेल. उष्मा वाढतो तसे ते घरट्यांत दडून बसतात.”

“पक्ष्यांच्या शिकारीविषयी तू मला शिकवू नकोस. तू जितक्या न्याहऱ्या खाल्ल्या नसशील त्याहून जास्त पक्षी मी मारलेत.” तो थांबला. त्याच्या चेहऱ्यावर एक लंपट एकाग्र भाव आला. ‘त्याला एकाच वेळी चालणं आणि विचार करणं जमत नाहीये बहुधा,’ मॅनीच्या मनात आलं.

“तित्तर! तित्तर!!” आन्द्रे ओरडला आपलं पोट गोलाकार घुसळत तो म्हणाला, “मी शेकड्यांनी पाखरं टिपलीयत.” एखाद्या तरसासारखा तो खॅक् करून हसला. “अरे जा जा! तुझ्या गांडुळात माझ्या अजगराच्या निम्म्याने तरी जोम आला ना की मगच बाता कर. आता मुकाट्यानं मला त्या आदिवासी मुलीच्या गुहेकडे घेऊन चल. तिलाही याचा अनुभव नक्कीच आवडेल.” खाकी विजारीत लपलेल्या आपल्या इंद्रियाला प्रेमाने थोपटत तो म्हणाला.

“मी काही तुझा वाटाड्या नाहीये.” मॅनी ओरडला, “तुला उकिरडे फुंकायचे असतील तर तुझी वाट तूच शोधून काढ.” पाठ वळवून तो आन्द्रेपासून दूर पळाला.

आन्द्रे नजरेच्या टप्प्याआड गेल्यानंतर त्याने आपली धावण्याची गती जरा कमी केली. आपण असं पळत सुटायला नको होतं. दमदार पावलं टाकीत निघून जाणं अधिक मर्दासारखं वाटलं असतं; पण कोबाला धोका होता. गुहेपर्यंत चालत जायला वीसएक मिनिटं लागत. तो जर धावला तर आन्द्रे ती गुहा शोधून काढायच्या आत, तो तिला तिथून निघून जायला सांगू शकेल. त्याने आपला वेग वाढवला.

इकडे आन्द्रेने वळून नोकरांच्या वस्तीकडे जाणारा रस्ता पकडला. वस्तीपर्यंत पाहोचल्यावर आपली हजेरी जाहीर करण्यासाठी त्याने त्या बांबूच्या कुंपणावर जोरजोरात आघात केले आणि मग तो वस्तीत घुसला. त्याच्या येण्याने वस्तीवरच्या कोंबड्या आणि बकऱ्या भेदरून इकडे-तिकडे पळाल्या. उखळीत धान्य कांडत असलेल्या सेलिनाला, उद्देशून त्याने हाकारलं, “ए, इकडे ये आणि मला मदत कर.”

तिने त्याच्याकडे दुर्लक्ष केलं. तिची एक सून बाहेर आली. दारू गाळण्यासाठी चाळत असलेलं धान्य अजूनही तिच्या हातांवर चिकटलेलं होतं. एक नागडं पोर तिच्या मागोमाग जाऊन तिच्या परकराआड दडलं. हळूच डोकं बाहेर काढून त्यांच्या रोजच्या निवांत आयुष्यात असा कल्लोळ उडवून देण्याऱ्या त्या परक्या गोऱ्या माणसाला निरखू लागलं.

ती आदिवासी मुलगी कुठे आहे असं आन्द्रेने त्यांना विचारलं. ते सगळे त्सोंगा जमातीचे लोक त्याच्याकडे आ वासून पाहत राहिले. ''मासारवा, पिवळ्या रंगाची, अशी–'' त्याने आपलं नाक हाताने दाबून चपटं करून चेहऱ्याच्या पातळीला आणलं आणि आपलं ढुंगण मागे काढलं. छोटी मुलं हसली आणि एकाने माळरानापलीकडच्या नदीकडे बोटाने निर्देश केला. सेलिना त्याच्यावर धावून गेली. त्याचे दोन्ही हात त्याच्या बाजूला दाबून धरून ती त्याच्यावर त्सोंगा भाषेत रागवू लागली.

''तो काय सांगतोय?'' आन्द्रेने विचारलं. सेलिनाने मान नकारार्थी हलवली आणि खालमानेनं ती त्या मुलाला घेऊन झोपडीत शिरली. आन्द्रे तिच्या मागोमाग झोपडीत घुसला. तिच्याजवळून मुलाला हिसकावून घेत त्याने त्याचे दोन्ही दंड एवढ्या घट्ट धरले की त्याच्या पंजांच्या त्या पकडीमागे दोन तपकिरी रंगाचे मांसल गोळे वर आले. ''आता मुकाट्याने सांग मला–'' तो म्हणाला. मूल रडू लागलं. सेलिनाने आन्द्रेच्या हातातून त्याला खेचून घेतलं आणि तोंडाने शिव्याशाप देत एक तीन पायवालं भांडं उचलून त्याच्यावर भिरकावलं. ते चुकवताना आन्द्रे एका मातीच्या भांड्याला अडखळला आणि ते भांडं फुटलं. रागाने तणतणत तो झोपडीबाहेर पडला.

''हरामखोर कुठले–'' सक्सेसमध्ये त्याच्याबरोबर असं वागायची कुणाची हिंमत झाली नसती. पण तो त्या मुलीला नक्कीच शोधून काढेल. अगदी सबंध दिवस आणि रात्र तिला शोधण्यात घालवावी लागली तरी बेहत्तर. माग काय फक्त रानटी आदिवासीच काढू शकतात असं थोडंच आहे? आपली बंदूक त्याने खांद्यावर नीट टाकली.

नंतर डोक्यावर सरपणाचा भारा घेतलेली एक तरुण स्त्री त्याला ओरडून म्हणाली की त्याला हवी असलेली मुलगी डोंगरावरच्या एका गुहेत आहे. त्याने तिच्या अंगावर दोन नाणी भिरकावली.

कोबा गुहेत नव्हती. पासोप्कॉपच्या आसपासही नव्हती. मॅनीने तिला जोरात हाकारलं. अर्थात आन्द्रे जवळपास असण्याच्या शक्यतेमुळे, तो खबरदार होणार नाही याची काळजी घेत जितकं जोरात हाकारता येईल तितकंच! कोबाच्या टेहळणीच्या कपारीवरून तो रांगत गेला. देवा, ती फारच धोक्याची, भीतिदायक जागा होती. कोबा त्यावरून बिनधास्त कशी धावायची देव जाणे.

समोर पसरलेल्या प्रदेशावरून त्याने नजर फिरवली. कोबा कुठेच नव्हती. माळावरच्या पायवाटांवर नव्हती किंवा आपण लावलेल्या सापळ्यांत कुणी प्राणी सापडलाय की नाही त्याची पाहणीही करत नव्हती; पण दूरवरून त्याला टेकडीच्या

दिशेने धडपडत जाणारी एक आकृती दिसली. आन्द्रे! तो चटकन कपारीआड दडला. आणि कपारीच्या कडेवरून डोकावत त्याने खालच्याची टेहाळणी केली. कोबा कधी कधी तिथे अंजीर गोळा करायला जात असे. छे! पण ती कुठेच दिसत नव्हती आणि आन्द्रे जवळ येत होता. आता त्याच्या दृष्टीस कोबा पडायच्या आधी तिला शोधून काढणं जरुरीचं होतं. त्याला संबंध शेत पायाखाली तुडवावं लागलं असतं आणि त्याला एक संपूर्ण दिवसही गेला असता. त्याने घरी जाऊन शेतावरचा ट्रॅक्टर मिळतो का ते पहायचं ठरवलं.

आन्द्रे कोबाच्या गुहेत येऊन धपकन बसला. मग एक आगकाडी शिलगावून त्याने आजूबाजूला नजर टाकली. ही तिचीच गुहा असणार. गुहेच्या भिंतीवरच्या त्या लहान मुलांच्या चित्रकलेसारख्या रानटी आदिवासींच्या रेखाकृती. अशाच रेखाकृती त्याने मातुल टेकड्यांजवळच्या त्या तळ्याच्या वरच्या बाजूला पाहिल्या होत्या. तिथे त्याला एक मानवी सांगाडाही मिळाला होता. लहानखुरा, पाठीच्या कण्याची धनुकली वळलेला. 'म्हातारी बाई,' ट्वी म्हणाला होता. 'मंत्रतंत्र करणारी वैदू असावी बहुधा.' कारण त्या हाडांच्या ढिगाऱ्याजवळ त्याला औषधी काटक्याकुटक्या मिळाल्या होत्या. आणखी एक रानटी जमातीतला घुसखोर बहुधा. बरं झालं, त्याला सापडायच्या आधीच तिचा कारभार आटोपला होता ते. नाहीतर तिची खैर नव्हती.

आन्द्रे शेकोटीपाशी गेला आणि आपल्या बुटाचं पुढचं टोक त्याने त्या राखाडीत खुपसलं. राख थंड होती. काल रात्रीपासून वापरली गेली नव्हती बहुधा. एका कातड्यांच्या ढिगाजवळ तो बसला. आजूबाजूच्या काळोखाचा नजरेला सराव होण्याची वाट पाहत. आपल्या रायफलीच्या नळीने त्याने ती कातडी उचलली. बहुतकरून डायकरची होती आणि एक इम्पाला हरणाच्या कातडीपासून बनवलेलं उत्तरीय.

आणि हे काय होतं? आन्द्रेने कोबाचं कटिवस्त्र उचललं. मण्यांच्या त्या नाजूक कारागिरीवरून बोटं फिरवली. ते लोक या चिंधीच्या आत काहीच घालत नाहीत– त्याच्या मनात आलं. या मुलीच्या योनीवरही तिच्या आईच्या योनीवर होत्या तशा पंखासारख्या झडपा असतील का?

ते कटिवस्त्र आपल्या मांडीवर ठेवून तो ते रगडू लागला. ओक्स म्हणाला होता, 'तपकिरी कातडीच्या देहासारखं काहीच नसतं.' तपकिरी देह, लाल लाल खुणावणारी भोकं असलेला. त्याने डोळे मिटले. त्याच्या मिटल्या नजरेसमोर वळवळणाऱ्या देहाकृती नाचू लागल्या. कधी कधी रात्री त्याला दिसायच्या तशा. तो कासावीस झाला. त्याला आपल्या वडिलांच्या कणखर स्वभावाची आठवण झाली. 'स्वत:ला सावर तरुण माणसा,' त्याचे वडील म्हणाले असते.

तो ताडकन उठला. वडील गेले × × × त! वडिलांनी कधीच त्याच्याविषयी वाटणाऱ्या प्रेमाचा, ममतेचा उच्चार केल्याचं त्याला आठवत नव्हतं. त्यांना नेहमीच त्याच्यात काहीतरी खोट दिसत असे. एक तर तो शालेय अभ्यासात तितकासा हुशार नाही किंवा रग्बीच्या मैदानावर असायला हवा तेवढा चपळ नाही. खरी गोष्ट अशी होती की त्याच्या वडिलांचं जिच्यावर खरं प्रेम होतं, अशा स्त्रीचा तो मुलगा नव्हता. होय! वयाच्या सोळाव्या वर्षीदेखील त्याला हे जाणवण्याएवढी अक्कल निश्चितच होती. त्याचे वडील समजायचे तेवढा तो मूर्ख नव्हता. त्याच्या वडिलांना मार्टाकाकूसारख्या बाईत रस होता. अगदी ती गरोदर असतानाही! आणि आपल्या तिखट नजरेने ती त्याच्याकडे खाऊ की गिळू असे पाहत असतानाही! ते सगळं फारच घृणास्पद होतं. सगळ्या बायका म्हणे नुसत्या भोगायच्या वस्तू होत्या आणि आता त्याला या आदिवासी मुलीची वाट पाहण्याचाही कंटाळा आला होता. त्यापेक्षा सरळ जाऊन काही शिकार करावी.

मॅनी शेतघरापाशी पोहोचला तेव्हा त्याला शेतावरचा ट्रक आणि क्रूगर पार्कचं नाव दरवाज्यावर रंगवलेली एक लँडरोव्हर निघून जाताना दिसले. ट्रकच्या हौदात बसलेले बंदूकधारी वनरक्षकही त्याने पाहिले. मार्टा चिंताग्रस्तपणे व्हरांड्यात उभी होती.

''काय झालं मा?''

''बरं झालं तू आलास ते. वनरक्षक आताच सांगून गेला की एका माजावर आलेल्या नर हत्तीने काल आपल्या शेताच्या कुंपणाची नासधूस केलीय. ते आता त्याला शोधून गुंगीच्या औषधाचं इंजेक्शन द्यायला गेलेयत. विश्रामगृहात असलेल्या प्रवासी पाहुण्यांना घराबाहेर न पडायला सांगायला हवं. तूही धावत जाऊन सेलिनाला आणि तिच्या लोकांना सांग. ते जंगलात सरपण गोळा करायला जात असतील तर काळजी घ्यायला सांग. माजावर आलेला हत्ती किती धोकादायक असतो हे तुला ठाऊकच आहे.''

घराच्या आवारावरून धावत जाताना मॅनीला आन्द्रेची गाडी दिसली. इग्निशनला चाव्या लटकत असलेली. माजावर आलेला नर हत्ती ही मोठी नवलाईची गोष्ट नव्हती; पण बेल एअर गाडी! आणि आत्ताच्या क्षणाला तेवढं एकच वाहन उपलब्ध होतं. हां! त्याने ती गाडी कोबाला शोधून काढण्यासाठी वापरल्याचं कळल्यावर आन्द्रेचा चेहरा बघण्यासारखा झाला असता.

दरवाज्यावरून उडी मारून मॅनी हसत हसत त्या गुबगुबीत गादीवर बसला. आपले हात त्याने त्या चमकदार तपकिरी चाकावर ठेवले आणि पाय लांब करून पावलांनी क्लचच्या पेडलसाठी चाचपलं; पण ती ऑटोमॅटिक होती. क्लच

नसलेली. त्याने पूर्वी कधी चालवली नव्हती, पण त्याला ते सहज जमेलसं वाटलं. त्याने चावी फिरवली. इग्निशनची घरघर झाली. त्याने पटकन चावी पुन्हा फिरवून इंजीन बंद केले. त्याने हे करता कामा नये.

तो तसाच निश्चल बसून राहिला. विस्फारलेल्या डोळ्यांनी गाडीचा डॅशबोर्ड निरखत, आपली चोरी पकडली जाण्याची वाट पाहात; पण काहीच घडलं नाही. कुणीही आलं नाही. मॅनीने पुन्हा चावी फिरवली. इंजीनच्या घशातल्या घशात केल्यासारख्या घरघराटाने त्याला एकदम उत्तेजित वाटलं. त्याने आजूबाजूला पाहिलं. अजूनही कुणी आलं नव्हतं.

त्याला वाटलं की कोबाला शोधण्यासाठी ती गाडी घेऊन जायला त्याची आई हरकत घेणार नाही आणि तो ती फक्त वापरायला उसनी घेत होता. आन्द्रेला ती गायब झाल्याचं समजण्याच्या आत तो ती परतसुद्धा आणून ठेवेल.

आता त्याला कोबा कुठे सापडेल याची जवळ जवळ खात्री वाटू लागली होती. नदीपासच्या गोड काटेरी झुडपांच्या जाळीत. तिच्याजवळचं मीठ संपलं असल्याचं ती बोलली होती. मॅनीने तिला दुकानातून 'भुरुभुरु गळणाऱ्या' मिठाची बाटली आणून देण्याचे कबूल केलं होतं. ते आता तसलं मीठ मोठ्या प्रमाणावर विकत घेत असत आणि मधसुद्धा. पण कोबा त्यावर फारच रागावली होती. त्याला म्हणाली होती की तिला फुकट काहीही नकोय. ती त्याला मिठाच्या बदल्यात मध देईल. जर त्याला खायचा नसेल तर तो त्याचा प्रश्न आहे आणि आपले छोटेसे खांदे तिने बेफिकिरीनं उडवले होते.

त्याने गाडी गिअरमध्ये टाकली आणि एक लहानसा धक्का खाऊन ती चालू झाली. ही गाडी चालवणं ट्रक चालवण्यापेक्षाही सोपं होतं. त्याने आपला पाय ॲक्सिलरेटरवर दाबला आणि लढाईच्या निशाणासारखा धुळीचा लोट मागे उडवत ती धावू लागली.

नदीच्या काठावरच्या त्या मोकळवणात क्षणभर थांबून कोबाने चाहूल घेतली. मधाचा माग दाखवणाऱ्या पक्ष्याचा आवाज होता का तो? पण तो अजूनही खूप दूर होता. तिने उसासा टाकला. सूर्य उगवल्यापासून ती शोधत होती. माहितीच्या सगळ्या पोळ्यांवर मधखाऊ अस्वलांनी अलीकडेच डल्ला मारल्याच्या खुणा होत्या. त्याच्या पादण्याची दुर्गंधी, जिचा वापर काहीजणांच्या मते मधमाश्यांना पळवून लावायला होत असे, तिला अजूनही जाणवत होती. पण कुठेतरी हल्ला न झालेलं, मधानं भरलेलं पोळं असणारच. ती विलोच्या झुडपांच्या दिशेने निघाली.

कोबा जर वर पासोप्कॉपमध्ये असती तर तिला माळावरचं उंच गवत मधोमध दुंभगलेलं दिसलं असतं. एखादा सिंह मधून गेल्यासारखं; पण इथे, गचपणाच्या

कडेवर बाजूच्या गच्च रानामुळे तिच्या नजरेला अडथळे येत होते; पण तेवढ्यात एक मधाचा मागकाढ्या आला. त्याचा तो विशिष्ट आवाज काढत – आगकाड्यांनी भरलेली पेटी आडवी हलवल्यावर येतो, तसा त्याचा आवाज आहे, असं कोबाला वाटायचं – तो पक्षी गोलाकार उडत होता. मध्येच सूर मारून आपली शेपटी पसरवून तो वर झेप घेई. चिटिक चिटिक चिटिक अशी साद घालत तो तिला एका जीर्ण सागाच्या बुंध्याकडे घेऊन चालला होता.

"तू अगदी हुशार पक्षी आहेस," तो बुंधा न्याहाळायला गुडघ्यावर बसत कोबा म्हणाली. ते पोळं बुंध्याच्या पोकळीत बरंच खोलवर होतं. धूर करूनच माश्यांना हाकललेलं बरं; पण ऊन कडक होतं आणि कोबा दमली होती. ससे पकडण्याच्या फासाच्या टोकानं तिनं पोळं टोकरलं. ते उघडलं तसं तिने झटकन मधानं थबथबलेला एक तुकडा तोडून घेतला. गोंधळलेल्या माश्या झुंडीनं बाहेर पडल्या. त्यांचा ठेवा लुटण्याऱ्या कोबावर त्यांचा थवाच्या थवा झेपावला. पोळ्याचा एक छोटा तुकडा मागकाढ्या पक्ष्यासाठी फेकत कोबा हसत हसत तेथून दूर पळाली.

गवतातून धावत येणाऱ्या पावलांची चाहूल आन्द्रेला लागली, पण चवताळलेल्या मधमाश्यांची गुणगुण कानात भरलेल्या कोबाला काहीच जाणवलं नाही. ती त्याच्या जवळून धावत जात असताना त्याने पायात पाय घालून तिला पाडलं. ती धापा टाकत कोसळली. तिच्या हातातला मधाच्या पोळ्याचा तुकडा दूर उडाला. तिच्या पाठीवर असलेला मधमाश्यांचा थवा त्यावर झेपावला. आतले अळ्यांचे कोश सुरक्षित आहेत ना ते तपासायला. काही माश्यांनी वर उडून तिथे उभ्या असलेल्या त्या दांडग्या माणसावर हल्ला केला.

"अरे देवा!" आन्द्रे धापा टाकत म्हणाला, "हे तुझं चाललंय तरी काय? तू काय तुझ्या पाळीव मधमाश्यांना फिरायला घेऊन चाललीयस का? बाप रे, कसला जबरदस्त डंख आहे. चल, आधी इथून दूर चल." कोबाला काखोटीला मारून, तिच्याच डोक्याने आसपासच्या गवतात मुसंडी मारून वाट काढत, तो त्या चवताळलेल्या मधमाश्यांपासून दूर निघाला. वाटेत येणाऱ्या झाडोऱ्या, फांद्यांनी कोबाच्या चेहऱ्यावर ओरखडे उठत होते.

त्याने जेव्हा तिला एका मोकळवणात खाली टाकली, तेव्हा चेहऱ्यावरच्या रक्ताच्या ओघळांमधून वर पाहताना, तिला तो एखाद्या अणकुचीदार नखांचे पंजे असलेल्या भयंकर धोकादायक श्वापदासारखा– सिंहासारखा भासला. तो तिला ओढत एका लहानशा झाडापाशी घेऊन गेला. हात डोक्यावर घेऊन झोपलेल्या स्थितीत त्याने तिला त्या झाडाला बांधलं तेव्हा ती वेदनेने कळवळली नाही. त्याने तिची अर्धी चड्डी टरकावून फाडली आणि आपले दोन्ही पाय फाकून तिच्यावर स्वार झाला. आपल्या विजारीतून त्याने आपलं शिस्न बाहेर काढलं.

केसाळ, कुरूप, सुरकुतलेल्या भडक गुलाबी रंगाच्या त्या अवयवाकडे कोबा भारल्यासारखी पाहत राहिली आणि मग त्यावर थुंकली.

"मुजोर रांड कुठली–" त्याने तिच्या चेहऱ्यावर एक ठोसा लगावला. तिचं डोकं झटक्यात मागे होऊन झाडाच्या बुंध्यावर थाडकन आपटलं आणि तिच्या डोळ्यांसमोर काजवे चमकले. तिने दृष्टी स्थिर करण्याचा प्रयत्न केला, पण तिला तिच्यावर ओणवणारे दोन दोन पशू दिसत होते. त्याच्या वजनाने ती जमिनीत रुतत चालली होती.

"आता कुठे गेला तुझा शूरपणा?" तिच्यावरून बाजूला होत आपल्या रायफलीच्या दस्त्याने त्याने तिचे पाय फाकवले. "ठीक! ठीक! आता पाहू या–" बंदुकीच्या नळीच्या पोलादाचा स्पर्श कोबाला तिच्या मांड्यांच्या आतल्या बाजूला जाणवला. "गुपचूप पडून रहा. अजिबात हलू नकोस."

ते गुलाबी गांडूळ अचानक फुगून अजगरासारखं मोठं झालेलं कोबाला दिसलं. पुन्हा एकदा तिला या पशूने केलेली तिच्या आईची बेइज्जती आठवली. धसमुसळ्या बोटांनी तिच्या योनीची दोन पटलं दूर केल्याचं तिला जाणवलं. तिने डोळे मिटून घेतले. अचानक तिच्या पोटावर पडणाऱ्या पाण्याच्या स्पर्शानं तिनं चमकून डोळे उघडले.

तो पशू हुंदके देत होता. तिच्या पायांच्या मध्ये खुडकून बसलेला तो गदगदत होता. त्याच्या डोळ्यांतून आसवांच्या धारा वाहत होत्या. काही त्याच्या चेहऱ्यावरच्या दाढीच्या जंगलात जिरत होत्या तर काही तिच्या उघड्या पोटावर उडत होत्या. त्याच्याकडे पाहून ती काहीशी निर्धास्त झाली. त्या नरम अवयवाने तो पशू तिला खाऊ तर शकला नसता.

तिने हळूच बंदुकीच्या नळीपासून आपले पाय दूर न्यायला सुरुवात केली.

आन्द्रेचं लक्ष नव्हतं. त्याच्या मनात आठवणींचा कल्लोळ माजला होता. पाच्या आठवणी. त्या आदिवासी स्त्रीच्या विलक्षण योनीचं निरीक्षण करताना हसणारे पा, आपल्या शर्टावर पसरणाऱ्या त्या जहरी लाल डागांकडे विस्मयाने पाहणारे पा, त्यांच्या निष्प्राण देहाबरोबर केलेला तो लांबलचक खडतर प्रवास आणि त्या संपूर्ण प्रवासात त्याचा कब्जा घेणारी, त्याच्या पोटात ढवळून टाकणारी ती भीती! कधीतरी कुणी जर त्याच्यावर गुन्हा दाखल केला तर काय होईल? जमाना बदलत होता. सगळे म्हणायचे एक दिवस या देशाचा कारभार या मूळच्या स्थानिक रानटी रहिवाशांच्या हातात जाणार. जर या मुलीने त्याच्याविरुद्ध साक्ष दिली तर त्याला तुरुंगात जावं लागेल. तिची जबानी त्याच्याविरुद्ध ग्राह्य धरली जाईल. त्यापेक्षा तिला आताच ठार करून तिचं शरीर नदीत फेकून द्यावं हे बरं. सुसरी खाऊन टाकतील.

काहीतरी जाणवल्यामुळे कोबाने तिच्या पायांची चोरटी हालचाल बंद केली. रानाच्या गचपणातून एक प्रचंड आकार, अगदी एक काटकीही मोडल्याचा आवाज न करता पुढे येत होता. तिला दिसत काहीच नव्हतं; पण तिच्या शरीराखालची जमीन जवळपासच कुठेतरी ठेवलेल्या प्रचंड वजनाखाली दबल्यासारखी वाटत होती. आता आन्द्रेलाही ते जाणवलं आणि तो तो उठून उभा राहिला. भयचकित नजरेने तो आसपासचं रान निरखू लागला. हत्ती? इथे? शक्य नाही; पण असलाच तर कुठे? झाडांच्या डहाळ्या मोडून खात नसेल तर रानात हत्तीला शोधून काढणं हे गवताच्या गंजीत सुई शोधण्याएवढं मुष्कील होतं आणि त्याला ही सुई नक्की कुठल्या दिशेला आहे हे जाणून घ्यायचं होतं, म्हणजे मग तो वाऱ्याच्या विरुद्ध दिशेला राहिला असता.

रानाच्या बाहेरच्या कडेवरून मॅनीला तो हत्ती नीटपणे दिसला. आपल्या मस्तकाचा भार एका महाकाय सुळ्यावर तोलून तो डुलकी घेत होता. डौलदार बाक असलेला तो सुळा एवढा लांब होता की, जवळजवळ जमिनीला टेकला होता. दुसऱ्या सुळ्याचा नुसता एक छोटासा बुडखा होता; बऱ्याच वर्षांपूर्वी एखाद्या साठमारीत तो तुटला असावा. मॅनीला खात्री होती की हाच तो प्रसिद्ध माफुता होता. लोकांनी त्याच्यावर पुस्तकं लिहिली होती. त्याचं नक्की वय काय होतं ते कुणालाच ठाऊक नव्हतं, पण त्याचा तो सुळा अतिशय मौल्यवान होता आणि चोरट्या शिकाऱ्यांनी त्यासाठी बरेचदा त्याला सापळ्यात पकडण्याचा प्रयत्न कला होता.

क्रूगर पार्कमधले अर्ध्याच्या वर वनरक्षक त्याला शोधण्याच्या मोहिमेवर निघाले होते यात काहीच नवल नव्हतं; पण तो हत्ती अगदी निवांत दिसत होता. त्या सावलीत तो डोळे मिटून अगदी स्तब्ध उभा होता. त्याच्या शेपटीचीच काय ती अंगावर बसणाऱ्या माशांना मारण्यासाठी मधेमधे क्षीण हालचाल होत होती. त्याची कातडी अगदी निस्तेज झाली होती आणि हत्तींच्या कातडीच्या तुलनेतही ती जास्तच ओघळलेली होती.

मॅनीला वाटलं हा एखाद्या म्हाताऱ्या माणसासारखा आहे. तो चरत नव्हता हे आश्चर्यच होतं. कदाचित तो मरण्यासाठीच इथे आला असेल; पण तसं असलं तरीही तो तितकाच धोकादायक असू शकतो आणि मॅनीला तर कसंही करून त्याला ओलांडून जायचंच होतं. कोबाला शोधण्यासाठी.

त्याने गाडी आणखी थोडी पुढे नेली. हत्तीने काहीच हालचाल केली नाही. मॅनीला त्याचं आश्चर्य वाटलं नाही. कारण क्रूगर पार्कमधल्या प्राण्यांना गाडीच्या इंजीनच्या आवाजाची सवय होती. तो आवाज धोकादायक नसतो हे त्यांना ठाऊक होतं.

आन्द्रेलाही तो इंजीनचा आवाज ऐकू आला. त्याच्या लाडक्या बेल एअरचा आवाज. इथे? ही काय भानगड होती? तो त्या आवाजाच्या दिशेने धावू लागला.

गाडी चालवणारा मॅनी आन्द्रेला दिसला आणि त्याच वेळी त्या हत्तीनेही त्याला पाहिलं.

माफुताने आपली सोंड वर उचलून हवा हुंगली. कमालीच्या चपळपणे तो गरकन फिरला. त्याचा तो प्रचंड सुळा जमिनीवरच्या झुडुपांना दुभंगत गेला. त्याचे प्रचंड कान वरखाली होऊ लागले.

हत्तीच्या त्या पवित्र्याची दखल न घेता पन्नास यार्डांवरून आन्द्रे मॅनीवर ओरडला, "माझ्या गाडीला हात का लावलास तू?"

आन्द्रेच्या शर्टावरचं रक्त आणि तो आणखी जवळ आल्यावर त्याच्या विजारीतून डोकावणारं त्याचं लिंग मॅनीला दिसलं. त्याला उशीर झाला होता तर!

"कोबा कुठे आहे? काय केलंस तू तिला?"

"माझी गाडी चोरून ती या जंगलातून इथवर आणून, वर मला त्या य:कश्चित रानटी मुलीबद्दल जाब विचारायची हिंमत करतोस? सांगून ठेवतोय, माझ्या गाडीवर एक ओरखडा जरी उठलेला दिसला, तरी मी तुझा जीवच घेईन."

या सगळ्या आरडाओरड्याने आणि गोंधळाने अस्वस्थ झालेल्या माफुताने सोंड उंचावून तुतारी दिली. त्या आवाजाने आन्द्रेचा वाक्प्रवाह मधेच थांबला. त्याने गर्रकन वळून पाहिलं. त्या हत्तीचे प्रचंड कान रागारागाने वरखाली होत होते. मग माफुताने चाल केली.

जमीन हादरली. त्याच्या चालण्याबरोबर झाडांच्या डहाळ्यांचा आणि पानांचा जमिनीवर सडा पडू लागला. धूळ उडाली. आपलं घरटं वाचवण्यासाठी जिवाच्या आकांतानं ओरडणाऱ्या पक्ष्यांचा आवाज परत परत येणाऱ्या त्या कर्णकर्कश तुतारीच्या आवाजात मिसळला. जीवन-मरणाचा प्रश्न असल्यासारखा आन्द्रे आपल्या गाडीच्या दिशेने धावला.

आन्द्रेचं आयुष्य खरंच त्या गाडीवर अवलंबून आहे हे मॅनीला ठाऊक होतं. थरथरत्या हातांनी कोरड पडलेल्या तोंडाने त्याने गिअर टाकला आणि ॲक्सिलरेटर जोरात दाबला. गाडी उसळी घेऊन पुढे निघाली. आन्द्रेला मागे टाकून त्या हत्तीच्या दिशेने. मॅनीने शक्य तेवढ्या जोरात गाडीचा हॉर्न दाबला. भयचकित होऊन आन्द्रे जागीच उभा राहिला. "नाही! नाही!!" आपले हात असहायपणे हलवत तो ओरडला, "गाडीची काळजी घे."

त्या गाडीने लक्ष वेधून घेतल्याचा फायदा झाला. माफुताचा वेग मंदावला. तो थांबला. एक प्रचंड पाय वर उचलून तो डोकं इकडे तिकडे हलवून अंदाज घेऊ

लागला. त्रासिकपणे त्याने आपला पाय एका झाडाच्या खोडावर ठेवला. त्याच्या वजनाने खोडाच्या चिरफळ्या झाल्या आणि अर्ध्याहून अधिक फांद्याही तुटून खाली येऊ लागल्या. तुटणाऱ्या फांद्यांच्या आवाजाने आणखी संतापलेल्या त्या हत्तीने आपली सोंड एका भल्या मोठ्या फांदीभोवती गुंडाळली आणि ती उपटून काढली. तुटणाऱ्या लाकडाचा आवाज झाला.

बेल एअर आता हत्तीच्या जवळ पोहोचली होती. पांढऱ्याफटक चेहऱ्याने मॅनी चाकामागे बसला होता. त्याच्या चेहऱ्यावरून घामाच्या धारा वाहत होत्या. त्याचं हृदय नुसतं धडधडत नव्हतं तर झोके घेत होतं. त्याचे हातपाय थंडगार पडले होते. गाडी अजून किती पुढे नेऊ शकत होता तो?

एका मधल्या झाडाच्या अडथळ्याशिवाय त्याच्या सुळ्याच्या पल्ल्यात पोहोचल्याचे पाहून मॅनी थांबला आणि मग त्याने स्टिअरिंग व्हील एका बाजूला फिरवून गाडी वळवून त्या झाडाच्या आडोशाला उभी केली. पुढच्या सीटवरून सरकत मॅनी गाडीच्या दुसऱ्या बाजूच्या दरवाज्यापर्यंत गेला. लाथ मारून त्याने तो दरवाजा उघडला आणि बाहेर जमिनीवर लोळण घेतली. मग तो उठून उभा राहिला आणि धावू लागला. आन्द्रेलाही त्याने ओरडून तसंच करण्यास सांगितलं.

पण आन्द्रे तसाच खिळल्यासारखा उभा होता. ह्या नवीन अडथळ्याचं काय करावं या विचारातल्या माफुताला न्याहाळत. आपला पुढचा बेडौल पाय उचलून आपल्या सोंडेने त्याने आपलं नासधुशीचं कार्य पुढे चालू ठेवलं. एक चाळीस फुटी झाड आपल्या सोंडेने लीलया उपटून त्याने ते गाडीच्या दिशेने गडगडत न्यायला सुरुवात केली. विंडस्क्रीनची काच फुटण्याचा, गाडीचा पोलादी टप बॉनेटच्या पातळीला येताना पत्रा चुरमडल्याचा करकर आवाज झाला. तो आवाज साऱ्या रानात घुमला आणि दूरवरच्या पासोप्कॉपच्या दगडी भिंतीवर आपटून प्रतिध्वनित झाला. त्या आवाजाने भयभीत होऊन माफुताने पुन्हा एकदा तुतारी फुंकली आणि तो आपला लांबलचक सुळा सावरत जलद गतीने मागे जाऊ लागला. आन्द्रे संतापाने आणि दुःखाने किंचाळत होता, "माझी बंदूक कुठे आहे? कुठे आहे माझी? बंदूक?"

हत्तीचा पाठलाग करावा की गाडीचं नुकसान तपासावं, या द्विधा मनःस्थितीत रागाने थयथयाट करणारी आन्द्रेची आकृती, हे मॅनीच्या आठवणीतलं शेवटचं दृश्य होतं.

तिथून जवळच मॅनीला कोबा सापडली, "तू कशी आहेस?" त्याने तिच्या मनगटांना बांधलेले दोरखंड सोडले. "तुझा चेहरा तर ओरखड्यांनी भरलाय आणि – हे काय?" तिच्या हनुवटीला जिथे सूज यायला सुरुवात झाली होती, तिथे स्पर्श करून तो म्हणाला, "त्याने तुला मारलं का?" कोबाने काही उत्तर दिलं नाही.

त्याच्या नजरेला नजरही दिली नाही. "थांब, मी तुझा चेहरा धुण्यासाठी पाणी घेऊन येतो."

"नाही, तू जा इथून." कोबा धडपडत उठून उभी राहू लागली. मॅनीने तिला आधार दिला.

नदीवर सारं काही शांत होतं. माफुता जर इथून आपल्या पार्कमधल्या राहण्याच्या तुलनेने शांत असलेल्या जागी गेला असेल, तर त्याने त्याच्या काही खुणा मागे सोडल्या नव्हत्या. एखाद्या सुस्त सुसरीसारखं, तपकिरी रंगाचं पाणी आळशीपणे खालच्या दिशेला वाहत होतं. कोबा एका झाडाच्या खोडाला टेकून उभी राहिली. मॅनीने अंगातला शर्ट काढून पाण्यात भिजवला. तिने डोळे मिटून घेतले आणि त्याला आपल्या चेहऱ्यावरचं रक्त पुसू दिलं. तिने डोळे उघडले तेव्हा तो टक लावून तिच्याकडे पाहत होता. एका नवीनच निर्माण झालेल्या अवघडलेपणानं ते एकमेकांपासून दूर झाले.

तिला काय झालं हे मॅनीला विचारायचं होतं, पण त्याला धीर होत नव्हता. त्याने ती बेल एअर कशी शिताफीने त्या हत्तीच्या अगदी पुढ्यात नेऊन उभी केली ते तिने पाहायला हवं होतं, असं त्याला वाटलं. त्याने ते खूपच धाडसाचं काम केलं होतं. अगदी जेम्स बाँडपेक्षाही काकणभर सरस; पण आन्द्रेचा जीव वाचवला ही गोष्ट बढाई मारण्यासारखी नव्हती. त्याने जिच्यावर बलात्कार करण्याचा प्रयत्न केला, अशा मुलीच्या पुढ्यात बढाई मारण्यासारखी तर नक्कीच नाही.

तिच्याकडे पाहून आपण उगाच आन्द्रेला वाचवलं असं त्याच्या मनात आलं. आन्द्रेकडून त्याबद्दल त्याचं काही कौतुक होईल याची आशाच नव्हती. घरी जाऊन काय घडलं त्याचा खुलासा करावा असं त्याला वाटलं.

"आता घरी जाऊन त्या साऱ्यांना तोंड द्यावं लागणार," तो उसासला.

कोबा हसली आणि मग आपले ओठ फुरफुरवत तिने व्ही-८ च्या इंजिनाच्या आवाजाची बऱ्यापैकी हुबेहूब नक्कल केली. मॅनी फुशारून तिच्याकडे पाहत राहिला. मग बेल एअरच्या हॉर्नचा आवाज तर तिने अगदी जसाच्या तसा काढला आणि एका काल्पनिक गाडीतल्या काल्पनिक सीटवर बसून धक्के खात मोठ्या प्रयासाने स्टिअरिंग व्हील फिरवण्याची हालचाल केली.

मॅनी हसला, "तुला अर्धंसुद्धा ठाऊक नाहीये जे घडलं त्यातलं," आणि मग तो तिला अगदी विस्ताराने आपल्या मर्दुमकीची कथा सांगू लागला.

१४

एका दुपारी मॅनी, जो खरं तर परीक्षेच्या तयारीत मग्न असायला हवा होता, रेकॉर्डच्या कव्हरमागे असलेल्या आकृतीच्या आधारे जाइव्ह नृत्याचे धडे घेण्याचा प्रयत्न करता होता. त्याच वेळी कोबाने त्याच्या खिडकीवर टकटक केली, त्याला आनंदच झाला.

''आत ये. मला हा नाच शिकायला जरा मदत कर पाहू.'' कोबाने खिडकीच्या कडेवर अलगद उडी मारली. मार्टा घरात असताना ती दरवाज्याचा उपयोग करत असे; पण आज ती चित्त्यासारखी स्त्री नक्कीच जवळपास नव्हती, कारण नाही तर तिच्या त्या छाव्याचं आपल्या गुहेत एवढा गोंगाट करण्याचं धाडस झालं नसतं.

तिच्या हाताला धरून मॅनीने तिला आत खेचलं. तिची उंची पाच फुटांपेक्षाही कमी होती, तर तो सहा फुटांवर उंच होता. त्याने क्षणभर तिला आपल्या छातीच्या उंचीपाशी उचलून धरलं तेव्हा तिचे पाय जमिनीपर्यंत पोहोचत नव्हते.

तो बेडूकडोळ्या मुलगा एवढा उंच आणि धिप्पाड झाल्याचं तिला यापूर्वी कधी जाणवलं नव्हतं. त्या जाणिवेनं ती काहीशी संकोचली. त्याने तिला खाली ठेवलं आणि ती त्याच्यापासून दूर झाली.

''हे! कोबा, ये ना!'' आपला हात पुढे करत त्याने तिला बोलावले पण ती तशीच जमिनीवरच्या गालिच्याकडे नजर लावून अंग ताठरून उभी राहिली. कपाळाला आठ्या घालत तो म्हणाला, ''ठीक आहे, मी खिडकी बंद करतो.''

खिडकी लावून घेतल्यावर किंचित अंधारल्यासारखं झाल्याने तिचा संकोच काहीसा कमी झाला. मॅनीच्या हातात हात देऊन तिने त्याच्या हालचालींची नक्कल करण्याचा बऱ्यापैकी प्रयत्न केला. त्याने तिला स्वत:पासून दूर ढकललं. मग पुन्हा जवळ खेचलं आणि मग कोबाला त्या पदन्यासाचा काहीसा अंदाज आला.

संगीताच्या ठेक्याबरोबरचा स्वत:चा मेळ चुकू न देता ती खुदखुदून हसू लागली. मॅनीलाही हसू फुटलं. मग एकमेकांत गुंतवलेले हात वर उचलून त्याने तिच्या कमरेवर हलकासा दाब देत तिला गोल फिरवलं. ती खिदळली. आणखी थोड्याशा सरावानंतर ती ठेका न चुकवता दोन्ही दिशांनी गिरक्या घेऊ लागली.

दरवाज्यात उभ्या असलेल्या भुऱ्या केसांच्या आकृतीच्या चाहुलीने भानावर आलेल्या मॅनीने झटक्यात कोबाचे हात खाली सोडले. उभार छातीखाली गाठ मारलेला ब्लाऊज व अर्धी चड्डी घातलेली ती त्याची शेजारीण कतरिना बोथा होती.

"मी दरवाजा ठोकला, पण तुम्ही नाचात एवढे गुंगला होतात की तुम्हाला ऐकूच आलं नाही. अगदी दारं-खिडक्या बंद करून, हं?" अति कोरल्याने अगदी बारीक झालेली आपली भुवई उंचावत ती म्हणाली.

"मा आणि इतर सगळे बाहेर गेलेत. आम्ही नुसतं... एक मिनिटं हं! मी तो रेकॉर्डप्लेअर बंद करतो." शरमेने कान आणि गाल लालभडक झालेला मॅनी घाईघाईने ग्रामोफोनकडे जात म्हणाला.

"मी गृहपाठाविषयी विचारायला आले होते. शरीरशास्त्राविषयी खरं तर!" ती हसली. अनपेक्षितपणे नजरेला पडलेल्या या दृश्यामुळे तिच्या हाती लागलेल्या हुकमाच्या एक्क्याच्या जाणिवेने तिचे डोळे चमकले. मॅनी मरायस! सतरा वर्षांखालच्या रग्बी टीमचा हिरो आणि त्याचं ते छोटंसं तपकिरी रंगाचं गुपित!

'दारंखिडक्या बंद करून आपल्या घराच्या पुढच्या खोलीत त्या आदिवासी मुलीबरोबर नृत्याचे पदन्यास करणारा मॅनी' ती आपल्या मैत्रिणींना सांगणार होती आणि आश्चर्याने वासलेली त्यांची तोंडं बंद होण्याच्या आत त्याचा नावलौकिक धुळीला मिळवणारा शेवटचा धक्का, 'आणि ते कुठल्या गाण्याच्या तालावर नाचत असतील असं वाटतं तुम्हाला? बिल हेली!'

पण काहीही असलं तरी मॅनी मरायस हा एक उमदा मुलगा होता, तिच्या मनात आलं. तो देखणा होता. कोवळा होता. लहान असताना ते दोघं एकत्र खेळले होते आणि तेव्हाचा तो झिडपिड्या मुलगा आता अंगापिंडाने अगदी छान भरला होता.

पण त्याची आई त्रासदायक होती. तिचे वडील म्हणायचे तशी ती कदाचित कम्युनिस्ट होती. आदिवासी बायकांनी काढलेल्या मोर्चात ती सामील झाली होती. नंतर त्या सगळ्यांना तुरुंगात टाकण्यात आलं होतं आणि शार्पव्हीलच्या त्या घटनेनंतर तिने त्या घटनेचा निषेध करणाऱ्या पत्रकावर लोकांच्या सह्या गोळ्या करण्यात पुढाकार घेतला होता. तिला अटक झाली नव्हती हे नशीबच म्हणायचं!– असं तिचे वडील म्हणाले होते.

शेवटी मुलागाही आईच्याच वळणावर जाणार! कतरिनाच्या मनात आलं.

अर्थात त्या लहानखुऱ्या गलिच्छ मुलीत मॅनीला रस का वाटावा– परमेश्वरालाच ठाऊक. आपल्या स्कर्टवरून कातड्याचं कटिवस्त्र पांघरलेली ती मुलगी अगदी रानटीच वाटत होती.

त्या मुलीविषयी वदंता तिने यापूर्वीही ऐकल्या होत्या. ती म्हणे कलहारी वाळवंटातल्या झुडपांत राहणाऱ्या जमातीपैकी होती. मरायस कुटुंबाने तिला एखाद्या पाळीव जनावरासारखं बाळगलं होतं; पण कुणी आपल्या पाळीव कुत्र्याबरोबर किंवा माकडाबरोबर नाच थोडंच करतं?

तिची आई सांगत होती की श्रीमती मरायसने त्या मुलीला लिहायवाचायला शिकवलं होतं. पुढल्या वर्षी ती आणि मॅनीप्रमाणेच त्या मुलीलाही मॅट्रिकला बसवायची श्रीमती मरायसची इच्छा होती. श्रीमती मरायसच्या मते ती मुलगी एवढी हुशार होती की तिला स्थानिक काळ्या लोकांसाठी असलेल्या 'बांटु' परीक्षेला बसवणं हा तिचा अपमान होता आणि म्हणून श्रीमती मरायसने गोऱ्या मुलांसाठी असलेलया मॅट्रिकच्या परीक्षेला तिला बसता यावं म्हणून शिक्षण मंडळाकडे अर्जही केला होता. हे जरा अतिच होतंय असं तिच्या आईच्या शिवणकामाच्या मंडळातल्या बायकांचं मत होतं. काहीही झालं तरी मंडळाचे अधिकारी काही याला परवानगी देणार नाहीत, असं सांगून तिच्या आईने त्या क्षुब्ध झालेल्या बायकांना शांत केल्याचं कतरिनाला आठवलं.

''कोबा आणि मी...'' मॅनी म्हणत होता, ''तू कोबाला ओळखतेस का?'' कतरिनाची थंड एकटक नजर चुकवत संकोचाने लालभडक झालेला मॅनी म्हणाला आणि तेवढ्यात खिडकीचे दरवाजे धाडकन उघडत बाहेर उडी टाकून पळून जाणारी कोबा त्याला दिसली. कतरिना हसली, पण तिची नजर दगडी झाली होती. ह्या मुलाचं तिची एका खालच्या दर्जाच्या रानटी मुलीशी ओळख करून द्यायचं धाडस तरी कसं झालं?

''ती काहीशी बुजरी आहे.'' खांदे उडवत मॅनी म्हणाला, आपले हात कसेतरीच लोंबकळताहेत असं त्याला वाटलं. त्यांचं काहीतरी करायला हवं. ''मी तुझ्यासाठी चहा-कॉफी काहीतरी आणू का?''

''नको. आता वेळ नाहीये. पा या शनिवार रविवारी आम्हाला धरणावर घेऊन जाणार आहेत. आम्ही हॉटेलात राहणार आहोत.'' आपल्या बोटांनी दरवाज्याच्या चौकटीवर ताल धरत ती म्हणाली, ''तेव्हा ती तुझी शरीरशास्त्राच्या गृहपाठाची वही थोड्या वेळासाठी देतोस का? जरा पटकन?''

''हो हो! जरूर! मी आता घेऊन येतो.'' तो परत आला तेव्हा ती ओणवून त्याचा संगीताच्या रेकॉर्ड्सचा संग्रह न्याहाळत होती. तिचे नितंब त्याच्या बाजूला बाहेर आले होते आणि त्यांच्यावर तिची कृश कटी डौलदारपणे वर चढली होती.

त्याच्या चाहुलीने ती सरळ झाली आणि वही घेण्यासाठी तिने आपला हात पुढे केला. तिची नखं चमकदार रंगानी रंगवली होती. शिंपल्याच्या आतल्या भागासारखी. त्याची नजर त्यांवर खिळली. एवढ्या सगळ्या धुळीत तिची नखं एवढी स्वच्छ कशी काय राहू शकत होती? खांद्यावर रुळणारी केसांची एक लांब बट आपल्या निर्मळ पंजाने मागे उडवायची तिची हालचाल तो भारल्यासारखा पाहत राहिला. आता तिच्या ब्लाउजच्या गळ्यातून खोलवर तिच्या रापलेल्या तांबूस सोनेरी कातडीवर उठून दिसणारा तिच्या ब्रेसियरचा पांढराशुभ्र कोपराही दिसत होता.

"आभारी आहे," दरवाज्याकडे जात ती म्हणाली. त्याला आपल्या ताठरलेल्या जांघाही तिच्या पाठोपाठ जाताहेतसं वाटलं.

खांद्यावरून मागे पाहत कतरिना म्हणाली, "आणि मॅनी, आता जाइव्हची फॅशन नाहीये. तुला ट्वीस्ट शिकायला हवा. अर्थात तुला तुझी ती अदिवासी मैत्रीण नाचात अगदीच कशीतरी वाटायला नको असली तर." मॅनीने दात ओठ खात मनातल्या मनात शिव्या हासडल्या. ही बया आता सोमवारी शाळेत नक्कीच त्याला सुळावर चढवणार होती, त्याला खात्री होती. कोबासाठीही ते फारसं सोपं जाणार नव्हतं.

पासोप्कॉपवर तिच्या गुहेच्या जवळच रानटी अंजिराच्या झाडाच्या वेड्यावाकड्या खोडाला कोबा टेकून बसली होती. तिच्या हातात एक जीर्ण झालेलं परिकथांचं पुस्तक होतं. मॅनी धपकन तिच्या बाजूला बसला तरी तिने मान उचलून पाहिलं नाही.

"नुसती उकडहंडी होतेय," तो म्हणाला. तरीही उत्तर नाही.

"शिकारीला जायलाही फार ऊन आहे ना?"

तिने पान उलडलं.

"मी तुला वाचून दाखवू का?"

आता तिने रागाने वर पाहिलं, "मला वाचता येतं." मॅनीनं सुस्कारा सोडला. ते लहान होते तेव्हा तो तिला परिकथा वाचून दाखवत असे आणि बदल्यात त्याला तिच्याकडून जू होनासींच्या आख्यायिका ऐकायला मिळत. त्या मजेशीर असत आणि बरेचदा औद्धत्यपूर्ण, ज्यात छोटे प्राणी मोठ्यांची भंबेरी उडवत किंवा पुरुषी जाच दीर्घकाळपर्यंत सहन करणाऱ्या बायका त्यांच्या पतिदेवांना चलाखीने गंडवत. एका गोष्टीत त्या बायकोने आपल्या नवऱ्याला मांसाऐवजी विष्ठा खायला घातली होती. ते ऐकून तो खूप हसला होता.

कधी कधी कोबा भाषांतर करण्याच्याही फंदात पडत नसे. त्याला समजत असावं अशा थाटात ती आपल्याच भाषेत त्याला त्या गोष्टी ऐकवी आणि नवल

म्हणजे त्याला ते बऱ्यापैकी समजतही असे. तिच्या जिभेच्या प्रत्येक क्लिक्-क्लिकाटाचा आवाज वेगळा असे आणि बऱ्याचदा तो आवाज ती ज्या गोष्टीविषयी बोलत असे त्यासारखा असे. उदाहरणार्थ जनावरांच्या एखाद्या पळणाऱ्या कळपाविषयी ती बोलत असेल तर तिच्या जिभेच्या क्लिक् टापांच्या आवाजासारख्या असत. ती आपल्या हातांनीही प्राण्यांच्या हालचालींची नक्कल करत असे. म्हणजे दबकत जाणाऱ्या कोल्ह्याविषयी बोलताना तिची बोटं जमिनीवर लयबद्धपणे पुढे सरकत किंवा भल्यामोठ्या पंजाच्या सिंहाविषयी सांगताना ती आपल्या हाताचा पंजा पसरून जमिनीवर ठेवत असे. ते अगदी आश्चर्यकारकरित्या सुस्पष्ट असे. आज मात्र गोष्टीचं काही चिन्ह दिसत नव्हतं.

"तुझं काहीतरी बिनसलेलं दिसतंय,"

होयच! पण काय? कोबाच्या मनात विचार आला. तिला इतकं उदास का वाटत होतं? दूरवर पसरलेल्या गवताळ माळरानावर तिने नजर रोखली. त्याच्या भुऱ्या-पिवळ्या रंगाने तिला त्या गोऱ्या मुलीच्या केसांची आठवण करून दिली. बेडूकडोळ्या मुलाने जिला खायला देऊ केलं होतं, ती मुलगी. तीक्ष्ण भुवया आणि सदाच फेंदारल्यासारख्या नाकपुड्या असलेला तो रागीट चेहरा! अंगावर उडी मारण्याच्या तयारीत असलेली मांजरच जणू! पण बेडूकडोळ्या मुलावर नव्हे. अजून तरी तिला त्यांच्यात तितकासा रस नव्हता.

मी एकटीच आहे. तो इथे असला तरी! रोज रात्री गुहेत आजी माझ्या सोबतीला येत असली तरीही! रोज मला कुणी स्पर्श करायला नाही; कुणी कुशीत घ्यायला नाही. माझ्या रक्ताच्या, माझ्या कातडीच्या माणसांच्या सहवासाची मी भुकेली आहे; पण माझ्या मनात कुठेतरी भीतीही आहे. माझ्या जमातीच्या वस्तीवरच्या लोकांच्यात परत जायची भीती!

कोबाला माहीत होतं की आता ऑंडरवॉटरपर्यंतच्या तिच्या रेल्वेच्या तिकिटासाठी पुरेसे पैसे होते. मार्टाने तिला तसं काही महिन्यांपूर्वीच सांगितलं होतं. एवढंच नाही, तर तिने स्वत: कोबाला तिच्या घरापर्यंतच्या प्रवासात सोबत करायची तयारी दर्शवली होती.

कोबाने काहीच प्रतिक्रिया दिली नव्हती. कारण आपण काय करायला हवंय हे तिचं तिलाच समजत नव्हतं.

"आज्जी गं!" एका रात्री आजीचा आत्मा तिच्या भेटीला आला असताना तिने विचारलं होतं, "माझं मन एकाच वेळी आपल्या मूळ स्थानाकडे जायलाही मागतं आणि मागेही खेचतं, असं का?"

"कारण डोळे उघडून वास्तवाचा सामना करण्यापेक्षा स्वप्नात रमणं तुझ्या मनाला अधिक भावतं."

कोबाने निराशेनं मान हलविली. लवलवत्या ज्वाळांत टक लावून पाहत कोबाने ती आपल्या लोकांमध्ये असल्याची कल्पना केली. तिला अगदी तिच्यासारखे अनेक चेहरे दिसले. आपसात गप्पागोष्टी, हास्यविनोद करणारे; पण तिच्याशी नव्हे. तिच्याकडे वळल्यावर ते चेहरे कोरे होते. काहींच्यावर तर चक्क शत्रुत्वाची भावना दिसली. "म्हणजे इथल्यापेक्षा फारसं वेगळं नाही तर!" झुमाचा आत्मा म्हणाला.

त्रासिकपणे हवेत हाताने चापटी मारत कोबा म्हणाली, "माझे विचार कान लावून ऐकायचं थांबव पाहू."

"होय! होय! तुम्ही हाडामांसाची जिती माणसं अगदीच मंद असता."

"आणि तुम्ही आत्मे..." कोबाने ओठ चावला. अगदी प्रयत्नपूर्वक तिनं आपलं मन रिकामं केलं. तिच्या स्वतःच्या मनातला गोंधळ संपण्यापूर्वी आपले विचार कुणाला कळू देणं श्रेयस्कर नव्हतं.

"आपले जू होनासी लोक तुला स्वीकारतील की नाही हे तुला जाणून घ्यायचं का?"

"नाही. चालती हो."

"अं हं! तू आपली रीतभात अगदीच विसरलीस की!"

कोबाने तोंड वेडवाकडं केलं झुमाच्या दुटप्पीपणाचा तिला अगदी राग आला होता. हे लबाड आत्मे! स्वतःला पाहिजे ते नियम पाळणारे नि नको ते खुशाल तोडणारे!

"तुझ्या तोंडातून बाहेर पडत नसलेल्या त्या प्रश्नाचं उत्तर हे आहे की, तुझी इच्छा असेल तर जू होनासी जरूर तुला त्यांच्यातली एक म्हणून स्वीकारतील."

"पण त्यांना मी कुरूप वाटेन. त्यांच्यापेक्षा वेगळी आणि माझी जीभही आता किती जड झालीय. त्याच्यासारखं बोलताही येणार नाही मला. मला वाढवणाऱ्या त्या बायका आता कदाचित जिवंतही नसतील. माझ्या कुटुंबातले कुणी आता तिथे राहतही नसतील. मला कोण ओळखेल? कोण मला त्यांच्या घरात चुलीपाशी घेईल?"

"अंहंहं! कोबा! मी हे जे काही ऐकतेय ते सगळं तू अगोदरच ठरवून ठेवलेलं आहेस. तुला इथेच रहायचंय. अर्थात, अजून वेळ आहे, पण इथे आपली मुळं रोवू नकोस बाळा! हे गोरे लोक तुला आपलीशी कधीच करणार नाहीत. एक ना एक दिवस तुला इथून जावंच लागेल."

मॅनी आपल्याकडे टक लावून पाहतोय हे जाणवून कोबा आपल्या विचाराच्या तंद्रीतून बाहेर आली.

"काय झालंय?" त्याने विचारलं.

"मी कुचकामी झालेय."

"कशी काय?"

आपल्या अर्ध्या चड्डीवरचं कातडी कटिवस्त्र कोबाने अधीरपणे चुरगळलं.

"इथे राहून. माझ्या माणसांच्यात न वाढल्यामुळे, जू होनांची जीवनपद्धती न शिकल्यामुळे. मी इथे एखाद्या पुरुषासारखी राहते. मुलांचे कपडे घालते, शिकार करते, कोरडं अन्न खाते. तुला माहिती आहे मला मीठ आवडतं. मधापेक्षा मीठ जास्त आवडतं मला, कारण कदाचित मध हे ओलं, बायकांचं अन्न आहे." ती उसासली. "मी एक जू होन स्त्री नाहीये."

"असं काही नाहीये."

त्याच्याकडे दुर्लक्ष करत ती म्हणाली, "मी तोंडातून बेडूक बाहेर पडणाऱ्या, गुलबकावलीसारखी आहे."

मॅनी गोंधळून पाहत राहिला, तेव्हा तिने हातातल्या परिकथांच्या पुस्तकाकडे पाहत निर्देश केला.

"ओह्!"

"किंवा जू होनासींच्या गोष्टीतल्या कोल्ह्यासारखी. मी बाई नाहीच आहे. माझ्या गांडीतून जास्तीत जास्त बोराच्या बियांना जन्म देईन."

मॅनी शहारला मग समजूतदारपणे म्हणाला, "असं बघ दोस्ता–"

"बघ! तूही–"

"अरेच्या! कोबा दोस्ता, तुला ठाऊक आहे..."

"बघ, तू पुन्हा तेच म्हणालास."

"तू उगाचच काहीतरी मनात घेऊन बसल्येस मुली." ती जराशी हसली.

"हे बघ, माझ्या मते तू मध खात नाहीस कारण तुला त्याची चव आवडत नाही. खलास! आणखी काही नाही." त्याने त्रासिकपणे आपल्या शर्टाची मागची बाजू खेचली. तो घामाने त्याच्या पाठीला घट्ट चिकटून बसला होता. ह्या सगळ्या मूर्खपणाच्या गोष्टी करायला हा उष्मा मुळीच सोयीचा नव्हता.

"माझं ऐक कोबा! तू खरं तर खूष राहायला हवंस, कारण तू नशीबवान आहेस. ठाऊक आहे तुला?"

"कशी काय?"

"कारण तू कुठल्याही गोष्टीबद्दल स्वतःचं मत बनवू शकतेस, काय करायचं काय नाही याचा निर्णय स्वतः घेऊ शकतेस, मला ते स्वातंत्र्य नाही. पा म्हणाले मी केस कापायला हवेत." आपलं खरबरीत डोकं तिला दिसेलसं खाली झुकवत तो म्हणाला, "आता बघ, माझ्या डोक्याची काय अवस्था केलीय ती. खरबरीत पॉलिश पेपर सारखी! फक्त गावठी मुलांचे केस असे असतात."

"तू गावठीच तर आहेस."

"मुळीच नाही. मी जोहान्सबर्गला जाऊन आलोय. म्हणजे निदान तिथून आलोय. आणि तूसुद्धा! आठवतंय? आम्ही तुला तेव्हा नैर्ऋत्य आफ्रिकेतून घेऊन आलो..." तो मध्येच थांबला. हा धोकादायक प्रांत होता. त्याने अजून कधी त्यात पाऊल टाकायचं धाडस केलं नव्हतं. पण कोबाचं लक्ष नव्हतं. ती त्यांच्या दोघांच्या मधल्या जमिनीच्या लाल तुकड्याकडे टक लावून पाहत होती. मग तिने आपले पाणावलेले डोळे वर उचलून त्याच्याकडे पाहिलं.

"जेव्हा एखाद्या मुलीला प्रथम रजोदर्शन होतं, तेव्हा बाकीच्या स्त्रिया तिच्या सन्मानार्थ नृत्य करतात. तिला हरणाच्या चरबीनं मसाज करतात. तिच्या गालावर व्रण करतात, म्हणजे मग ती झेब्र्यासारखी सुंदर दिसते; पण माझ्या गालांवर त्या खुणा कुठायत? मी सुंदर कुठेय?" तिच्या लांबसडक पापण्यांतून दोन टपोरे अश्रू खाली ओघळले.

"अगं कोबा, तुझ्या चेहऱ्यावर पट्टे ओढायची मुळीच गरज नाहीये. तू आहेस अशीच छान दिसतेस!" आता आसवं जोरात ओघळायला लागली होती. "नितळ आणि छान!" आणखी जोरात. "तू सुंदर आहेस गं! तुझे लांब कृश पाय, मृदू डोळे एखाद्या गोजिरवाण्या हरणीसारखी दिसतेस तू! आणि तुझा चेहरा..."

देवा! तो फारच वाहवत चालला होता. आपलं जाडजूड अस्वच्छ बोट त्यानं तिच्या चेहऱ्यावर जवळ जवळ ठेवलंच होतं.

"तुला समजत नाही," कोबा म्हणाली.

मॅनीने खांदे उडवले. त्याला खरंच समजत नव्हतं. मुली त्याला नेहमीच गोंधळात टाकत आणि आता त्याची सगळ्यात जवळची दोस्त कोबाही अगदी मुलीसारखी वागायला लागली होती.

तो उठला आणि त्याने कोबाला उठण्यासाठी हात दिला.

"मला एक मस्त कल्पना सुचलीय. तसं लांब चालायला लागेल, पण आपण जर नदीकिनाऱ्यावर गेलो–"

"तुला हॉर्न वाजवायचाय."

तो त्यांच्यामधला विनोद होता. जेव्हा केव्हा ते त्या बाजूला जात तेव्हा आता त्या 'बेल एअरच्या विनाशाची जागा' म्हणून प्रसिद्ध झालेल्या जागी थांबत आणि आश्चर्यचकित झालेल्या विमा कंपनीच्या सर्व्हेअर्सनी उचलून नेलेल्या, आता तिथे नसलेल्या त्या बेल एअरचा हॉर्न जोरजोरात वाजवायचं नाटक करत. त्या चक्काचूर झालेल्या गाडीचा फोटो आता माफुताच्या फोटोच्या जोडीने इन्शुरन्स कंपनीच्या बोर्डरूमध्ये टांगला होता.

"मग तुला कुठे जायचंय?" कोबाने विचारलं.

"बोथांच्या इस्टेटीवर पोहायला." मॅनीचे डोळे खट्याळपणे नाचले. "ते लोक

वीकएन्डला बाहेर गेलेत. आपण त्यांच्या पोहण्याच्या तलावात गेल्याचं त्यांना कळणारही नाही. आणि मग आपण त्यात सूसू करू या. म्हणजे मग मिस ओ'द कोलनला चांगलाच धडा मिळेल.''

उन्हाच्या काहिलीने करपून तपकिरी झालेल्या माळरानावर बोथांच्या घराभोवतीची बाग म्हणजे एखाद्या वाळवंटातल्या ओॲसिससारखी होती. प्रचंड आकाराच्या ताडाच्या आणि पॉपॉ झाडांच्या बुंध्यांवर स्प्रिंकलरमधून पाण्याचे सपकारे बसत होते. त्या बुंध्यावर चढणाऱ्या बोगनवेलींना, बाउहिनियाच्या आणि पिवळ्याधम्म फुलांच्या वेलींना भिजवणाऱ्या त्या पाण्याच्या फवाऱ्याचा तडतड आवाज येत होता. काजू-बीच्या आकाराच्या पोहण्याच्या तलावाकडे धावत जाताना त्यांच्या पावलांना किकुयूच्या तजेलदार गवताच्या गालिच्याचा सुखद आणि तरारलेला स्पर्श जाणवत होता.

तलावाच्या जवळ पोहोचताच विस्मयाने आणि काहीशा भीतीने कोबाचा श्वास थबकला. त्या पाण्याचा रंग अगदी तिच्या दुःस्वप्नातल्या पाण्याच्या रंगासारखा होता. मातुल टेकड्यांवरच्या जलाशयाच्या पाण्यासारखा. त्या जाणिवेने भर उन्हातही तिच्या पाठीवर रोमांच उभे राहिले.

मॅनीने पाण्यात पाय बुडवायला सुरुवातही केली होती. ''पाणी जरा जास्तच हिरवं आहे, पण काही हरकत नाही. ते अगदी अंघोळीच्या पाण्याइतकं उबदार आहे. ये आणि बघ.''

कोबाने नकारार्थी मान हलवली आणि मागे सरकत ती काहीशा दूरवर असलेल्या फ्रांजिपानीच्या झाडाखाली जाऊन उभी राहिली. तिथे फ्रांजिपानीच्या फुलांचा मधुर सुगंध दरवळत होता.

''चल, ये लवकर, तुला पोहायला हवं!'' चालत तिच्याजवळ जात. तिच्या टाळूकडे पाहत तो म्हणाला, ''काय झालं?'' तिने हातातल्या फ्रांजिपानीच्या फुलाशी चाळा केला. ''अरेच्चा? त्यात घाबरण्यासारखं काहीच नाहीये आणि तुला पोहता येत नसेल तर मी ते तुला झटक्यात शिकवू शकतो.''

''नाही, तसं नाहीये,'' कोबा चाचरली.

तो धपकन तिच्या पुढ्यात बसला. ''तसं नाहीये तर कसं आहे ते मला सांग.''

आणि मग तिने एकदा बोलायला सुरुवात केल्यावर – कारण खरंच तिला कुणालातरी सांगायचं होतं – मग ती बोलतच गेली. मातुल टेकड्यांवरच्या त्या जलाशयाविषयी, ते झुमाला तिथे मरायला सोडून आले त्याविषयी आणि आपल्या आईबापांना गोळ्या घालून ठार मारताना तिने पाहिलं होतं त्याविषयीही.

ते सारं सांगून होईस्तो खूपच वेळ गेला.

ती एकदाही रडली नाही आणि मॅनीही शांतपणे खाली पडलेल्या फ्रांजिपानीच्या फुलांशी चाळा करत, तिचे त्या दिवशीचे सारे अनुभव, साऱ्या जाणिवा मनात साठवत राहिला. शेवटी मान वर न करता त्याने आजवर दुसऱ्या कुणालाही सांगितलं नव्हतं ते तिच्यापाशी कबूल केलं– त्याने मनात आणलं असतं तर तो एटिएन काकाला सावध करून त्याचा जीव वाचवू शकला असता.

तिने आपले बाहू पसरून त्याला कवळलं. शांतपणे ते दोघं एकमेकांच्या मिठीत आपलं अबोल दुःख पीत राहिले आणि मग पुढे जे घडलं ते अगदी नैसर्गिक- स्वाभाविक होतं. गालांचे उंचवटे चुंबत मॅनीचे ओठ तिच्या उंच डौलदार मानेवर पोहोचले; तिच्या बोटांनी त्याचं मस्तक धुंडाळलं आणि मग तिची बोटं त्याच्या नाकावरून फिरत अलगद त्याच्या मानेवर विसावली. त्याच्या शर्टाच्या पाठीवरून खाली जात शर्टाच्या आतून त्याच्या उघड्या पाठीवर त्याच्या कोवळ्या शरीराचा कणखरपणा चाचपत फिरत राहिली.

मॅनी कण्हला. त्या आवाजाने कोबा खडबडून भानावर आली आणि तिने आपला हात झटक्यात काढून घेतला. बेडूकडोळ्या मुलाकडून तिला जे हवं होतं, ते हे नक्कीच नव्हतं. त्याच्यापासून दूर होत ती कुजबजली, ''मला तुझी एका बाबतीत मदत हवीय.''

''नक्कीच–'' अजूनही तिच्या कानाच्या पाळीचा चावा घेण्याचा प्रयत्न करत मॅनी म्हणाला.

त्याला दूर ढकलत ती हट्टाने म्हणाली, ''तो खाऊ नाहीये.'' मॅनी मागे सरकून बसला. ताठरून उभं राहिलेलं आपलं लिंग तिच्यापासून लपवण्यासाठी त्याने गुडघे दुमडून पोटाशी घेतले. कोबा बोलत होती, पण त्याचं तिच्याकडे लक्षच नव्हतं. कोबाने त्रासिकपणे त्याच्या खांद्यावर थापटलं. ''मला, आत्म्यांकडून संदेश आलाय.'' ती म्हणाली. ''मला एक संमोहन नृत्य करून औषधींचं ज्ञान मिळवायला हवं!''

''काय? हे बघ कोबा, मला थोडा वेळ दे,'' तो म्हणाला. ''मला माझं तापलेलं शरीर शांत करायला हवं.'' उडी मारून उठून उभा राहत त्याने तलावात सूर मारला आणि तलावाच्या पाच फेऱ्या आवेशाने पुऱ्या केल्या.

मग आपल्या पाठीवर उताणा पडून तो स्तब्ध तरंगत राहिला. 'तिच्या निकटतेचा माझ्यावर काहीही परिणाम झालेला नाहीये हे तिला पाहूच दे.'

तलावातून बाहेर येऊन मग तो बाजूच्या काँक्रीटच्या जमिनीवर अंग वाळवत पसरला. कोबाही त्याच्याजवळ पहुडली. ''मला माफ कर,'' ती कुजबुजली. रागाने दात चावत त्याने आपल्या दोन्ही हाताची कोपरं एकमेकांवर ठेवून आपला चेहरा झाकून घेतला. ''आपण जर मौजमजा करत राहिलो, तर माझी औषधं परिणामकारक होणार नाहीत,'' ती म्हणाली.

चेहऱ्यावरचे हात बाजूला करून कपाळाला आठ्या घालत तो म्हणाला, “कसली औषधं?”

कोबाने मग त्याला संमोहनावस्थेच्या समारंभाविषयी माहिती द्यायला सुरुवात केली. बऱ्याचशा जू होन शब्दांना सुयोग्य प्रतिशब्द ठाऊक नसल्याने तिला ते फार अवघड जात होतं. पण शेवटी कसंबसं त्याला समजावण्यात ती यशस्वी झाली आणि त्याने तिला मदत करायचं नाखुशीने मान्य केलं.

“मग मी काय करायचं?”

“माझ्या नृत्यासाठी मला औषधांच्या गाण्याला ढोलकीची साथ हवी, जेणेकरून माझं रक्त तापेल. जेव्हा माझं रक्त उकळेल तेव्हाच माझ्यात आजार बरे करण्याची शक्ती येईल. मग मी थरथरू लागेन, घामाने निथळेन, कदाचित आगीत उडी मारेन किंवा मेल्यासारखी पडेन. त्यावेळी तू माझी काळजी घ्यायला हवीस, माझं अंग रगडायला हवंस.” तो लबाडपणे हसला; पण कोबा गंभीरपणे बोलतच राहिली, “तू मला त्या आत्म्यांच्या दुनियेतून परत आणायला हवंस, नाहीतर मी मरून जाईन.”

आता मॅनीच्या चेहऱ्यावर काळजी दिसू लागली.

“तुला खरंच हा धोका पत्करायला हवाच का?”

“हो, हवाच.” निश्चयाने तिचं अंग ताठरलं.

“ठीक आहे. कधी करायचं मग?”

“चंद्राला खळं पडेल त्या दिवशी.”

१५

नंतरच्या दिवसांमध्ये कोबाने संमोहननृत्याची तयारी सुरू केली. पेटवण्याच्या धुनीसाठी तिने खूप वेळपर्यंत जळत राहणाऱ्या सुगंधी चंदनाचं खोड मिळवलं. ते मिळवणं सोपं नव्हतं. त्यासाठी तिला खूप दूरवर चालत जावं लागलं. नंतर तिला पायात घालण्यासाठी घुंगरू हवे होते. ते बनवण्यासाठी तुतीच्या झाडावरचे किड्यांचे कोश आणि वाजण्यासाठी झाडाच्या बिया. कोबाने प्रथम त्या मुठीत खुळखुळवून त्यांचा आवाज ठीक असल्याची खात्री करून घेतली. त्या बिया त्या कोशांच्या आत घातल्या आणि मग बिया असलेले ते कोश एका दोऱ्यात ओवून त्यांच्या पायात घालण्याजोगा पट्ट्या बनवल्या. त्यानंतर केसांतली आभूषणं.

"ते घे." दुसऱ्या दिवशी सकाळी प्रवासी पाहुण्यांच्या गोल छपराच्या झोपड्यांबाहेर दोऱ्यांवर वाळत टाकलेल्या पडद्यांच्या बाजूने जात असताना ती मॅनीला म्हणाली.

"तुला पडदा कशासाठी हवाय?"

"पडदा नाही." तिने पडद्याला अडकलेल्या पितळी रिंगकडे निर्देश केलं.

त्याने ती काढून घेतली. "ही कशासाठी?"

"माझ्या केसांसाठी, मी त्यात काही मणी ओवेन." ती रिंग आपल्या डोळ्यांसमोर नाचवत ती म्हणाली. मॅनीने शीळ घातली.

"ते तुझ्यासाठी नाही. झुमाआजीसाठी आहे." कोबाने हसत हसत त्याला टोकलं.

आपल्या चालण्याचा वेग मंदावत मॅनी म्हणाला, "पण तुला ते काय ते कशासाठी व्हायचंय?"

"मांत्रिक वैदू–" कोबाने तत्परतेने माहिती पुरवली.

"तेच ते काय ते."

“मी जर मांत्रिक वैदू झाले तर मला मान मिळेल. लोक माझं स्वागत करतील.”

“पण तू तर आजही तुझ्या झाडपाल्याच्या औषधांनी आजार बरे करू शकतेस. सेलिनाला तिच्या बाळाच्या हगवणीवर तूच औषध दिलंस ना?”

“तर! झाडपाल्याची औषधं काय, किती लोक देतात. मार्टासुद्धा देते; पण मी जर आत्म्यांच्या दुनियेत प्रवेश करून आत्म्यांना पाचारण करून आजार बरे करू शकले, तर ती एक खास मोठी गोष्ट असेल.”

“पण तू म्हणाली की त्यात तुला इजाही होऊ शकते.”

“होय! वेदना होऊ शकतात,” आपल्या कृश मनगटाची तुच्छतादर्शक हालचाल करत ती म्हणाली, “स्त्रिया,” आपली मूठ छातीवर आपटत ती म्हणाली, “स्त्रिया जर बाळंतपणाच्या वेदना सहन करू शकतात, तर ही संमोहनाची वेदना त्याहून अवघड नक्कीच नसेल.”

पण मनातून तिलाही भीती वाटत होती. होऊ शकणाऱ्या वेदनांची किंवा इजेची नाही– जर ती खरोखरच आत्म्यांच्या दुनियेत प्रवेश करण्यात यशस्वी झाली, तर तिला तिथे बंदुकीच्या गोळीने चेहऱ्याच्या अर्ध्या भागाच्या चिंधड्या उडालेले वडील, गिधाडांनी टोची मारून डोळे बाहेर काढलेली आई, तरसांनी हाडं फोडून टाकलेली झुमा आजी दिसेल की काय, या विचाराने ती भयभीत झाली आणि थरथर कापू लागली.

“काय झालं?”

“अंऽ आम्ही त्याला काय बरं? हां, भूतवेळ म्हणतो.”

“सूर्य माथ्यावर आलेला असताना–” डोक्यावर तळपणाऱ्या सूर्याकडे निर्देश करत ती म्हणाली “दुष्ट चेटके वैदू चालतात आणि त्या जहरील्या चेटक्यांची सावली पडत नाही.”

✦✦✦✦✦

“आत्म्यांचा नाच! आत्म्यांचा नाच!” जाग येताच मॅनीला त्याच्या चेहऱ्यावर ओणवलेला कोबाचा चेहरा दिसला. ती त्याच्या खोलीत कशी काय शिरली होती? खिडकीतून! अर्थातच! त्रासलेला कण्हण्याचा आवाज करीत त्याने चादर डोक्यावरून ओढून घेतली. अचानक जागं करण्यात आल्यावर नेहमीच त्याचं डोकं ठणकायला लगायचं. कुणीतरी एक नाजूकशी ढुशी दिल्याचं त्याला जाणवलं. कुरकुरत, डोळे चोळत तो उठून बसला. नजर साफ झाल्यावर त्याला कोबा दिसली. कातडी वस्त्र ल्यायलेली आणि काळजीपूर्वक घातलेल्या केसांच्या छोट्या छोट्या वेण्यांत रिंग अडकवलेली. त्याने तिचे केस कित्येक वर्षांत पहिले नव्हते. अशी ती छानच दिसत होती.

"नृत्याची वेळ झाली, हं?"

"चल, लवकर चल!" कोबाच्या हातातल्या बांगड्यांच्या आवाजाच्या मागोमाग चंद्रप्रकाशात न्हायलेल्या त्या माळरानावरून, आपल्या शर्टाची बटणं लावत तो चालू लागला. ती रात्र एखाद्या रत्नासारखी चमकदार होती. चमकणाऱ्या चांदण्यांनी खच्चून भरलेलं मखमली आभाळ; चंद्राचा प्रकाश एवढा तेजस्वी होता की, एरव्ही अंधारात बेमालूम मिसळून जाणारा एखादा बिबट्याही स्पष्ट दिसू शकला असता. टेकडीवर चढणारी वाट चांदीची झाली होती; पण कोबा ज्या झपाट्याने चालत होती, त्याने त्याच्या आधीच ठणकणाऱ्या डोक्याला जराही आराम मिळत नव्हता. प्रत्येक पावलागणिक त्याच्या कानशिलात वेदनेची सणक उठत होती. पासोप्कॉपच्या माथ्यावर आल्यावरच ती थांबली आणि चंद्राभोवती पडलेल्या सुस्पष्ट खळ्याकडे तिने निर्देश केला. "तो ढग आहे," तो पुटपुटला, "कदाचित पाऊस पडेल."

"नाही, जू होनासींच्या श्रद्धेनुसार ते चंद्राभोवती रिंगण धरून नाचणारे आत्मे आहेत. लवकर लवकर! औषधासाठीचं ढोलकी नृत्य." तोंडावर चामडं ताणून बसवलेला एक अर्धा पोकळ भोपळा तिने त्याच्या हातात दिला. त्याने त्यावर एक थाप मारली. त्याचा आवाज चांगलाच घुमारेदार होता.

मग ती कासवाच्या पाठीचे दोन वाडगे घेऊन आली.

"आता हे काय?" त्याने विचारलं.

पहिलीकडे बोट दाखवत ती म्हणाली, "ह्यात मी औषधी वनस्पतींची धुरी करणार. त्याने मला संमोहावस्थेत जायला मदत होईल; पण मी बेशुद्धही होऊ शकते, त्यावेळी मग तू हे दुसरं वापरायचंस."

दुसरा छोटा वाडगा उचलून त्याच्या हातात देत ती म्हणाली, "मला शुद्धीवर आणण्यासाठी."

"हे काय आहे?"

तिखट वासाची ती हिरव्या रंगाची पूड त्याने हुंगली. "ह्याचा वास तर आई माझ्या लहानपणीच्या माझ्या खरचटणाऱ्या जखमांवर लावायची तसा आहे."

पण कोबाला आता जुन्या आठवणींत रमण्याची फुरसत नव्हती. "ढोल वाजवायला सुरुवात कर."

मॅनी खाली बसला आणि त्याने बिचकत ढोलावर काही थपडा लगावल्या. कोबाने त्या तालावर मागेपुढे काही पावलं टाकली आणि म्हणाली, "तू तो ढोल इतका लाजत लाजत का वाजवतोयस? घाबरलायस की काय?"

"आता ठार रात्र आहे कोबा. त्सोंगांना वाटेल की सैतानाचा आत्माच गर्जत येतोय."

"वाटू दे, मला मोठा आवाज हवाय."

"ठीक आहे, ठीक आहे." असं म्हणत मॅनीने त्या चामड्यावर जोरदार थाप मारली. त्या आवाजाने भयभीत झालेलं एक घुबड आपल्या बैठकीवरून घूत्कार करीत उडालं. मॅनीला हसू फुटलं. यात गंमत होती. त्या आवाजानं त्याला आपल्या कानशिलांवर पडणाऱ्या घणांचाही विसर पडला असता.

"हां!" तो कोबाला म्हणाला, "तू स्वत:ला जू होनची अवलाद म्हणवतेस आणि तुला जोरकस नाचताही येत नाही?"

कोबा हसली. बेडूकडोळ्या आता एखाद्या अस्सल जू होनसारखा विनोदही करू लागला होता.

मॅनीच्या आता जोरात वाजू लागलेल्या ढोलाच्या तालावर तिने पावलं टाकायला सुरुवात केली. तिच्या पायातले घुंगरू वाजले. पेटल्या विस्तवाभोवती रिंगण घालताना ती आपल्या हातातली छडी सपकारू लागली.

"एहे ओ एहे ओ," ती गाऊही लागली. आता औषधी धुरी करण्याची वेळ झाली होती.

कासवाच्या पाठीच्या वाडग्यातली ती राखाडी रंगाची पूड तिने पेटवली आणि त्याचा सुगंध, खोल श्वास घेत छातीत भरून घेतला. त्या धुरीने तिच्या डोळ्यांत पाणी येऊ लागलं आणि नाकाची आग होऊ लागली; पण तिचं डोकं लवकरच हलकं झालं. मॅनीच्या ढोलाच्या तालावर ती टाळ्या वाजवू लागली. आता भट्टी जमली होती.

"आता तू खऱ्याखुऱ्या जू होनसारखा वाजतोयस. तुझा ढोल बोलू लागलाय."

नाचता नाचता कोबा पुढे वाकली. तिचे उघडे स्तन तिच्या छातीला लटकलेल्या सोनेरी फळांसारखे दिसत होते.

तिच्या कटिवस्त्राच्या आणि उत्तरीयाच्या मधल्या फटीतून तिच्या नितंबांचा घाटदार आकार मॅनीला दिसत होता. तिची पिवळट तपकिरी त्वचा घामाने चकाकत होती. आपलं लिंग ताठरून आपल्या अर्ध्या चड्डीच्या पायांना घासत असल्याचं मॅनीला जाणवलं.

डोक्यावर उंच धरलेल्या एका शंखातून कोबाने स्वत:च्या उघड्या तोंडात पाण्याची धार धरली. तिच्या पाठीची कमान झाली होती. एका बाजूने दिसणाऱ्या तिच्या शरीराकृतीवर उभार स्तन उन्नत उभे होते. पाण्याची धार तिच्या दोन स्तनांच्या मधल्या घळीत घरंगळली. कोबाला खदखदून हसू आलं. दोन्ही हातांच्या ओंजळीत आपले स्तन पकडून ते एकत्र दाबत, पाण्याचे ओघळणारे थंडगार थेंब तिने त्यात बंदिस्त केले. मॅनीचे डोळे विस्फारले. तिने त्याच्याकडे पाहिलं. मॅनीने झटकन नजर दुसरीकडे वळवली. कोबाने आपलं नृत्य पुन्हा सुरू केलं.

मला आता विझता कामा नये. माझ्या रक्ताला उकळी फुटायला हवी. माझ्या

पाठीच्या कण्याच्या बुंध्यात उष्णतेची लहर जाणवतेय. लवकरच ती वर उठेल आणि माझ्या सगळ्या शरीरभर पसरेल. हा! यात तर काहीच वेदना नाहीयेत. मला कशाची भीती वाटत होती मग? मला आधाराला दुसऱ्या वैदूची गरज नाही. गाणाऱ्या स्त्रियांचे आवाजही नकोयत मला. आता मी पाण्यावर तरंगतेय. माझं शरीर पिसासारखं हलकं झालंय. ढोलाचा तो आवाज उंचावरच्या एका दुसऱ्याच जगातून येतोय असं वाटतं. मला तो गोरा मुलगा दिसतोय. माझ्या विस्तीर्ण जलाशयासारख्या अस्तित्वाच्या काठावर बसलेला एक छोटासा बेडूक.

''याउ याउ. मला आतून काहीतरी पकडतंय, खेचतंय! माझी आतडी पिळवटतायत. माझ्या पाठीवर आतून काहीतरी सरसरत वर जातंय. मला कुणीतरी खाली खेचतंय. मला श्वास घेता येत नाहीये. मला पोहता येत नाहीये. मी बुडतेय. देवा रे! साप! निषिद्ध जलाशयातला साप.''

कोबा थरथरत होती. किंचाळत, अंगाला आळोखेपिळोखे देत आपल्या नखांनी आपल्याच पाठीवरची कातडी ओरबाडण्याचा प्रयत्न करत होती. जमिनीवर धपकन अंग टाकून ती लोळत विस्तवाच्या जवळ गेली. तिच्या प्रसरण पावलेल्या डोळ्यांच्या बाहुल्यांना, तिच्या तोडांवर फुंकर घालणाऱ्या मॅनीचा चेहरा दिसत नव्हता.

पण हळूहळू तिचा धपापणारा श्वास मंदावला. तिला बसतं करून मॅनीने तिचं डोकं तिच्या थरथरणाऱ्या गुडघ्यांच्या मध्ये दाबून धरलं.

तो उठून पाणी किंवा दुसऱ्या वाडग्यातली ती पावडर आणणार, इतक्यात कोबा उडी मारून उभी राहिली आणि भाजणाऱ्या दाहकतेची पर्वा न करता तिने विस्तवातले निखारे उचलून हातात घेतले. एक एक करून ती ते समोरच्या अंधारात भिरकावू लागली.

''तीक्ष्ण नख्यांच्या श्वापदांनो, दूर व्हा. रात्रीच्या काळोखात काळीज गोठवणारी आरोळी मारणाऱ्यांनो, चालते व्हा. तुम्हाला माझा घास करता येणार नाही. मी मातुल टेकड्यांवरच्या झुमा आजीसारखी बसून, तुमच्या येण्याची आणि माझा जीव घेण्याची वाट पाहणार नाहीये.''

मॅनीच्या मानेवरचे केस ताठ उभे राहिले. त्याला न दिसणारं असं काय तिला दिसत होतं? विस्तवाच्या प्रकाशवलयापलीकडच्या अंधारात त्याने डोळे फाडून पाहिलं. काहीच नव्हतं. मग त्या तिच्या कटू आठवणी असणार, त्याला वाटलं. मातुल टेकड्यांवर घडलेल्या त्या प्रकाराची, तिने त्याला सांगितलेली हकिकत! परमेश्वरा! ते दोघंच रात्रीच्या भयाण अंधारात, त्या पछाडलेल्या टेकडीवर काय करत होते?

''शांत हो कोबा! शांत हो. सारं काही ठीक आहे. तू सुरक्षित आहेस. मी आहे

तुझ्याजवळ,'' कोबाची धडपड हळूहळू शांत झाली. तिचे डोळे बंद होते. ती झुलत होती. तिच्यावरची आपली पकड मॅनीने किंचित सैलावली; पण अचानक ती पुन्हा जोरजोरात थरथरू लागली. तिच्या शरीराला बसणाऱ्या झटक्यांनी ती दोघंही हलू लागली.

''कोबा, कोबा थांब! पुरे आता.''

त्याच्या मैत्रिणीला खरोखरच कुणी पछाडलं होतं की काय असं त्याला वाटू लागलं. त्याचा भुताखेतांवर, आत्म्यांवर विश्वास नव्हता; पण कुणी सांगावं?

मग कोबा अचानक अवयव दुमडून पडलेल्या एखाद्या चिंध्यांच्या बाहुलीसारखी त्याच्या हातात निर्जीवपणे कोसळली. त्याला काळजी वाटू लागली. आता त्याला काय करायला हवं? तिला आपल्या आईकडे घेऊन जावं का? तिने हुंगलेली ती पावडर त्याला बरोबर न्यायला हवी. ती नक्कीच एखादी नशा आणणारी वनस्पती होती. ती बेशुद्ध झाली तर तिच्या चेहऱ्यावर फुंकर घालायला कोबानं त्याला सांगितल्याचं त्याला आठवलं. देवा, आता ती एखाद्या गळाला अडकलेल्या माशासारखी तडफडत होती.

मॅनी तिच्या चेहऱ्यावर फुंकर घालत राहिला आणि शेवटी एकदाची ती तडफडायची थांबली. मॅनीने पुढे केलेली बाटली झडप घालून हिसकावून ती त्यातलं सगळं पाणी घटाघटा प्यायली.

तिच्या पोटात असं ढवळत का होतं? कुणीतरी मारल्यासारखं तिचं सगळं अंग ठणकत होतं? इतकी थंडी का वाजत होती? तिचं उत्तरीय कुठे गेलं होतं? बेडूकडोळ्या मुलाच्या पुढ्यात ती अशी छाती उघडी टाकून का बसली होती?

दोन्ही हातांची छातीवर घट्ट घडी घालून तिने मान खाली घातली. तिला कुठलेच आत्मे दिसले नव्हते. साधं हरीणही नाही. मग काळविटाची तर गोष्टच सोडा. काहीही, कुणीही, तिला त्या दुसऱ्या जगात नेऊन तिथल्या दिव्यौषधी द्यायला आलं नव्हतं. झुमाचं चुकलं होतं. ती कधीच वैदू बनू शकणार नव्हती.

संमोहनात जाण्यासाठी तुमच्यात मृत्यूला सामोरं जायचं धाडस हवं. मग तुम्ही परत या दुनियेत येता. त्या वाटेवर वेदना आहेत आणि भयही! पण तुम्ही त्यावर विजय मिळवू शकलात तरच तुम्ही जिंकाल.

आपल्या चेहऱ्यावरचा घाम पुसून कोबाने वर पाहिले. चंद्राभोवतालचं खळं अजूनही होतं; पण आता ते बरंच फिक्कट झालं होतं.

ती उठून उभी राहिली आणि अडखळत्या पावलांनी मॅनीपाशी गेली. आता विझत आलेल्या विस्तवाजवळ, तो अंगावर कांबळं पांघरून खुडकून उभा होता. ''आपल्याला परत प्रयत्न करायला हवा.'' ती म्हणाली.

त्याने नकारार्थी मान हलवली. ''अजिबात नाही. माझ्या तर तोंडचं पाणीच

पळालं होतं. मला वाटलं एक तर तू मरणार आहेस किंवा सैतान तुझा ताबा घेणार आहे किंवा तसंच काही तरी.''

''करू या ना.''

''नाही.''

''मी विनंती करते.''

''कोबा, मी पार थकलोय आणि माझे हात बधिर झालेयत.'' ढोल बडवून लाल झालेले आणि सुजलेले आपले तळवे त्याने तिच्या पुढे केले.

''तुला समजत कसं नाहीये? आता जेव्हा व्याधाचा तारा त्याच्या रात्रीच्या शिकारीवरून परत येईल, तेव्हाची वेळ या औषधीसाठीच्या ढोलकी नृत्याला सगळ्यात योग्य असते. कृपा करून करू या ना.''

''तुझं ठीक आहे गं! तू दिवसभर झोपा काढशील. मला शाळेत जायचंय.'' पुन्हा एकदा त्याच्या डोकेदुखीनं त्याच्या मानेच्या मागच्या बाजूवर घाव घालायला सुरुवात केली होती.

''मी तुला मध देईन. मी तुझ्यासाठी ताजं लालभडक मांस आणून देईन. मी अगदी गुडघ्यावर बसून तुझ्यापाशी भीक मागते, माझ्यासाठी ढोल वाजव.''

''पण हे सगळं कशासाठी? तू नाचतेस, तू बेभान होतेस, खाली कोसळतेस आणि मग मी धडपडून तुला शुद्धीवर आणतो. आता हेच सगळं तुला पुन्हा करायचं? कशासाठी पण?''

''औषधीसाठी. लोकांना बरं करण्याची ताकद माझ्या औषधीमध्ये यावी यासाठी.'' ती त्याच्या अगदी जवळ येऊन उभी राहिली. टाचा उंचावून आपला हात त्याच्या कपाळावर ठेवला. ''तुझी डोकेदुखीसुद्धा.''

''माझं डोकं दुखतंय हे तुला कसं कळलं?'' तिच्या हाताचा स्पर्श एखाद्या काटेरी झुडपासारखा खरखरीत होता, पण त्याला तो आवडला. त्याचा राग हळूहळू वितळत होता. 'ठीक आहे. थोड्याशा ढोल वाजवण्यानं आणि नाचण्यानं आपल्याला ताजतवानं वाटेल.'

ढोल उचलून त्याने त्यावर हलके हलके थापटायला सुरुवात केली. गवताच्या पात्यांचे शेंडे एव्हानाच सूर्यप्रकाशानं सोनेरी होऊ लागले होते.

पावलांनी विस्तवाभोवती रेखलेल्या रिंगणातून कोबा फिरत होती. तिचं शरीर निश्चल होतं. तिच्या सडपातळ मांड्यांचे लवलवते कणखर स्नायूच तिला पुढे पुढे ढकलत होते. ती गोल गोल फिरत होती. एखाद्या कळसूत्री बाहुलीसारखी.

''अं...'' ती हळूच म्हणाली ''आता संगीत कसं जडभारी झालंय. आता औषधी नक्कीच मिळतील.'' आपल्या धुळीनं भरलेल्या पावलांकडे पाहत ती स्वत:शीच काहीतरी पुटपुटू लागली.

अचानक तिचं बोलणं आणि हालचाली दोन्ही थांबलं. पाण्याखालून पोहल्यासारख्या हालचाली करत ती मॅनीच्या जवळ आली आणि त्याच्यावर वाकली.

तिचं ते रूप त्याला फारसं आवडलं नाही. परत एकदा तिचं शरीर घामानं थबथबलं होतं आणि तिच्या केसांवरून सोडलेल्या मण्यांच्या जाळीआडच्या तिच्या डोळ्यांत वेडाची झाक होती.

त्याच्या कपाळापाशी तिचे हात फडफडू लागले. वादळात सापडलेल्या पक्ष्याने आपले दोन्ही पंख फडफडावेत तसे. तिच्या ढिल्या पडलेल्या तोंडातून एक आवाज बाहेर पडला; पण बाहेरच्या हवेत पोहोचताच त्याचं एका किंकाळीत रूपांतर झालं.

''काओहिरिदीऽ''

त्या किंचाळीने त्याच्या कानाचे पडदे फाटले आणि छाती धडधडू लागली. त्याच्याजवळ उभ्या असलेल्या कोबाचे पाय थरथरत होते. तो कंप तिच्या शरीरभर पसरून तिचे खांदे व कटिभाग गदगदून हलत होता. ती पुन्हा खाली कोसळेल असं मॅनीला वाटलं; पण तेवढ्यात कोबाने स्वत:ला सावरलं. त्या ऊर्जेला काबूत आणून तिने आपल्या शरीरात येणाऱ्या आचक्यांवर ताबा मिळवला. तिची थरथर थांबली आणि तिचा चेहरा जरी त्या प्रयत्नाने पिळवटल्यासारखा झाला असला, तरी तिचा श्वास आता नियमित येऊ लागला होता. आपल्या बोटांनी ती मॅनीच्या मानेचं हळुवार मर्दन करू लागली.

''हे तू काय करतेयस?'' त्याने विचारलं.

''तुझं दुखणं बाहेर फेकून देतेय.'' ती धापा टाकत म्हणाली. ''तुझी ही डोकेदुखी त्या महान देवाने मारलेल्या छोट्या छोट्या बाणांमुळे आहे. वेदनेचे ते बाण मी माझ्या हातानी खेचून घेते आणि असे दूर फेकून देते.'' आपल्या पाठीवरून मागे हात करत ती म्हणाली.

मॅनी साशंक होता. नुसत्या हातांनी वेदना दूर करणार? ती काही येशू नव्हती. त्याच्या कल्पनेप्रमाणे, ती येशूला मानतही नव्हती. किंबहुना तिला त्याची माहितीही नव्हती. या सगळ्या प्रकारावर त्याच्या आईची प्रतिक्रिया काय असेल? त्याच्या मनात आलं.

वेळ जात होता. किती वेळ गेला त्याला कळलंच नाही. माळरानावर दूरवर गिनी फाउल पक्ष्यांनी आपली प्रभात फेरी सुरू केली होती. काही वेळाने त्यानं अंगाला आळोखेपिळोखे दिले. हात डोक्यावर नेऊन त्याने आकाशाकडे पहिलं. सूर्योदयाचा पिवळा रंग आकाशाच्या निळाईत मिसळून एक वेगळीच हिरवट छटा त्याला आली होती. अगदी विलक्षण आणि क्वचितच बघायला मिळणारा नजारा होता तो. उन्हाचा तडाखा वाढण्यापूर्वी उठणं किती चांगलं, त्याला वाटलं. विशेष

म्हणजे आता त्याला फारसं दमल्यासारखंही वाटत नव्हतं.

त्याची डोकेदुखी गायब झाली होती. कोबाला ते सांगण्यासाठी तो वळला, पण त्याची मैत्रीण आता त्याच्या मागे नृत्य करत नव्हती. एका झाडाखाली बेहोश झाल्यासारखी, अंगाची वळकटी करून आणि आपलं उत्तरीय अंगावर पांघरून ती गाढ झोपली होती. तिच्याजवळ, आपल्या नेहमीच्या वस्तीच्या ठिकाणापासून शेकडो मैल दूरवर, एक एलँड गायीची तरुण मादी संथपणे चरत होती. आपण स्वप्नात नाही याची खात्री करून घेण्यासाठी मॅनीने आपले डोळे पुन्हा पुन्हा चोळले.

१६

नदीच्या काठावर उकिडवी बसवून कोबा त्या गढूळ पाण्याच्या फेसाळत वाहणाऱ्या प्रवाहाकडे पाहात होती. डोंगरमाथ्यावरून वाहात आलेल्या पुराच्या पाण्याने, कोरड्याठाक पडलेल्या त्या नदीच्या पात्रात एक रौद्र प्रवाह निर्माण केला होता. पाण्याबरोबर वाहात जाणारं एक मोठ्या आकाराचं घरटं कोबाला दिसलं. हिरव्या हेरॉन पक्ष्याचं असावं बहुधा, उंच उठणाऱ्या लाटेत सामावून जाण्याअगोदर पाण्यातल्या भोवऱ्याबरोबर ते गरगर फिरताना पाहणाऱ्या कोबाच्या मनात आलं. एके ठिकाणी झाडाच्या आडव्या पडलेल्या खोडानं पाण्याचा प्रवाह अडवला होता. पात्र ओलांडून जायला ती जागा अगदी योग्य होती; पण तिला घाई करावी लागली असती. कदाचित तो ओंडकाच पुराच्या जोरानं वाहून गेला असता किंवा पाणी उडवीत जाणाऱ्या तिच्या पायांच्या चाहुलीनं एखादी सुसर सजग झाली असती. अशा असाधारण परिस्थितीत सुसरीची प्रतिक्रिया काय असेल याचा अंदाज करण्याइतपत तिची त्या प्राण्याशी जानपहचान नव्हती. कलहारी वाळवंटात सुसरी नव्हत्या आणि इथेही तिने, त्यांना आपले पिवळट रंगाचे डोळे उघडे ठेवून संथ पाण्यात लाकडाच्या ओंडक्यांप्रमाणे तरंगतानाच पाहिलं होतं.

एखाद्या सुसरीची सकाळी न्याहारी होणं तिच्या भाळी नव्हतं, हे कोबाला ठाऊक होतं. नदीच्या पात्राच्या मध्यावरच्या बांबूंच्या वनात ती आज एखादं हरीणही पकडणार नव्हती. तिच्या रमलाच्या फाशांनी काही वेगळीच भविष्यवाणी वर्तवली होती.

ते फासे झुमाचे होते. मातुल टेकड्यांवरच्या त्या शेवटच्या दिवशी तिने ते कोबाच्या उत्तरीयात सरकवले होते. एक दिवस मॅनीने ते उत्तरीय झटकल्यावर

त्याच्या चोरकप्प्यात लपवलेले ते फासे खाली पडले. कोबा त्यांना विसरूनही गेली होती.

"ह्या वांग्याच्या सुकलेल्या चकत्या तू कशासाठी सांभाळून ठेवल्यायस?" त्याने तिला विचारलं होतं.

"वांग्याच्या चकत्या?" कोबा गोंधळून म्हणाली. मग त्या हातात उचलून निरखल्यावर मॅनीच्या ध्यानात आलं होतं की त्या चामड्याच्या होत्या, वांग्याच्या नव्हे आणि त्यांच्या पृष्ठभागावर कसल्यातरी खुणा होत्या.

"हे रमलाचे फासे आहेत का? आईने मला एकदा सांगितलं होतं की झुडपात राहणारे रानटी लोक– माफ कर खोसियान लोक, शिकारीला निघण्यापूर्वी त्यांचा कौल मागतात. खरंच! तूही करतेस का तसं?"

कोबाने नकारार्थी मान हलवली. ती ते फासे टाकत असे, पण तिला ते त्याला कळू द्यायचं नव्हतं. कारण मग त्याला तिचं वागणं आणखीच चमत्कारिक आणि गूढ वाटलं असतं.

एलँडची मादी त्या जागी उपटल्यापासून तिच्या मित्राला तिच्याविषयी एक आदरयुक्त भीती वाटायला लागल्याचं तिला जाणवलं होतं; पण त्याच्या लेखी तिला ती फक्त 'कोबा' – साधीसुधी कोबा असायला हवी होती. एक चेटकीण नाही किंवा पिवळ्या रंगाची मासरावा नाही किंवा खोसियान ही नाही.

'खोसियान!' एकदा तिने मॅनीला हे समजावण्याचा प्रयत्न केला होता, की तिच्या माणसांना – त्यांच्यासारख्या दिसणाऱ्या आणि जगणाऱ्या माणसांना – कुठलंच नाव नव्हतं आणि असावं तरी का? ते कधीही अन्य मानवसमूहांच्या संपर्कात येत नव्हते. त्यांची संख्या इतकी नगण्य होती आणि ते एवढ्या विस्तीर्ण भूप्रदेशावर विखुरलेले होते – जे मार्टाच्या सहवासात नकाशांचा अभ्यास करताना तिला जाणवलं होतं – की त्यांना कुठलंही संबोधन असण्याचा काही संबंधच नव्हता. ज्या एका शब्दाने ते स्वत:ला संबोधत किंवा स्वत:चा उल्लेख करत तो होता 'जू होनासी' म्हणजे 'निरुपद्रवी लोक.'

तिच्या दृष्टीने तेच एक त्यांच्या अगदी जवळचं, समर्पक संबोधन असू शकत होतं.

पण तिला हेही कळलं होतं, की गोऱ्या लोकांना तिच्या जमातीसाठी एक नाव हवं होतं. गोऱ्यांच्या पुस्तकांमध्ये आणि वर्तमानपत्रांमध्ये मानवसमूहांना संबोधन असणं फार गरजेचं होतं. पण एखाद्या जमातीला नाव द्यायचंच असेल, तर ते त्या जमातीनी स्वत:च निवडायला नको का? मार्टाला ते पटलं होतं आणि तिने कोबाला विचारलं होतं की तिच्या जमातीसाठी नाव निवडण्याची संधी जर तिला मिळाली तर ती कुठलं नाव निवडेल?

"झुडपात राहणारे लोक."

"पण ते नाव तर नेहमीच एखाद्या लांच्छनासारखं वापरण्यात आलंय." कपाळावर एक खोल आठी पाडत मार्टा म्हणाली होती.

"याउ! झुडपांत राहण्यात वाईट ते काय? इथे इम्पालालामध्ये आपण सगळेच तर झुडपांत राहतो."

मार्टाचे डोळे चमकले होते आणि कोबा घाईघाईने सावरून घेत म्हणाली होती की, वर्तमानपत्रांत ती वाचत असलेल्या केपटाऊनमधल्या, डरबनमधल्या आणि मार्टाच्या डोळ्यांत पाणी उभं करणाऱ्या शार्प्सव्हीलसारख्या लहानशा खेड्यातल्या दंग्याधोप्यांच्या हकिकती वाचल्यावर तिला वाटू लागलं होतं की झुडपांत राहणं शहरात राहण्यापेक्षा नक्कीच अधिक सुरक्षित होतं आणि या सगळ्याला कारण होतं ते ओळखपत्र. ते ओळखपत्र म्हणजे निव्वळ कागदाचा एक तुकडा होता. जो सतत जवळ बाळगला नाही तर गोरे लोक तुम्हाला तुरुंगात टाकायचे. त्यापेक्षा उघड्या माळरानावर झुडपांत राहणारी रानटी मुलगी असणंच बरं. निदान जो थोडा काळ उरला होता त्यात तरी.

अलीकडे रात्रीच्या वेळी गुहेत झुमाचं अस्तित्व अगदी प्रकर्षानं जाणवायचं. छातीतल्या धडधडीबरोबर पुटपुटणारं. त्याकडे तिने लक्ष द्यावं म्हणून आर्जवं करणारं.

सुरुवातीला कोबाला वाटलं होतं, की गोऱ्यांबरोबरच्या तिच्या जवळिकीचा म्हातारीच्या आत्म्याला मत्सर वाटत होता; पण हे त्यापेक्षा काही वेगळंच असल्याची जाणीव तिला आता होत होती. तिच्या मणक्यातून सरकत वर जाणारी भीतीची लहर तिला हे जाणवून देत होती. त्या भीतीपासून दूर पळण्यात वा लपण्यातही काहीच मतलब नव्हता हे तिला उमगलं होतं.

त्यामुळे ती त्या खळाळत्या प्रवाहाशेजारी शांतपणे बसून होती. आतमध्ये चाललेल्या नाजूकशा हालचालीने नि:शब्दपणे मागेपुढे झुलणाऱ्या बांबूच्या वनाकडे टक लावून. एखादा काळवीट किंवा बाराशिंगा असावा.

नदीकाठावरच्या गवतातली हालचाल ऐकण्यासाठी तिने मान वाकडी केली. अजून तरी कसलीच चाहूल नव्हती. त्या कळकीच्या बनाचं आरामात निरीक्षण करणं तिनं चालू ठेवलं. बांबूवर बसलेला लाल रंगाच्या बिशप पक्ष्यांचा एक थवा तिला दिसला. त्यांच्या वजनानं बांबूचे नाजूक वेत डौलदारपणे पाण्यावर झुकले होते. फिकट रंगाच्या वेतांवर बसलेले ते लालभडक नर पाहून कोबाला पेटत्या आगकाडीच्या ज्वालेची आठवण झाली. मॅनी तिला नियमितपणे आगपेट्या देत असे. पेटीवरचं सिंहाचं चित्र तिला फार आवडायचं. एका झटक्यात पेटणारी आगही काटक्यावर काटक्या घासून विस्तव करण्याच्या खटाटोपापेक्षा फारच सोयीची आणि झटपट होती. ती आपल्याबरोबर काही काडेपेट्या घेऊन जाईल. विस्तव करण्याचा हा सोपा उपाय तिच्या जू होनासी बांधवांना नक्कीच आवडला असता.

कुणीतरी चिखलानं राड झालेल्या नदीकाठावर घसरून पडल्याचं आणि वैतागून शिव्या हासडल्याचं कोबाने ऐकलं. नायनिसी – गिडिऑनच्या तीन बायकांमधली सगळ्यात धाकटी – दृष्टिपथात आली. घसरून पडण्यापासून वाचण्यासाठी कसलातरी आधार शोधणारी! तिचं रुंद कटिवस्त्र जवळ जवळ कमरेपर्यंत वर गेलं होतं. डोइवरच्या मण्यांचा पट्टा घसरून एका डोळ्यावर आला होता. दुसरा उघडा डोळा कोबावर आग ओकत होता.

कुणी त्रास द्यायला येऊ नये म्हणूनच मी अशा आडजागी बसल्याचं तिच्या लक्षात आलं असावं, कोबाच्या मनात आलं; पण नायनिसीच्या फटफजितीमुळे तिला वाटत असलेल्या मौजेचं कुठलंही चिन्ह, तिने ज्या गंभीरपणे मान हलवून नायनिसीला आपल्यापाशी यायला खुणावलं त्यात नव्हतं.

कुठल्याही प्रस्तवनेखेरीज, एवढंच काय, पारंपरिक आदरपूर्वक अभिवादन किंवा स्वत:चे अस्ताव्यस्त झालेले कपडे सावरण्याचाही त्रास न घेता नायनिसी बरळली. "लोक म्हणतात की तू पूर्वजांच्या आत्म्यांशी बोलू शकतेस."

पुढे काय वाढून ठेवलंय याची कल्पना असूनही कोबा काहीशी अस्वस्थ झाली. गेली कित्येक वर्षं नायनिसी तिच्याशी सगळ्यात दुष्टाव्यानं वागणारी शेजारीण होती. कोबाला ठाऊक होतं की ती वस्तीशेजारून जात असली की ही बेमुर्वतखोर सुंदरी वस्तीवरच्या मुलांना तिच्यावर दगड मारायला उद्युक्त करत असे. वस्तीवरची कुठलीही गोष्ट नाहीशी झाली, की नायनिसी, त्या कुरूप पिवळ्या मुलीनंच ती चोरली असावी असा आळ घेत असे. अशा बाईविषयी कोबाला सहानुभूती वाटणं शक्यच नव्हतं; पण तरीही तिला नायनिसीची विनंती, तिची मागणी ऐकून घ्यायलाच हवी होती. कारण ती तिच्या पुढच्या प्रवासाची सुरुवात होती.

आपल्या धनुष्याच्या कमानीची दोरी न्याहाळत ती प्रयासाने स्वत:वर ताबा मिळवून स्वस्थ राहिली आणि म्हणाली, "होय! कधी कधी मला आत्म्यांचे आवाज ऐकू येतात खरे." नायनिसीने स्वत:ची छाती पिटून घेत आक्रोश करायला सुरुवात केल्यावर कोबा दचकली.

"मी तळमळतेय," ती त्सोंगा स्त्री विव्हळत होती. "सहा वर्षं मी गिडिऑनची शेज सजवतेय. दर खेपेस खाणीवरून परत आल्यावर तो माझ्याच झोपडीत येतो. प्रत्येक रात्री त्याने खास माझ्यासाठी आणलेल्या त्या गादीवर मी त्याची शय्यासोबत करते. तो वयस्कर झाला आहे आणि त्याला उत्तेजित करणं महाकठीण काम आहे. त्याला उठवण्यासाठी मेझचं धान्य उखळात कांडणाऱ्या एखाद्या तरुण सुनेपेक्षाही मला जास्त कष्ट घ्यावे लागतात; पण काही उपयोग नाही," आपला घागरा खाली सरकवून तिने आपलं तपकिरी रंगाचं सपाट पोट दाखवलं. "माझी कूस रिकामीच

आहे.'' ती दुःखावेगाने म्हणाली. ''मी तीन वैदूंकडे जाऊन आले. औषधी झाडपाला इथे लावला,'' आपल्या तोंडाकडे निर्देश करत ती म्हणाली ''आणि इथेही.'' आपल्या पायांच्या मध्ये बोट दाखवत ती म्हणाली, ''अयाईऽ जळल्यासारखी आग झाली.'' डबडबलेल्या डोळ्यांनी कोबाकडे पाहत ती म्हणाली, ''मी आणखी काय करायला हवं? कोण माझी मदत करू शकेल? मी तडफडतेय.''

त्या स्त्रीच्या चेहऱ्यावरून ओघळणाऱ्या अश्रूंपासून कोबाने नजर दूर केली. बोलणं पुढे चालू ठेवण्यापूर्वी नायनिसीने नाक शिंकरलं. ''बाकीच्या बायका माझी चेष्टा करतात आणि गिडिऑन माझी कीव करतो.'' आणखी एकदा नाक शिंकरण्याचा आवाज आणि मग तिच्या दंडावरच्या नायनिसीच्या बोटांच्या घट्ट आग्रही पकडीमुळे कोबाने परत तिच्याकडे मान वळवली. ''हे पीतस्त्रिये! मला मूल का होत नाही ते तू तुझ्या पूर्वजांना विचार.'' नायनिसीच्या डोळ्यांत विनवणी होती. ''कदाचित तुझा कोवळा आवाज–'' आपला वरचा ओठ तिरस्काराने वर उचलीत आपले सरळ शुभ्र दात दाखवत ती म्हणाली, ''–त्यांच्या कानावर पडेल आणि ते उत्तर देतील. मग तू त्यांना विचार, की या शापापासून मुक्ती मिळवण्यासाठी मी काय करायला हवं?''

''शाप? छे!'' कोबा शांतपणे म्हणाली.

नायनिसी ताडकन उभी राहिली. ''तो शापच आहे. नाहीतर हे–'' आपला पुष्ट स्तन आपल्या भडक पिवळ्या पोलक्यातून बाहेर काढत ती म्हणाली, ''हे काय फक्त त्या तोंडाचं बोळकं झालेल्या म्हाताऱ्याने चोखण्यासाठी आहेत का?''

कोबाने नजर वळवली. नायनिसीने स्वतःच समस्येवर नेमकं बोटं ठेवलं होतं. गिडीऑन म्हातारा झाला होता. त्याचं बीज निःसत्त्व, पोकळ होतं; पण हे त्या अहंमन्य माणसाला सांगणार कोण? या समस्येवर तिला अगदी काळजीपूर्वक तोडगा कढायला हवा होता.

''माझी पूर्वजांच्या आत्म्यांशी गाठ घालून दे. माझ्या धाकट्या बहिणी, मी तुला भरपूर बिदागी देईन. मासे, मीठ आणि पैसेसुद्धा!''

कोबाने विचार केला. पैशाचा तिला काहीच उपयोग नव्हता; पण नायसिनीच्या तोंडाळपणाचा तिला ती इम्पालालात असेतोवर एक प्रभावी मांत्रिक वैदू म्हणून नावलौकिक व्हायला चांगलाच उपयोग झाला असता. त्यामुळे तिला त्सोंगांपासून संरक्षणही मिळालं असतं; पण त्यांच्या मुखियाला न दुखवता नायनिसीची इच्छा पूर्ण कशी करायची हा एक प्रश्नच होता. दुर्दैवाने तिचे रमलाचे फासे त्याचं उत्तर देऊ शकत नव्हते. या समस्येवर तोडगा कढायला तिला स्वतःच्या बुद्धीचीच मदत घ्यावी लागणार होती.

''माझ्याजवळच्या थोड्याफार शक्तीचा उपयोग करून मी तुझा प्रश्न त्यांना

विचारीन,'' कोबा म्हणाली, ''पण त्याला वेळ लागेल आणि खूपसं मीठ!''

नायनिसीने आतुरतेनं मान हलवली.

''तीन दिवसांनंतर ये. मग मी तुला काय घडलं ते सांगेन.''

समस्या तिच्यात नव्हती तर गिडीऑनमध्ये होती हे ऐकून नायनिसीला फारसा आनंद झाला नाही. ''पण त्याला हे सांगणार कोण? त्याच्या इतर बायकांपासून झालेली नऊ मुलं हा त्याच्या मर्दानगीचा पुरावा नाहीये का? ''

''पण आता तो म्हातारा झालाय. त्याच्या बीजात पूर्वीचा जोम आणि चैतन्य राहिलेलं नाही.''

''नाही. ते म्हणतील की मी आपल्या वडिलांसमान असलेल्या आमच्या मुखियाचा अपमान करते. त्याच्या बाकीच्या बायका माझ्याविरुद्ध त्याचे कान भरतील. गिडीऑन मला माहेरी पाठवून देईल आणि हुंड्यादाखल दिलेल्या गायी परत मागेल.'' तिने आपले हात चोळले. ''मी माझ्या वडिलांचा अशा तऱ्हेने अपमान करू शकत नाही. आमच्या सबंध गावात सगळ्यात जास्त हुंडा माझ्यासाठी मिळाला होता.'' आपल्या हातांची घडी घालत ती म्हणाली, ''मी त्याला सोडून जाणार नाही. गिडीऑन मेल्यानंतर त्याची झोपडी मला हवी आणि म्हातारपणी माझी देखभाल करणारी मुलंही मला हवीत. त्या सेलिनासारखी एक मुलगा आणि एक कामसू आज्ञाधारक सून. अतिशहाणी नसलेली आणि कष्टाळू.''

आपलं हसू लपवत कोबा गंभीरपणे म्हणाली, ''तर मग तुला दमदार बीज असलेला दुसरा पुरुष शोधायला हवा.''

''भलतंच!'' आपला पंजा तोंडावर ठेवत नायनिसी म्हणाली, ''गिडीऑन माझा जीवच घेईल.''

''त्याला कळणारही नाही.''

''पण त्या दुसऱ्या माझ्यावर जळणाऱ्या बायका त्याला सांगतील.''

कोबाची योजना तयारच होती. ''तू त्यांना असं सांग, की तू माझ्यासोबत राहणार आहेस. माझ्यासोबत, इतर अपयशी ठरले ती तुझी कूस फळवण्याची शक्ती जिच्यात आहे, अशा कोबापाशी. म्हणजे मग त्या पासोप्कॉपवर तुझा शोध घेणार नाहीत.''

नायनिसीने मान डोलवली. हे खरंच होतं. नाहीतरी त्या पछाडलेल्या टेकडीवर भटकायची, मग ते अगदी भर दिवसा का असेना, हौस कुणाला होती?

''आणि तसंही तू तिथे नसणारच. तुझ्या मुलाचं पितृत्व स्वीकारायला योग्य अशा एखाद्या बलदंड जवानाचा शोध तू घेत असणार.'' कोबा म्हणाली.

आपली हनुवटी वर उचलून नायनिसीने आपल्या लांबसडक पापण्यांआडून कोबाकडे रोखून पाहिलं. तिच्या ओठांवर एक चोरटं आव्हानात्मक हसू उमटलं;

पण तिच्या मनात अजूनही शंका होतीच. "लोक म्हणतील मी जादूटोणा करते."

"त्यांना सांग की तू अपत्यप्राप्तीसाठी आपल्या पूर्वजांची करुणा भाकण्यात माझी फक्त मदत घेतेयस. त्यांना पटेल."

"हो! त्यांना पटेल की मला सहानुभूतीची गरज आहे." नायनिसी कडवटपणे म्हणाली.

कोबाने खांदे उडवले. त्या अहंमन्य स्त्रीचे उन्नत खांदे आपल्या उणिवेच्या जाणिवेनं आणखी थोडे झुकायला हवेत असं तिला वाटलं.

मग त्या दोघींनी असं ठरवलं की ठरलेल्या दिवशी दुपारी नायनिसी शेतावरून कोबाकडे जाण्यासाठी म्हणून निघेल आणि मग त्यावेळी कोबा पासोप्कॉपवरच्या तिच्या ठावातून बाहेर पडणार नाही.

कित्येक आठवड्यांनंतर कोबाने नायनिसीला पाहिलं– मिठाचा एक पुडा आणि शहरांतल्या खेपांचे वेळी गोळा करून आणलेली कितीतरी अव्हाकाडोची फळं तिच्या गुहेवर आणून टाकताना. खूपच रसरशीत दिसतेय, कळसवणीचं पाणी अंगावर पडल्यानं तरारलेल्या वेलीसारखी –कोबाला वाटलं.

कोबाने तिला बजावलं, "एवढ्यात नको. गिडिऑन परत येईपर्यंत तुला वाट पाहायला हवी."

रिव्होनिया खटल्याची ताजी बातमी ऐकत असताना मॅनीने लकी स्ट्राइक्स सिगरेट्सच्या पॅकमधून एक सिगरेट काढून अस्वस्थपणे ठोकली. लोक किती मूर्ख असू शकतात? लिलीज लीच फार्मवर अटक करण्यात आलेली मुलं काही कुणी दहशतवादी नव्हते, तर वर्णद्वेषाविरुद्धच्या चळवळीत सामील झालेल्या कोवळ्या, नवख्या मुलांचा तो एक गट होता. पा म्हणत त्याप्रमाणे नवखी आणि हौशी, अगदीच अपरिपक्व! त्यांच्या बंदोबस्तासाठी शेजारच्या त्या राज्याच्या सरकारनं लढाऊ बोटीतून सैन्य पाठवलं ही खरोखरच हास्यास्पद गोष्ट होती. तरीही त्या मोहिमेची बातमी फुटताक्षणीच प्रवाशांचा लोंढा थांबला आणि गोरे आफ्रिकान आपापल्या बिळांत घुसून बसले.

माला अर्थातच तो खटला पाहायला जायचं होतं; पण पांनी मनाई केली. हाताच्या मुठी उगारून वर्णभेदविरोधी नारे देत तो माणूस जेव्हा कोर्टात घुसला, तेव्हा तेथे भलताच गोंधळ माजला होता. माला अटक होऊ शकली असती. कदाचित ती गायबही झाली असती, कारण संरक्षक पोलीसदल कुणाही संशयिताला त्याची छळवणूक करून त्याच्याकडून महिती काढून घेण्यासाठी नव्वद दिवसपर्यंत अज्ञातवासात ठेवू शकतं, हे सर्वांनाच माहीत होतं. मॅनीने अस्वस्थपणे सिगरेटचा

एक झुरका मारला. दूरच्या ग्रामीण भागातल्या लोकांवरही पोलीस लक्ष ठेवून आहेत का? काही वर्षांपूर्वी, म्हणजे शार्पव्हील हत्याकांडाच्या वेळी माने काही बेकायदेशीर निदर्शनांमध्ये भाग घेतला होता. त्यालाही तिच्याबरोबर जायचं होतं; पण पांनी परवानगी दिली नव्हती.

डिऑनच्या आरामखुर्चीत मागे रेलून मॅनीने सिगरेटचा एक जोरदार झुरका घेतला. आज त्याचंच राज्य होतं आणि विश्रामगृहातही, ज्यांची खातिर करावी लागेल अशी कोणी पाहुणेमंडळी नव्हती.

सगळ्यांचं लक्ष प्रिटोरियावर लागून राहिलं होतं. मा आणि पाही तिकडेच गेले होते. शेवटी शेवटी त्यांनी एक समझोता केला होता. माने जर त्या खटल्यात हजर राहण्याचा आग्रह धरला नाही, तर पांनी तिला तिच्या जुन्या मैत्रिणीला, ॲना डेवेटला भेटायला प्रिटोरियात नेण्याचं कबूल केलं होतं. आजकाल त्या पिकल्या युगुलाचं प्रेम जरा हिरवट व्हायला लागलं होतं. माळरानावर चांदण्यात फिरणं, त्याचं लक्ष नाहीसं पाहून पटकन हातात हात घेणं, काल तर माला गाडीपाशी घेऊन जाताना पाच्या पायात, आपल्या नववधूला मधुचंद्रासाठी घेऊन जाणाऱ्या नवरदेवाच्या पायातली अधीर थिरक होती. सगळंच अघटित!

"याऊ, तू!" उघड्या खिडकीतून आत तोंड घालत कोबा म्हणाली.

"ये ना! आत ये," खिडकीच्या कडेवरून अलगद उडी मारून आत आलेल्या कोबाला मॅनी म्हणाला, "बीअर घेणार काय?"

तिने आपली मान एवढ्या जोराजोरात हलवली, की तिच्या डोक्यावरचा रुमाल घसरून खाली तिच्या डोळ्यांवर आला. घाईघाईने तिने तो दूर केला. मॅनीने सुटकेचा श्वास टाकला. त्या रुमालात ती घरातल्या एखाद्या मोलकरणीसारखी दिसत होती.

"बस. सिगारेट?"

बीअर आणि सिगारेट घेऊन ती थेट झुलत्या आरामखुर्चीकडे गेली. ती तिची आवडती जागा होती. त्यात बसून संथपणे झुलत राहणं तिला आवडायचं, पण आज तिला जोश हवा होता. गिडिऑन खाणींवरून घरी परतला होता आणि तिला आता तिची योजना प्रत्यक्षात आणायला हरकत नव्हती. नव्हे, आणायला हवीच होती. कारण नायनिसीच्या चेहऱ्यावर आज गर्भारपणाचं तेज चढलं होतं. आपण परिस्थिती अगदी योग्यप्रकारे हाताळलीय असं कोबाला वाटत होतं आणि आपल्या या आनंदात कुणाला तरी सहभागी करून घ्यावंसं तिला वाटत होतं.

"मग काय चाललंय तुझं?" मॅनीने विचारलं. सावकाशपणे सिगरेटचा धूर छातीत भरून घेत आणि मग एक धुराचं वलय अगदी सफाईदारपणे बाहेर सोडत ती क्षणभर त्या क्षणाचा आस्वाद घेत राहिली. मॅनीने आपले डोळे तिच्यावर वटारत

आपली नेहमीची बेडूकडोळ्याची भूमिका वठवली. ती खुदखुदून हसली आणि मग गंभीरपणे म्हणाली, "मी नायनिसीला गिडिऑनपासून गर्भार करवतेय."

"गर्भार?"

कोबाने मान हलवली.

"हा!" आपल्या गुडघ्यावर थाप मारून मॅनी म्हणाला, "म्हणजे त्या म्हाताऱ्यात अजून एवढा जोर आहे तर?"

"नाही. नायनिसी गर्भार होईल," आपला चेहरा अगदी निर्विकार ठेवत ती म्हणाली, "पण गिडिऑनपासून नाही."

मॅनी हसत सुटला, "देवा! कोबा! तू फारच चालू होत चाललीयस." मग हसून हसून डोळ्यांत आलेलं पाणी पुसत तो म्हणाला, "म्हणजे नायनिसीचा कुणी यार आहे तर! गिडिऑनला कळलं तर तो तिचा जीवच घेईल."

"म्हणून तर ती त्याला मी तिला दिलेलं औषध देणार आहे. त्यामुळे त्याच्या बीजात जोम येईल असं सांगून."

"कदाचित तसंही असेल."

"हा! ती फक्त जॅकलबेरीची पानं आहेत. माझ्याविरुद्ध गरळ ओकणारी त्याची जीभ त्याने चांगलीच भाजून निघेल." मॅनीने कष्टाने आपलं हसू आवरलं.

"गिडिऑनचं बीज नुसतं पोकळ आहे."

"पण त्याला इतर बायकांपासून मुलं झालीयत! की तीही त्याची नाहीत?"

तिने खांदे उडवले.

"तुला नक्कीच माहीत असणार. तुझी ती एलँड मादी गिडिऑनच्या पूर्वजांशी बोलून तुला खरं काय ते सांगायला दौडत तुझ्यापाशी आली असणार."

"चूप!" आपल्या हातातली सिगरेट त्याच्यावर ताकीद दिल्यासारखी रोखून ती म्हणाली.

मॅनी हसला, "तू नाकबूल कर हवं तर; पण मी त्या एलँडच्या मादीला पाहिलीय. तुझ्याजवळ तिथे असण्याचं खरं तर तिला काहीच कारण नव्हतं."

"तो तुला चरसच्या नशेत झालेला भास होता."

"तुला ठाऊक आहे की मी कधीच तसली नशा करत नाही. मी जे पाहिलं ते मला ठाऊक आहे. शेक्सपिअर म्हणाला तसं, 'स्वर्गात आणि पृथ्वीवर खूप काहीतरी जास्त आहे.' "

"होरॅशिओ–" कोबा म्हणाली आणि तिने आपली सिगरेट विझवली.

मॅनी गप्प झाला. अनेक दिवसांपासून त्याला असं वाटत होतं की कोबाने अभ्यास करावा. डिसेंबरमध्ये त्याच्या बरोबरीने मॅट्रिकच्या परीक्षेला बसण्याइतकी तिची तयारी निश्चित झाली होती. कदाचित तिने त्या परीक्षेत त्याच्यापेक्षा अधिक

चांगले गुण मिळवले असते. पण माने एवढे प्रयत्न करूनही शिक्षणाधिकाऱ्यांनी कोबाला मॅट्रिकला बसू द्यायची परवानगी नाकारली होती. तिचं पुढे होणार तरी काय? त्याच्या मनात आलं, त्याची शाळा संपून तो पुढच्या अभ्यासासाठी दूर गेला की त्यांची कायमची ताटातूट होणार का?

"कोबा, तुला कधी तुझ्या लोकांच्यात परत जावंसं वाटतं का?"

"लवकरच."

"काय?"

"आत्ता नको. त्या विषयावर आत्ता बोलणं नको." त्याने तिच्याकडे पाहिलं. तिच्या डोक्यात काय शिजत होतं? यापूर्वी ती या विषयावर कधीच बोलली नव्हती. ती इतकी निवांत कशी काय असू शकत होती? एक ना दोन! अनेक विचारांचा त्याच्या मनात गोंधळ माजला होता.

कोबा आरामखुर्चीत पहुडली होती. अस्ताला जाण्याची टाळाटाळ करणाऱ्या सूर्याच्या सोनेरी प्रकाशात तिचा एक कृश हात आणि पाय झळाळून उठला होता. ती खरंच देखणी होती.

सुरुवातीला त्याला ती कधी एकदा त्याच्या दृष्टिआड होते असं व्हायचं. ते सगळं हळूहळू बदललं. त्याच्याही नकळत. तिचं अस्तित्व त्याच्यासाठी किती महत्त्वाचं होतं हे त्याला यापूर्वीच का जाणवलं नव्हतं? त्याच्या आयुष्यातल्या सगळ्या महत्त्वाच्या घटनांची ती साक्षीदार होती. त्याच्या घशात एक आवंढा दाटून आला. जमिनीवरून रांगत तो हलकेच तिच्यापाशी गेला, "कोबा?" ती अलगद त्याच्या मिठीत शिरली.

हे कधीतरी घडणार याची त्या दोघांनाही अपेक्षा होतीच. आता ती घडी प्रत्यक्ष येऊन ठाकली होती. तिच्या चाहुलीनं कोबा अंतर्बाह्य थरारून गेली. तिच्या छातीत एक हलकीशी धडधड सुरू झाली, पण तिने त्याकडे दुर्लक्ष केलं. आपला चेहरा उंचावून तिने त्याच्या मानेवर घासला. बीअर, तंबाखू यांचा मिश्र मादक गंध गोऱ्या मुलाच्या शरीराला येत होता. तिला तो खूप हवासा वाटला. तिने आपले ओठ पुढे केले.

त्याने त्यांची चव घेतली. पेरूच्या गरासारखा त्यांचा मुलायम स्पर्श तो धुंदपणे चोखत राहिला. मग कोबाने आपल्या पोलक्याची बटणं काढली आणि पाठीची कमान करीत तिने आपले उभार स्तन त्याला देऊ केले.

नंतरचे कित्येक दिवस ते एकमेकांतच मश्गुल होते. एकमेकांच्या शरीराचे उत्तेजक स्पर्श आणि चवी अनुभवत! कोबाच्या प्रत्येक अवयवाची मॅनीला नवलाई वाटे. तिच्या मांड्यांवरची मखमली त्वचा हरणाच्या कातडीची आठवण करून देई

तर तिचे पुष्ट नितंब टचटचून भरलेल्या पीचच्या फळांसारखे होते.

त्यांची एक अखंड चालणारी मेजवानी होती. गवतावर, शॅम्पेनच्या फेसासारख्या चमकदार ताऱ्यांच्या मांडवाखाली, अंघोळ करताना, पाण्यातून आतबाहेर करणाऱ्या ऑटा नरमादीच्या जोडीसारखे ते आपल्या ओलेत्या निसरड्या शरीरांनी एकमेकांवर घसरत एकमेकांना बिलगत होते.

दुपारच्या उन्हाच्या काहिलीच्या वेळी ते झडपांनी काळोख्या केलेल्या मुख्य शय्यागृहात जात आणि झडपांमधून त्यांच्या शरीरांवर पडणाऱ्या सूर्यकिरणांमध्ये तुरुंगातले कैदी असल्याचं नाटक करीत प्रणयाचा आनंद लुटत.

शेवटी त्या अमाप रतिसुखाने धुंद झालेले; संकोचाचा, संयमाचा विधिनिषेधही न उरलेले, पण आता तहानेने आणि भुकेने कासावीस झालेले ते दोघं नागवेच स्वयंपाकघरात शिरले.

फ्रीजचा दरवाजा उघडून मॅनीने आतला एक दुधाचा डबा फोडला आणि घटाघटा अर्धा खाली केला. कोबाने नाकारला. ती थंडगार बाटलीतून कोल्याचे घोट घेत होती; ती थंड बाटली मधेमधे आपल्या गालांवर, छातीवर, हुळहुळ्या झालेल्या मांड्यामध्ये दाबत होती.

मॅनी विव्हळला, "ते फारच उत्तेजक दिसतंय; पण माझ्यात आता जराही दम उरलेला नाहीये."

आपल्या बदामी डोळ्यांची मादक नजर त्याच्यावर रोखून कोबा एक आव्हानात्मक हसू हसली. दरवाज्यावर पडणाऱ्या थापेचा आवाज दोघांच्याही कानावर पडला नाही. हळूहळू वाढत त्या आवाजाच्या धडका झाल्या.

स्वयंपाकघरातला एक टॉवेल घेऊन मॅनीने घाईघाईने आपल्या इंद्रियावर झाकला. कोबा जमिनीवर बसकण घेत हळूहळू रांगत नजरेआड गेली.

"थांबा जरा, जे कोणी आहे ते," तो ओरडला.

"नाही मालक! मालक, मला मदत करा." एका त्सोंगा स्त्रीचा भेदरलेला आवाज आला.

"थांब! मला जरा."

"कृपा करून लवकर दार उघडा."

कोबाने त्याच्याकडे फेकलेली अर्धी चड्डी चढवत मॅनीने दरवाजा किलकिला केला. त्याला नायनिसी दिसली. आपल्या वाढलेल्या पोटावर दोन्ही हात धरलेली. "मला मासारावाशी बोलायचंय." दरवाज्याच्या फटीतून आत डोकावत ती म्हणाली, "कोबा, गिडिऑनला वाटतंय की तू दिलेलं औषध–"

"कोबा इथे नाहीय."

नायनिसी एक पाऊल मागे सरकली आणि तिने मॅनीला वरपासून खालपर्यंत

न्याहाळलं. किंचित वर उचललेल्या तिच्या ओठातून तिचे चमकदार शुभ्र दात दिसत होते. तिच्या चेहऱ्यावर अविश्वासाचा आणि आव्हानाचा भाव होता.

आपल्या हाताने दरवाजा अडवून मॅनी उभा होता. त्याने मनातल्या मनात तिला शिव्या हासडल्या. ही आगाऊ बाई त्याला कानकोंडं करत होती. त्याच्या आयुष्यातल्या दोन अतिशय सुंदर दिवसांनंतर त्याला आता काहीतरी लाजिरवाणं, ओंगळ कृत्य करताना पकडलं गेल्यासारखं वाटत होतं. त्याला कोबाचा विचार तसा करायचा नव्हता; पण ह्या उठवळ बाईनं सगळ्याचा विचका करून टाकला होता.

"मासारावाने जर गिडिऑनची, हे मूल त्याचंच असल्यासंबंधी खात्री पटवून दिली नाही, तर तो माझा जीवच घेईल."

"तर मग जा, तिला शोधून काढ."

मॅनीने तिच्या रागावलेल्या चेहऱ्यावर दरवाजा धाडकन बंद केला.

त्या शेवटच्या रात्री त्यांनी घराचा दरवाजा आतून बंद करून घेऊन सगळ्या जगाला बाहेर ठेवलं. सकाळी डिऑन आणि मार्टा परत येणार होते. कोबाने आपली वैदूगिरी पुन्हा चालू केली असती आणि मॅनी त्याच्या शाळेत परत गेला असता. सगळं काही पुन्हा एकदा पूर्वीसारखंच सुरू झालं असतं; पण आता त्यात काहीतरी फरक झाला होता.

त्या भल्यामोठ्या पलंगावर ते एकत्र पहुडले होते. मॅनीच्या शरीराचा विळखा कोबाभोवती होता. त्याच्या हातांनी तिला वेढून घेतलं होतं. तळवे तिच्या छातीवर विसावले होते. ते तिच्या टचटचलेल्या स्तनाग्रांच्या स्पर्शाने उत्तेजित होण्यासाठी नाही, तर तिचं संरक्षण करण्यासाठी किंवा कदाचित त्याची स्वतःची अपराधीपणाची भावना कमी करण्यासाठी.

मा आजवर कधीच त्याच्याशी स्त्रीपुरुष संबंधांविषयी बोलली नव्हती; पण तिला हे नक्कीच आवडलं नसतं. त्याचं कारण ती कोबा होती हे असेल, का ती दोघंही अजून खूप लहान होती हे, किंवा त्यांचं लग्न झालेलं नव्हतं हे असेल, हे त्याला ठरवता येत नव्हतं.

लग्न! स्थानिक अदिवासींशी लग्न करण्याच्या विरुद्ध काहीतरी मूर्खासारखा कायदा होता आणि अर्थातच त्याला लग्न करायचं नव्हतंच. तो अजून खूपच लहान होता. कदाचित त्याने कधीच लग्न केलं नसतं. कोबाशी तर कधीच नाही.

पण मग तो तिच्याबरोबर झोपला हे योग्य होतं का? त्याने तिचा गैरफायदा घेतला होता का? मुळीच नाही. तो तिचं चुंबन घेऊन थांबला होता. त्यापुढची पावलं तिनेच टाकली होती. अर्थात तिने पुढाकार घेतला याचं त्याला बरंच वाटत होतं. ते किती छान होतं आणि ती किती सुंदर होती. छ्या! त्याच्या आयुष्यात एवढी गुंतागुंत कशाला व्हायला हवी होती.

पुरुष तर नेहमीच स्वत:ला कोणताही त्रास करून न घेता लैंगिक सुख मिळवत असतात, नाही का?

शेवटी एकदाची मॅनीला अस्वस्थ झोप लागली. कोबा मात्र झोपली नाही. वेळ आली होती. त्या दोघांनी एकत्र शांतपणे रहावं अशी एखादी जागा असती, तर तिने बेडूकडोळ्या मुलाला उठवून स्वत:बरोबर पळवून नेलं असतं. फार उशीर होण्याअगोदर; पण त्यांच्यासारख्या विजोड जोडप्यांसाठी जगाच्या पाठीवर कुठेच आसरा नव्हता. हे आता इथंच संपायला हवं होतं.

झुमाचं बरोबर होतं. हळूहळू पण निश्चितपणे, इथे कोबाचं स्वत्व हरवत चाललं होतं. आता इथून निघून जाणं आणखी लांबवण्यात अर्थ नव्हता. जी मुळं रुजू देण्याविरुद्ध तिला खबरदार करण्यात आलं होतं, ती उपटून फेकून देण्याइतकं धैर्य तिच्यात नसेल, तर मग फाशांनी दाखवलेला मार्ग चोखाळणंच क्रमप्राप्त होतं. तो मार्ग भीतिदायक होता, पण तो तिला नक्की तिच्या घरी घेऊन गेला असता. तिच्या बाजूला झोपलेल्या त्या मुलाचं मन त्यात दुखावलं जाऊ नये एवढीच तिची इच्छा होती.

आपल्या छातीची धडधड ऐकत ती जागी होती. प्रत्येक ठोक्याबरोबर तिची उताविळी वाढत होती.

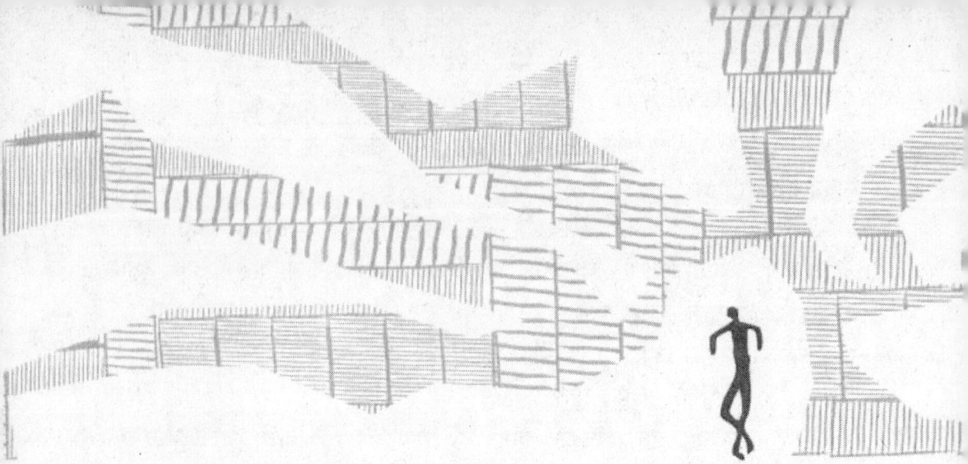

१७

दुसरा दिवस उजाडला तो एका व्हॅनच्या आवाजाने. कुत्र्यांच्या भुंकण्याचा आणि विव्हळण्याचा आवाज कोबाने ऐकला. तिचं अंग थरकापलं. शांतता आणि मग घराभोवती गुपचूप फिरणाऱ्या जड पावलांचा आवाज. आपल्या प्रियकराच्या मिठीत ती स्वस्थ पडून राहिली. आपल्या छातीतल्या धडधडीने त्याला जाग येणार नाही अशी आशा करत. जू होनासींच खरं सामर्थ्य त्यांच्या सहनशक्तीत असल्याचं स्वत:ला बजावत.

कुऱ्हाडीच्या घावाने खिडकीच्या झडपांच्या चिरफळ्या उडाल्या. दचकून हाताच्या मुठी वळत मॅनी उठून बसला. त्याच्या डोळ्यांतून भीती डोकवत होती.

एक दांडगा शिपाई खिडकीतून आत शिरला. चिरफळ्या झालेल्या लाकडात अडकून त्याचा निळा गणवेश फाटला. त्यावर चिडून त्याने ढांगा टाकत चार शिव्या हासडल्या. एक तरुण पोलीस दरवाज्यातून त्यांच्या पलंगाकडे येत होता.

कोबाने उशीवरचं डोकं उचललं नाही. तिची नजर त्याचा मागोवा घेत होती. तिच्याकडे पूर्ण दुर्लक्ष करून तो मॅनीला उद्देशून म्हणला,

"आम्हाला अशी खबर मिळाली होती, की ही मोलकरीण तुझ्यासाठी काही जादा काम करतेय. पाहू या." त्यांच्या अंगावरची चादर त्याने अगदी नाट्यमय आवेशात खसकन ओढून बाजूला केली.

"परमेश्वरा," धापा टाकणारा तो कॅप्टन आता खोलीच्या मध्यावर आला होता. एका चिमुकल्या हातरुमालाने आपल्या मानेवरच्या चरबीवरचा घाम पुसत तो म्हणाला, "केवळ आदिवासी मुलगीच नाही," मॅनीच्या अंगावरून वाकून त्याने कोबाला नीट न्याहाळून पाहिलं. "तो ते एका अल्पवयीन मुलीबरोबर करतोय. देवा!

अनैतिकतेचा कायदा मोडणं वाईटच; पण तेही एका अल्पवयीन मुलीशी! लाज वाटायला हवी तुला–''

दरवाज्यात घुटमळणारा काळा पोलीस तेवढ्यात बोलला, ''झुडपात राहणारी माणसं लहानखुऱ्या चणीची असतात, साहेब.'' एवढं बोलून तो परत बाजूला झाला.

''खरंच की! काय गं, तुझं वय काय?''

कोबाने त्याच्याकडे रोखून पाहिलं.

त्याचा चेहरा लाल झाला, ''नुसती तिकडे झोपून माझ्याकडे डोळे फाडून पाहू नकोस. ऊठ, तुला अटक करण्यात येत आहे.''

तरुण पोलिसाने कोबाचा दंड धरून तिला बिछान्यातून ओढून काढलं. क्षणभरासाठी तिची तपकिरी रंगाची लहानखोर कुडी एखाद्या चिंध्यांच्या बाहुलीप्रमाणे हवेत निर्जीवपणे लोंबकळत राहिली. मग तिला कोपऱ्यात फेकून देण्यात आलं.

मोठ्याने ओरडत मॅनी त्या पोलिसांवर धावून गेला. दांडगट शिपाई आणि त्याचा चेला तयारच होते. मॅनीचे दोन्ही हात पकडून त्यांनी त्याच्या पाठीमागे पिरगळले. इतक्या जोरात, की त्याच्या खांद्याची हाडं काडकन वाजली. तो तरीही धडपड करतच होता.

''हे बघ मुला, परिस्थिती आहे त्यापेक्षा आणखी बिघडू देऊ नकोस. आता पटकन व्यवस्थित कपडे कर.'' त्याचा जांघिया त्याच्या हातात देत ते म्हणाले. त्या लजिरवाण्या परिस्थितीत कसनुसा होत तो गडबडीने आपल्या दोन्ही तंगड्या जांघियाच्या एकाच पायात घालायचा प्रयत्न करू लागला.

''असंच होतं नेहमी–'' खो-खो हसत आणि पलंगावरची चादर गोळा करून पुराव्यासाठी एका पिशवीत भरून घेत पोलीस म्हणाले.

''तुम्हाला ठाऊक आहे का कॅप्टन? परवाच मी असं वाचलं की कुण्या प्राध्यापकानं या आदिवासींना चादरी न वापरायचा सल्ला दिलाय. त्यांच्या कातडीची चमक जाते म्हणे.''

''वाचलेल्या प्रत्येक गोष्टीवर विश्वास ठेवायचा नसतो, जॉर्डन, बरंय, मुला आता मला तू वापरलेला कंडोम दे बरं.''

मॅनी आश्चर्याने आणि तिरस्काराने कॅप्टनकडे पाहत राहिला. ''अच्छा! म्हणजे तू काही वापरलं नव्हतंस तर? खरंच, इतक्या रानटी आदिवासींबरोबर लफडी करणाऱ्या तुम्हा लोकांची कमाल वाटते मला. आधीच इथे पुरेशी अक्करमाशी प्रजा नाहीये का?'' डोक्यावरची टोपी काढून पालथ्या पंजाने त्याने आपल्या कपाळावरचा घाम पुसला. ''हरकत नाही, त्या मुलीच्या तपासणीतून सरकारी डॉक्टरना हवा तो सगळा पुरावा मिळेलच. ठीक आहे. पुन्हा एकदा सगळीकडे नजर टाका. आपल्या नजरेतून काही सुटलं नसल्याची खात्री करून घ्या.''

जाडगेल्या पोलिसाने धडाधड खण उघडून आतल्या वस्तू बाहेर फेकायला सुरुवात केली. त्यांच्याकडे पाहण्याचीही तसदी न घेता. तो काळा शिपाई हातपायांवर रांगत पलंगाच्या खाली डोकावून पाहू लागला. मॅनीने पाहिलं की खिडकी मोकळीच होती. कोबा त्यातून सहज निसटून जाऊ शकत होती. मग पोलिसांशी झोंबाझोंबी करून तो त्यांना तिच्या पाठीमागे जायला उशीर करू शकला असता. तेवढ्या वेळात मग ती शेतावर लपण्याजोगी जागा हुडकू शकली असती. कारण त्या संपूर्ण इस्टेटीचा इंचन्इंच तिच्या माहितीचा होता. तिच्याशी नजरानजर होताच त्याने नजरेनेच खिडकीकडे निर्देश केला. तिने कळेल न कळेलशी मान हलवली. मॅनीने आ वासला. तिला झालं होतं तरी काय?

झडतीचा तमाशा संपल्यावर त्या दोघांना ढकलत खोलीच्या बाहेर आणून पोलीसव्हॅनच्या मागच्या भागात कोंबण्यात आले.

"खरं तर आम्ही गोऱ्या माणसाला व्हॅनच्या मागे या रानटी लोकांसोबत प्रवास करायला लावत नाही; पण या परिस्थितीत..."

व्हॅनचा जाळीचा दरवाजा दाणकन लागला आणि व्हॅन निघाली. व्हॅन सुरू होण्याच्या धक्याने मॅनी आणि कोबा व्हॅनच्या चाकांच्या पोलादी केसिंगवर एकमेकांवर आदळले. तिला धरून गदागदा हलवावं आणि तिच्या त्या निर्विकार चेहऱ्याला ओरडून सांगावं, की बये, पळून जाण्याची स्वातंत्र्याची शेवटची संधी तू गमावलीयस, असं त्याला वाटलं. पुढे जे काही वाढून ठेवलं होतं त्यापासून सुटका करून घेण्याचा त्याला दिसत असलेला एकमेव मार्ग तिने नाकारला होता; पण व्हॅनमधला तो प्रवास इतका धकाधकीचा होता की जास्त काही बोलायची सोयच नव्हती. त्या मुरमाड रस्त्यावरून व्हॅन जात असताना ते सतत इकडेतिकडे फेकले जात होते. एकमेकांवर आदळत होते.

त्याला कसंही करून आपल्या आईवडिलांना निरोप पाठवायला हवा होता. व्हॅनच्या जाळीच्या दरवाज्यात बोटं अडकवून एखाद्या, कोंडल्याने अस्वस्थ झालेल्या, माकडासारखा तो उभा होता. लवकरच ते त्सोंगांच्या वस्तीतून गेले असते. तीच त्याची शेवटची संधी होती.

त्सोंगांच्या वस्तीभोवतालच्या त्या बांबूच्या कुंपणाबाहेर एकच व्यक्ती उभी होती. ती त्या गाडीची वाटच पाहत होती जणू. ती नायनिसी होती. डोक्यावरच्या ओझ्याखालीही ताठ उभी असलेली; पण तिचा चेहरा कसातरीच दिसत होता. एक डोळा सुजून जवळजवळ बंद झाला होता.

दरवाज्याच्या जाळीला घट्ट चिकटून मॅनी ओरडला, "पोलीस स्टेशनला जातोय. मा ला सांग."

नायनिसी हसली. तिच्या पुढच्या दातांतली फट दाखवत.

१८

''डिऑन, या सहलीवर मला घेऊन गेल्याबद्दल मी तुझी फार आभारी आहे.''

आपला हात स्टिअरिंग व्हीलवरच्या त्याच्या हातावर ठेवत मार्टा म्हणाली. तो खुषीत येऊन उन्हाने काहीशा रापलेल्या तिच्या नाजूक हाताकडे पाहत राहिला. त्या हातावर आता वयाच्या निर्देशक तपकिरी वांगांची रांगोळी उमटली होती; पण त्याचं तिकडे लक्षही नव्हतं. हा पाच तासांचा प्रवास म्हणजे एका अतिशय आनंददायी आठवड्याची अगदी सुयोग्य अखेर होती. कित्येक वर्षांत त्याने आणि मार्टाने अशी एकत्र सुटी घेतली नव्हती. त्याच्या बायकोला इतकं सैलावलेलं, इतकं आनंदीही त्याने कित्येक वर्षांत पाहिलं नव्हतं. अर्थात ते दोघंही आपापल्या कामांत अगदी बुडून गेले होते. तो त्यांच्या प्रवासी विश्रामगृहाची उभारणी करण्यात, तर ती आपल्या निसर्गरेखाटनांसाठी प्रकाशकांचा होकार मिळवण्यात. शिवाय अधून मधून तिचं चळवळीचं कामही असायचंच.

तरी नशीब, तिने आता शिक्षकमंत्र्यांची पाठ सोडली होती. कोबाची हुशारी सिद्ध करणारं प्रमाणपत्र तिला मिळावं अशी मार्टाची कितीही इच्छा असली, तरी कोबाच्या इम्पालालावरच्या अस्तित्वाचा सुगावा शासनाला लागू न देणंच श्रेयस्कर होतं. कोबाला तिथे ठेवून घेण्यात ते कायद्याचा भंग करत होते. इम्पालालावर ते ठेवू शकत असलेल्या स्थानिक आफ्रिकन रहिवाशांचा त्यांचा कोटा पूर्ण झाला होता. आणखी एका व्यक्तीसाठी, तीही अशी, जी तिथे जन्मलेली नव्हती, परवानगी मिळणं अशक्यच होतं; पण मार्टाचा असा हेका होता की ज्या कुणाला परीक्षेला बसायची इच्छा असेल, त्यांना बसायला मिळायलाच हवं. तिचं तर असं म्हणणं होतं की कोबाला परीक्षेला बसण्याची परवानगी मिळाली नाही तर त्याच्या निषेधार्थ मॅनीनेही परीक्षेला बसू नये.

होय. तत्त्वाचा आणि न्यायाचा प्रश्न आला की मार्टा अजूनही पेटून उठत असे. त्याला ते तितकंच निरर्थक, व्यर्थ वाटायचं आणि उत्तेजकही! आताही वेळ होता तर त्याला तिला दाखवून द्यायचं होतं. गाडी तिथेच थांबवून तिला कडकडून चुंबावं, ती वॉक्झॉल रस्त्याकडेला घेऊन तिच्या मागच्या सीटवर प्रणय करावा, अशी तीव्र भावना त्याला झाली.

आपल्या जांघेवर हात ठेवून त्याने मार्टाकडे प्रश्नार्थक भुवई उंचावली.

मार्टा हसत हसत म्हणाली, "राष्ट्रीय महामार्गाच्या कडेला नको त्या अवस्थेत पकडलं जावं एवढी मी आता तरुण राहिलेली नाही, श्रीयुत मरायस आणि तसंही तुझ्यासारख्या वय झालेल्या मुलाच्या मानाने, तू भरपूर मजा मारलीयस गेल्या आठवड्यात."

यांवर एक नाट्यपूर्ण उसासा सोडून डिऑनने डौलात मान झुकवून आपल्या हातावरचा तिचा हात बाजूला केला.

मार्टा हसली. प्रिटोरियाची ती सहल खूपच आनंददायी झाली होती. खरेदी, बाहेर जेवणं, सिरो क्लबमध्ये नृत्याचे कार्यक्रम, तीन-तीनदा सिनेमाला जाणं– जिथे काळोखात बसायचं असलं तरीही लोक छानदार पोशाख घालून येत.

पण आता तिला थोडंसं अपराधी वाटत होतं. कारण यावेळी देशातलं वातावरण तणावपूर्ण होतं. नेल्सन मंडालेला तुरुंगात पाठवून देशातली अत्युच्च सत्ता घोर अन्यायाचा पाठपुरावा करत होती. तिनं खरं तर शोकप्रदर्शक पोशाख घालायला हवा होता. समारंभाचा नव्हे.

"ते बघितलंस काय?" चढणीवरचं शेवटचं वळण टाकून ते डोंगरमाथ्यावर आले तेव्हा डिऑन म्हणाला, "वादळाची लक्षणं दिसतायत. या दिवसांत? सगळंच अघटित."

"ते वादळ नसणार. हिवाळ्यात कुठलं वादळ? नुसते धुळीचे ढग असतील, नुसती वावटळ असेल."

"नाही, मी तुला खात्रीने सांगतो की हे वादळच आहे." ते उताराला लागले तेव्हा आकाश आणखीच काळोखलं. इम्पालाला अजून तासाभराच्या अंतरावर होतं. आंब्याच्या आणि संत्र्यांच्या बागांवरून पुढे जात असताना त्यांना वाऱ्याने सळसळणाऱ्या झाडांच्या पानांचा अवाज अगदी स्पष्ट ऐकू येत होता. आता आकाशाचा रंग गडद जांभळा झाला होता. मधे मधे चमकणाऱ्या विजांनी आभाळाचा पट जणू स्पंदन पावत होता. अचानक एक वीज नागमोडी रेषेत दरीत कोसळली आणि लखलखीत शुभ्र रेषेत पुन्हा वर उठली. गडगडाटाचा आवाज ऐकू येण्यापूर्वी मार्टाचे पाच आकडे मोजून झाले होते.

"अजून पाच मैल दूर आहे वादळ."

डिऑनने आपला आवाज ढगांच्या गडगडाटाच्या वर चढवला, ''शक्यच नाही. ते अगदी इथे आपल्या डोक्यावर आहे.'' हसून तो पुढे म्हणाला, ''माझी आई म्हणायची, आकाशातले देवदूत आपलं फर्निचर सरकवतायत.''

''तो सोफा मग सबंध गावाला बसवण्याइतका मोठा असायला हवा.'' मार्टा प्रत्युत्तरादाखल ओरडली. ढग एवढ्या मोठ्याने गडगडले की गाडीच्या इंजिनाचा आवाजही त्यात बुडून गेला. वारा गाडीवर जोरजोरात थपडा देत होता. झाडांचे शेंडे सोसाट्याच्या वाऱ्याने उलट्या झालेल्या छत्र्यांसारखे दिसत होते. पावसाचे मोठे थेंब गाडीच्या बॉनेटवर टपटप आपटू लागले. विंडस्क्रीनच्या काचेवरचा पाण्याचा पडदा दूर हटवण्यासाठी वायपर्स काचेच्या तावदानावर धडका देणाऱ्या पक्ष्यांसारखे जोरजोरात फिरू लागले; पण जेव्हा पावसाच्या थेंबांचं बोराएवढ्या गारांत रूपांतर झालं, तेव्हा डिऑनने गाडी रस्त्याकडेला घेऊन इंजीन बंद केलं. ते आत स्वस्थ बसून राहिले. विजांच्या त्या थैमानात गाडी त्यातल्यात्यात सुरक्षित जागा होती आणि पाऊस लवकरच थांबला असता. मार्टा सीटवर डिऑनच्या जवळ सरकली. सीटचं चामडं कुरकुरलं. त्याने आपला हात तिच्या खांद्यावरून टाकला. वाफेने धुकटलेल्या गाडीच्या खिडक्यांच्या काचांतून त्यांना हेही कळलं नाही की, पाऊस जसा अचानक सुरू झाला होता तसाच अचानक थांबलाही. रस्त्यावर साचलेल्या पाण्याच्या डबक्यांची तळपत्या सूर्याने वाफ होऊ लागली.

आपल्या नवऱ्याच्या कुशीत गुरगुटून बसलेली मार्टा नंतर म्हणाली, ''आपण घरी चाललोय याचा मला आनंदच होतोय. या असल्या गलिच्छ राजकारणात भाग घेण्याएवढी मी ॲना आणि त्या इतर स्त्रियांसारखी धाडसी नाहीये.''

तिच्या केसांवर थोपटत तो म्हणाला, ''तू एखाद्या सिंहिणीपेक्षा कमी शूर नाहीयेस मार्टा.''

''नाही. मी फक्त पत्रं लिहिते आणि निदर्शनं करते. ॲना कोर्टात जाते. तुरुंगात जाऊन कैद्यांच्या भेटी घेते. ती म्हणत होती की कैद्यांकडून माहिती काढून घेण्यासाठी ते लोक गुरांसाठी असतात तसले विजेरी चिमटे वापरतात. एक कैदी तर कोठडीतच मेला म्हणे. त्याने गळफास लावून आत्महत्या केली असं नंतर जाहीर करण्यात आलं.''

''स्वत:हून? अशक्य! ह्या रखवालदारांनीच त्याला लटकवला असणार.''

''कदाचित त्या छळवणुकीतून सुटका करून येण्यासाठी त्याने गळफास लावून घेतलाही असेल.'' मार्टा शहारली ''तू कल्पना करू शकतोस?''

''परमेश्वरा! नको! त्यापेक्षा मोऱ्या तुंबलेल्या सहा गोल झोपड्या साफ करणं रवडलं.''

मार्टा उठून बसली आणि आपल्या पोलक्याची बटणं लावू लागली. "तर! किंवा बारा माणसांचा स्वयंपाक बनवणं!"

"स्वयंपाक? तुला नक्की खात्री आहे का की तुला त्यापेक्षा तो छळ अधिक परवडणार नाही?"

तासाभरानंतर ती वॉक्झॉल इम्पालालातल्या गुरांच्या कुंपणाशेजारून धडाडत गेली.

"उद्यापासून मला छप्पर शाकारणीचं काम हातात घ्यायला हवं. पाच नंबरच्या झोपडीची अवस्था अगदी वाईट झालीय." डिऑन म्हणाला. मग त्रासिकपणे चक् करत म्हणाला, "आणि ते बघ, भर दिवसा दिवे ढणढण जळत ठेवलेत आणि या कुत्र्यांना काय झालंय?"

त्यांच्या शयनगृहात शिरल्या शिरल्या मार्टाला जाणवलं की काहीतरी प्रचंड गडबड आहे. कागद, कपडे, पावडरी सगळं अस्ताव्यस्त पसरलं होतं. कपाटांचे, टेबलांचे खण उलटेपालटे झाले होते.

पलंगावरची चादर का काढलेली होती? आणि देवा रे! खिडकीच्या तावदानांची ही काय अवस्था झाली होती?

धडधडत्या छातीने ती मॅनीच्या खोलीत धावली ती अगदी व्यवस्थित होती. तीत कुणी झोपल्यासारखंही वाटत नव्हतं.

"अरे देवा! त्याच्यावर हल्ला झाला तेव्हा तो आपल्या पलंगावर झोपलेला असणार."

ती परत आपल्या खोलीत गेली आणि कुठे रक्त सांडल्याच्या खुणा दिसतायत का पाहू लागली; पण तसं काहीच नव्हतं. फक्त बिछान्यावरची चादर, पांघरुणं जागेवर नव्हती. हल्लेखोरांनी त्यातच त्याची गठडी वळली होती का? तिला त्यांना शोधून काढायलाच हवं. कोबा! कोबा मदत करू शकेल. तिच्या जमातीचे लोक माग काढण्यात अत्यंत कुशल असतात.

मार्टा ओरडत खोलीतून बाहेर आली, "कोबा कुठंय? कोबाला घेऊन या."

दोन दणकट तपकिरी रंगाच्या हातांनी तिला अडवलं, "मालकीणबाई, छोट्या मालकांना ते पकडून घेऊन गेले."

"कोण? कोण घेऊन गेले त्याला?" तिने सेलिनाला विचारलं.

"पोलीस–"

मार्टा स्तंभित होऊन सेलिनाकडे आ वासून पाहत राहिली. ती आता गप्प झाली होती. त्या दोघींनीही धावत घरात शिरणाऱ्या डिऑनच्या पावलांचा आवाज ऐकला.

“काय झालंय? कुणाला लागलंय? काय झालंय तरी काय?”

मग अगदी सावकाश मंदबुद्धी मुलांना समजवावं तशा तऱ्हेने सेलिनाने त्यांना, काहीही सांगायला अनुत्सुक असलेल्या नायनिसीकडून ती जेवढं काही काढून घेऊ शकली होती, तेवढं सांगितलं.

“ते त्यांना कधी घेऊन गेले आणि कुठे?”

“नायनिसीला ते नक्की ठाऊक नाही–”

आपल्या डेस्कवरून उठून घाईघाईने पुढे येणाऱ्या ड्युटीवर असलेल्या शिपायाला ढकलून डिऑन पुढे झाला आणि कॅप्टनच्या ऑफिसमध्ये घुसला. “माझा मुलगा, मॅनफ्रेड मरायस इकडे आहे का?”

कॅप्टन आपला दंडुका फिरवत होता. तो स्थिर करून त्याने आपला हात त्यावर ठेवला.

“आणि आपला परिचय?”

“त्याचे वडील.”

“ठीक! तर साहेब, मला तुम्हाला सांगायला अतिशय खेद होतोय की तुमच्या मुलाला अटक झालीय आणि अनैतिकतेच्या कायद्याचा भंग केल्याबद्दल त्याच्यावर खटला भरला जाईल. आम्ही त्याला तुमच्या अजाण वयाच्या मोलकरणीसोबत नको त्या अवस्थेत रंगे हाथ पकडलंय.”

“ती मोलकरीण नाहीय.” मार्टा फिसकारली.

“तुम्ही त्याला कसं आणि का पकडलंय याच्याशी मला काही घेणंदेणं नाही. तुम्ही आम्हाला आताच्या आता मुलांपाशी घेऊन चला.”

“ते शक्य नाहीये–” मार्टाकडे प्रथमच सरळ पाहत कॅप्टन म्हणाला. ती कम्युनिस्ट असल्याची वदंता त्याने ऐकली होती, पण त्याला तर ती एखाद्या सामान्य गृहिणीसारखी दिसत होती. “खास विभागाकडून त्यांची चौकशी करण्यात आलीय. त्यांना स्पेशल पोलीस हेडक्वार्टर्समध्ये नेण्यात आलंय. जिथे त्यानंतर १९६३ च्या सर्वसामान्य कायद्याच्या दुरुस्तीखाली अडकवून ठेवण्यात येईल.”

डिऑनचा चेहरा पांढरा फटफटीत पडला. “नव्वद दिवसांच्या कायद्यात?”

कॅप्टनने मान हलवली.

मार्टा खुर्चीत कोसळली.

सुसाट वेगाने गाडी चालवत ते जोहान्सबर्गला परत निघाले, तेव्हा सुरुवातीला प्रचंड तणावाखाली असल्याने ते एकमेकांशी शब्दही बोलले नाहीत. डोंगरावरच्या घाटातून हेअरपिनच्या आकाराची वळणं पार करीत, नुकत्याच होऊन गेलेल्या

पावसाने गढूळ झालेल्या, पाण्याने भरून वाहणाऱ्या सुसरींच्या नदीच्या दरीतून ते वेगाने जात होते. तिथे नसलेल्या रहदारीला खबरदार करण्यासाठी जणू डिऑनचा हात गाडीच्या भोंग्यावर होता. मंद वाऱ्याबरोबर करकरणाऱ्या पवनचक्क्या, मध्येच उभं असलेलं एखादं चुकार रबराचं झाड, धूळभरल्या शेताडीत उभी असलेली एकाकी कौलारू घरं, यांमधून जाणारा तो परतीचा रस्ता लांबच लांब वाटत होता. काटेरी तारांच्या कुंपणाआड चरणाऱ्या तांबड्या भडक गुरांवर, टेलिग्राफच्या न संपणाऱ्या तारांवर, मधे मधे लटकणारे, जणू जमिनीकडे टक लावून पाहताना शेपट्या मधेच वरखाली करणारे पतंग या साऱ्यावर मार्टाची, यातलं काहीही न दिसणारी, एकटक नजर खिळली होती. चोचीत लटकणारा साप घेऊन माळरानावरून उडत गेलेली काळपट रंगाची घार पाहूनही तिची पापणीही लवली नाही.

परमेश्वरा त्यांना सुरक्षित ठेव. गुरांचे चिमटे नकोत, गुप्तेंद्रियांवर सिगरेटचे चटके नकोत, गुदमरवून टाकणाऱ्या पिशव्या नकोत. कृपा कर देवा, असल्या अघोरी छळापासून त्यांना वाचव. खरं तर चूक माझीच आहे. मी जर तिला इम्पालालावर घेऊन आलेच नसते, मी जर त्या दोघांना एकटं सोडून आले नसते... ती तर मुलंच आहेत; तरुण मुलं!

डिऑन आपल्या बोटाची पेरं चावत होता. पोलीस आपल्याला मुलांना भेटू देणार नाहीत असंच त्याला वाटत होतं. नव्वद दिवसांच्या कायद्याखाली त्यांच्यावर ते बंधनकारक नव्हतंच. इतकंच काय, त्यांना अडकवून ठेवलं आहे किंवा नाही हे उघड करणंही गरजेचं नव्हतं. त्यालाच काही तरी मार्ग शोधायला हवा आणि त्यात आपल्या इस्टेटीवरही लवकरच परतायला हवं, कारण सेलिना फार काळपर्यंत सर्व गोष्टींवर लक्ष ठेवू शकली नसती. अगदी विश्रामगृहात प्रवासी नसले तरीदेखील. देवा, आता खरं तर त्याला दारूची गरज होती. जवळ जवळ संपूर्ण दिवस तो गाडी चालवत होता. नऊ तास की दहा? तो पार थकून गेला होता. मार्टाही थकली असणार, त्याला वाटलं.

"डिऑन, त्या दोघांचं, म्हणजे कोबा आणि मॅनीचं अगोदरपासून प्रेमप्रकरण चालू होतं असं वाटतं का तुला?"

"देवा! नाही. मला माहीत नाही; पण मला ती कल्पनाही फारशी रुचत नाहीय."

मार्टा स्तब्ध झाली. तिला हे अपेक्षित नव्हतं. नाही, नकोच होतं. यापुढच्या कायदेशीर खटल्याच्या सव्यापसव्यातून जाताना तिला त्याच्या पाठिंब्याची गरज होती. मुलांना त्यांच्या अनैतिक स्वैर वागणुकीबद्दल दोषी ठरवणं ठीक होतं, पण त्यालाही वर्णद्वेषाची किनार असावी? तीही डिऑनच्या दृष्टीने? नको! परमेश्वरा

आताच, काही तासांपूर्वी, याच रस्त्यावरून जाताना तिला ज्या माणसाविषयी एवढी जवळीक, एवढा आपलेपणा वाटला होता, त्याच्याकडून ही अपेक्षा नव्हती.

त्याने अधिक काही बोलण्याच्या आत ती म्हणाली, "मी विचारलं, कारण मॅनीला शरीरसुखाचा अनुभव नसेल, तर तो कदाचित त्यालाच प्रेमबिम समजून बसेल," डिऑनचे ओठ काही प्रत्युत्तर करण्याकरता हलण्याच्या तयारीत असलेले पाहून ती घाईघाईने म्हणाली, "कोबाविषयी मात्र काही सांगता येत नाही. माझी अशी समजूत आहे की तिला तिच्या प्रारब्धाची निश्चित जाणीव आहे. म्हणजे तिला पुढच्या गोष्टी अगोदरच दिसत असतील तर मला फारसं आश्चर्य वाटणार नाही. मला काय म्हणायचंय ते तुला कळतंय ना? जू होनासी लोकांच्यात हे असं भविष्याची चाहूल लागणं यात फारसं विशेष नाही. म्हणजे तिने मला तसं काही कधी सांगितलं नाहीये. ती किती आतल्या गाठीची आहे तुला माहीतच आहे. स्वभिमानी लहानशी मुलगी!"

"हो नाही... म्हणजे..."

"म्हणजे मला असं म्हणायचंय की तिला आणि मॅनीला एकत्र काहीही भवितव्य असू शकत नाही हे तिला ठाऊक आहे आणि या देशातला कायदा, हेच केवळ त्याचं कारण नाहीये. ती हुशार तर आहेच, पण हा केवळ पुस्तकी शिक्षणाचा प्रश्न नाहीये. हे तिचं उपजत शहाणपण आहे."

तिच्या मनात एक कल्पना आली आणि ती त्याच्याकडे वळली, "यावरून मला काय आठवलं ठाऊक आहे? हत्तींविषयी म्हणतात, कळपाच्या म्होरक्या नव्या हत्तिणीलाही पाण्याचे ठाव कुठे आहेत ते आपसूकच माहीत असतं. ती त्या जागी पूर्वी कधीही गेलेली नसली तरी. आपल्या कळपाच्या अस्तित्वासाठी काय करायचं हे तिला अंत:प्रेरणेनंच कळतं."

"पुन्हा तुझं तेच!"

"काय?"

"तुला ठाऊक आहे. ती म्हणजे टारझन– असामान्य, अद्वितीय आणि आपण साधीसुधी सामान्य माणसं."

"तसं नाही," पुन्हा बाजूला वळून समोरच्या रिकाम्या रस्त्याकडे पाहत मार्टा म्हणाली, "मला एवढंच म्हणायचंय की कोबाला हे ठाऊक आहे, की तिची जागा तिच्या माणसांच्यात आहे; पण मॅनी? त्याचं काय?" तिनं असहायपणे खांदे उडवले.

"एक गोष्ट मात्र नक्की आहे, आता त्याच्याविषयी जे प्रवाद उठतील, त्याला तोंड देणं मॅनीला फार कठीण जाणार आहे." डिऑन म्हणाला, "समाजातून तर तो उठेलच. कुठलाही स्वभिमानी बाप यानंतर त्याला आपल्या मुलीचा अनुनय करू

देणार नाही–'' मार्टाने ओठ चावले. ''पण मला सगळ्यात जास्त काय खटकत असेल या सगळ्या भानगडीत, तर ते म्हणजे,'' स्टीअरिंगवर हाताची मूठ आपटत तो म्हणाला, ''आपला मुलगा आणि तिच्याबरोबर?''

मार्टाच्या काळजाचा ठोका चुकला.

''परमेश्वरा!'' डिऑनचा विलाप चालूच होता. ''ती त्याच्या बहिणीसारखी आहे. म्हणजे हे म्हणजे चक्क 'अगम्यगमन' झालं.''

मार्टा क्षणभर अवाक झाली आणि मग तिने पुढे वाकून त्याचं चुंबन घेतलं.

१९

ते जेव्हा सुरक्षा पोलीसदलाच्या मुख्य ठाण्यावर पोहोचले, तेव्हा ते बंद झालं होतं. ठाण्याचा सहज लक्षात न येणारा दरवाजा बंद होता. गणवेषातले पोलीस किंवा सुरक्षारक्षक, पोलिसांच्या गाड्या काहीच आसपास नव्हतं. बाहेरच्या पदपथावर रक्ताचे डागही नव्हते. फक्त एक सूचना– 'कामाची वेळ : सकाळी ८.३० ते संध्याकाळी ५.'

मार्टा त्या इमारतीकडे पाहत उभी राहिली. 'ही खरोखरच ती जागा असेल काय? किराणामालाच्या दुकानाच्या वरची?' तिच्या मनात आलं. बरं, उंचावर काही खिडक्यांत दिवे दिसत होते, पण तिला कुठेच गज दिसले नाहीत. कदाचित मुलं इथे नसतीलच. ती त्यांना कुठे आणि कशी शोधणार होती? कुठून सुरुवात करावी? तिने वळून तोंड रस्त्याकडे केलं. रस्त्यावर रहदारीचा ओघ एका निर्विकार संथपणे वाहत होता.

हे सगळे लोक, ज्यांची मुलं आपापल्या बिछान्यात सुरक्षितपणे गुरगुटून झोपली होती आणि जे मजेत पार्टीला किंवा सिनेमा पाहायला निघाले होते, त्यांना काय पर्वा होती? ते आणि त्यांची मुलं कुठच्या भयानक धोक्याच्या सावलीत वावरत होते ते त्यांना जाणवत नव्हतं का? या बाहेरून अगदी साध्या, निरुपद्रवी वाटणाऱ्या इमारतीत जे अघोरी प्रकार चालतात, त्याची त्यांना कल्पना नव्हती का? पण सत्य हे होतं की, त्या गाड्यांमधून जाणारी माणसं आणि त्यांची कुटुंबं अगदी सुरक्षित होती, कारण ते गोरे होते. त्या रहदारीच्या मध्ये घुसावं आणि घसा फुटेपर्यंत किंचाळावं, ओरडावं असं तिला वाटत होतं.

ते जवळच्याच एका बोर्डिंग हाऊसमध्ये उतरले. त्यांना जेवण देण्यात आलं.

दुसऱ्यांदा उकळवून. त्यांना देण्यात आलेलं ते बेचव पांचट सूप किंवा तडकलेल्या सूप बाऊलखालच्या टेबलक्लॉथचा अस्वच्छ मेणचटपणा, कशाकडेच त्यांचं लक्ष नव्हतं. त्या रात्री ते एकमेकांचा हात धरून, विरलेल्या पडद्यातून चमकणाऱ्या 'खोल्या उपलब्ध आहेत'च्या निऑन साइनकडे पाहत अस्वस्थपणे बिछान्यात पडून होते.

दुसऱ्या दिवशी सकाळी आठ वाजताच ते मुख्य रस्त्यावरच्या त्या किराणामालाच्या दुकानाबाहेर उभे होते. त्याच्या डाव्या बाजूला एका छोट्याशा लॉबीत प्रवेशद्वार उघडत होतं. त्या लॉबीतून वर जाण्यासाठी एक जिना आणि लोखंडी जाळीचा दरवाजा असलेली एक तीन माणसांची लिफ्ट होती. त्यांनी जिन्याची वाट धरली. जिन्यावर सामान्य धंदेवाल्या माणसांप्रमाणे सूट आणि टाय घातलेल्या माणसांची संथपणे वर सरकणारी गर्दी होती. ते सुरक्षारक्षक असल्याचं त्यांच्या केसांच्या अगदी एकसारख्या, कडेने आणि मागून आखूड कापलेल्या केसांवरून लक्षात येत हेतं.

मुख्य कचेरीचे व्यवहार अगोदरच सुरू झाले होते. अगदी मोजकं फर्निचर असलेल्या वेटिंगरूममधल्या लांब लाकडी बाकड्यावर तीन माणसं अगोदरच बसली होती. एकमेकांचे हात घट्ट धरलेल्या दोन कृष्णवर्णीय स्त्रिया आणि एक तरुण मुलगा.

मार्टा सरळ चौकशीच्या टेबलांकडे गेली आणि आपल्या दोन्ही हातांनी टेबलाची कड घट्ट धरत म्हणाली, ''आम्हाला आमच्या अटक करण्यात आलेल्या मुलाची चौकशी करायचीय.''

''तो आणि दुसरी अल्पवयीन मुलगी.'' डिऑनने पुस्ती जोडली.

कचेरीच्या दुसऱ्या उघड्या दरवाज्यातून कुणीतरी खेकसल्याचं त्यांनी ऐकलं, ''ती काल रात्री ज्यांना पकडून आणलं त्या मरायस मुलगा आणि आदिवासी मुलीची केस. जवळच्या नातेवाइकांसाठी असलेलं माहितीपत्रक त्यांना द्या.''

मार्टा धपकन खाली बसली. त्या धक्क्यानं तिच्या पाठीच्या कण्यात पार वर, मानेपर्यंत झिणझिण्या आल्या. तिचा स्वत:चा हुंदका ऐकू आला.

''उगी, उगी,'' त्या दोघींपैकी एक काळी स्त्री तिचं सांत्वन करण्यासाठी म्हणाली. पण मार्टाला काहीच फरक पडला नाही. उघड्या दरवाज्यातून एक आखूड हातांचा शर्ट घातलेला दयाळू चेहऱ्याचा माणूस बाहेर आला.

''सौ. मरायस का?'' मार्टाच्या पुढ्यात थांबून तो म्हणाला, ''कॅप्टन स्टेन. सुरक्षा पोलीसदल-'' त्याने आपला हात पुढे केला. डिऑनने घाईघाईने पुढे होऊन तो हातात घेतला. ''काळजीचं अजिबात कारण नाहीये. तुमचा मुलगा अगदी

सुखरूप आहे. त्याची फक्त जुजबी चौकशी करायची आहे आणि मग...''

''पण मुलं आहेत तरी कुठे?'' डिऑन मधेच बोलला.

''त्या क्लार्कने तुम्हाला दिलेलं पत्र वाचलंत की तुम्हाला कळेल. इथून दोन मैलांवर असलेल्या जेप्प स्ट्रीट पोलीस स्टेशनमध्ये आहेत ते. ती एक आधुनिक चौकी आहे. एका बाजूला कोठड्या दुसऱ्या बाजूला ऑफिस. तिथे एक लहानसं न्यायालयही आहे.''

मार्टाचा श्वास अडकला, ''आम्ही त्यांना भेटू शकतो काय?'' तिने कसंबसं विचारलं.

''आता लगेच ते शक्य होणार नाही; पण तुम्ही या टेबलावरच्या अधिकाऱ्यापाशी त्यांच्यासाठी स्वच्छ कपडे आणि खाण्याचे पदार्थ देऊ शकता.''

कॅप्टन स्टेनचा रापलेला दंड पकडत डिऑन म्हणाला, ''कॅप्टनसाहेब प्लीज! आपण दोघंही चार पावसाळे पाहिलेले अनुभवी गृहस्थ आहोत. माझा मुलगा एका आदिवासी मुलीबरोबर... अं... शरीरसंबंध करताना पकडला गेला... पण यात देशाच्या सुरक्षेचा प्रश्न कुठे येतो?'' स्टेनने आपला दंड चटका बसल्यासारखा सोडवून घेतला आणि म्हणाला, ''सर्वसामान्य दुरुस्तीच्या कायद्याखाली, मी आता या वेळेस तुमच्याशी या केसबद्दल कुठल्याही प्रकारे चर्चा करू शकत नाही. तेव्हा मला माफ करा...''

जिन्यावरून घाईघाईने खाली उतरत असताना त्यांना त्यांच्या पाठीमागे पावलांचा आवाज ऐकू आला. वेटिंगरूममधल्या दोघींपैकी जाडगेली काळी बाई त्यांच्या पाठोपाठ आली होती.

''बाईसाहेब, तुम्ही एखादं पत्र शर्टाच्या शिवणीत शिवून लपवून पाठवा.'' ती धापा टाकत म्हणाली.

''काय म्हणालात?'' डिऑनने विचारलं.

''तुमच्या मुलासाठी. ते तुम्हाला त्याला भेटू देणार नाहीत, पण तुम्ही दिलेले कपडे त्यालाच मिळतील. आम्ही असंच करतो. लहान चिठ्ठ्या शर्टाच्या कॉलरमध्ये घालून शिवून टाकतो.''

मार्टा अगोदर भानावर आली आणि तिने त्या स्त्रीशी झुलू भाषेत बोलायला सुरुवात केली. ते बरं झालं, कारण ती स्त्री नाताळ गावातून आली होती. गेला महिनाभर ती जोहान्सबर्गमध्ये घातपाताच्या कायद्याखाली अटक करण्यात आलेल्या तिच्या मुलाला, जाबू झोंडोला सोडवण्याची खटपट करत होती. तिला अलीकडेच त्याचं एक पत्र मिळालं होतं. ज्यात त्याने लिहिलं होतं की तो खुशाल होता आणि त्याचा छळ करण्यात येत नव्हता. आपल्या ब्रेसियरमधून बाहेर काढून पत्राची घडी

काळजीपूर्वक उलगडत तिने ते मार्टाच्या हातात दिलं. त्यातलं अक्षर वेडंवाकडं होतं.

"हे त्याचं अक्षर नाहीये." श्रीमती झोंडो म्हणाली. "जालो कधीच असं ओळ सोडून लिहीत नाही. तो माझा सगळ्यात थोरला मुलगा आहे. अगदी एवढासा असल्यापासून तो अभ्यासात हुशार आहे." आपल्या हाताच्या तीन बोटांची चिमूट गुडघ्यापाशी धरून दर्शवत ती म्हणाली, "त्याची त्यांनी काय अवस्था केलीय हे मला समजायलाच हवं. तो घरी कधी येणार हेही!"

जिन्याच्या वरच्या पायरीवरून कॅप्टन स्टेन ओरडला, "तुमच्यामागे घालवायला माझ्यापाशी संपूर्ण दिवस नाहीये श्रीमती झोंडो."

जेप्पा स्ट्रीट पोलीस स्टेशनवरच्या गणवेशधारी शिपायाने त्यांच्या चौकीत एका मॅनफ्रेड मरायस नावाच्या मुलाला आणि जिचं नाव नक्की माहीत नाही अशा एका आदिवासी मुलीला डांबून ठेवण्यात आलं असल्याच्या हकिकतीला दुजोरा दिला. "वेगवेगळं, एकेकटं ठेवलंय त्यांना." तो कुचेष्टेच्या सुरात म्हणाला. मार्टा आणि डिऑनला, मुलांना भेटता येणार नव्हतं.

तिथून बाहेर पडल्यावर डिऑन म्हणाला की तो कुणालातरी टेलिफोन करणार होता. त्याचा हॉटेल व्यवसायातला जुना मित्र, जो आता पोलीस दलात भरती झाला होता. "तू येणार आहेस?" त्याने मार्टाला विचारलं.

तिने मान हलवली, "नाही. मी त्या दोघांसाठी एकेक शर्ट विकत घेऊन येते, तसंच सुई-दोरासुद्धा. मी तुला बोर्डिंगवरच भेटेन."

पण मार्टाला जाणवलं, ती तिथून निघून जाऊ शकत नव्हती. तिला त्या पोलीस स्टेशनच्या जवळपासच राहावंसं वाटत होतं. त्या इमारतीच्या अवतीभोवती घुटमळावं, काही गरज पडलीच तर.

'कसली गरज?' त्या इमारतीला चवथ्यांदा प्रदक्षिणा घालताना तिच्या मनात आलं, त्यांना जर एखाद्या खिडकीतून बाहेर ढकलून देण्यात आलं तर ती त्यांचे देह झेलू शकणार होती का? त्यांच्या किंचाळ्या ऐकू आल्याच तर ती, रडू नका बाळांनो, आई इथेच आहे, असा त्यांना धीर देऊ शकणार होती का? पण किंचाळ्या वगैरे काहीच नव्हतं. फक्त रस्त्यावरच्या रहदारीचा, गाड्यांचा, बसेसचा आणि मोटारसायकलींचा न थांबणारा आवाज. शेवटी एकदाची ती खरेदी करायला गेली.

बोर्डिंगवरच्या त्यांच्या खोलीवर डिऑन परतला तेव्हा ती एका शर्टाची कॉलर उसवत बसली होती.

"त्याला जे जमेल ते मायबर्ग करेल असं म्हणालाय; पण त्यालाही फारशी आशा नाहीये. तो म्हणाला सरकारातल्या कुणाची ओळख काढली, तर बरं होईल. तो जरा अंधारातलाच तीर होईल, पण मला वाटतं आपण लेट्टीला विचारावं. एटिएनच्या पक्षातल्या पूर्वीच्या सहकाऱ्यांपैकी कुणाशी तिचे अजून संबंध असेल तर-"

"हो हो! जा, तिला फोन कर."

त्यांच्या 'सक्सेस'च्या शेवटच्या भेटीनंतर ते जरी लेट्टीला प्रत्यक्ष भेटले नसले, तरी त्यांचा संपर्क होता. मार्टा अगदी न चुकता पत्रव्यवहार करत असे. लेट्टीला टेलिफोनवर बोलणं अधिक पसंत होतं आणि मार्टाला खात्री होती की ऑडरवॉटरच्या पार्टी सर्किटमधल्या प्रत्येकालाच किंवा प्रत्येकीलाच ते अधिक सोयीचं वाटत असणार, कारण तिच्या जावेला अजूनही कुठे किंवा काय बोलावं याचं तारतम्य नव्हतं.

"अयाई ग! किती वाईट! अगदी छीथू झाली असेल," बातमी ऐकल्यावर लेट्टी म्हणाली, "पण मला फारसं आश्चर्य नाही वाटलं. मार्टाच्या पद्धतीने त्या लोकांना वागवल्यावर दुसरं काय होणार? या काफिर लोकांना तुम्ही इंचभर जरी शिरकाव करू दिलात, तरी ते अरबाच्या उंटासारखा सगळा तंबूच बळकावतील..."

ऐकणाऱ्या इतर सगळ्यांच्या तोंडचा सहानुभूतिदर्शक आवाज डिऑनला ऐकू आला.

"पण हेही खरंच आहे, की ही मुलं म्हणजे एक डोकेदुखीच आहे. आता माझ्या आन्द्रेचंच पहा. कानाखाली अगदी मानेपर्यंत लांब केस वाढवून-" डिऑनने नकळत रिसीव्हर गच्च पकडला. "नशीब त्याचे हे चाळे पाहायला त्यांचे वडील हयात नाहीत." तिने एक नाट्यमय दर्दभरा उसासा टाकला. "असो. जे घडून गेलंय त्याविषयी खंत करण्यात फारसा अर्थ नाही. असं बघ, मी याबाबतीत काय करू शकते याचा मला जरा विचार करू दे. मरायस कुटुंबाचं नाव या भानगडीत गोवलं जाऊ नये यासाठी, मला जे शक्य असेल ते मी करीन."

मार्टाकडे परत येताना वाटेत लागलेल्या पहिल्या दारूच्या गुत्त्यात डिऑन शिरला. फक्त कोला मागवायचा असं स्वत:ला बजावत तो बसला. त्याला आता खरं तर ब्रँडी मागवायची गरज होती. त्याला परत जायचं होतंच, पण काही वेळ त्याला एकट्याला स्वत:शीच काढायचा होता. मार्टा त्याला नक्की समजून घेईल. आता त्याने खंबीर असण्याची गरज होती.

त्याची नजर त्याच्या प्रतिबिंबावर गेली आणि त्याला दिसलं की आरशाच्या पुढ्यात रचलेल्या बाटल्यांच्या ढिगाऱ्यापाठीमागे त्याचा चेहरा होता. त्याची जुन्या

आवडत्या क्लिपड्रिफ ब्रँडीची बाटली त्याच्या तोंडाच्या इतक्या जवळ पाहून तो उद्वेगाने हसला क्लिपड्रिफ–स्टोनफोर्ड. आणखी ती इंग्रजी म्हण काय होती बरं? 'बिटविन अ रॉक अँड अ हार्डप्लेस'. आत्ता त्याची अवस्था तशीच झाली होती– दोलायमान.

शेवटी त्याने कोलाच मागवला.

दुसऱ्या दिवशी सकाळपर्यंत लेट्टीने आपली मोहीम सुरू केली होती. तिच्या प्रगतीची खबर देण्यासाठी तिने डिऑनला फोन केला.

"मी डेनिस बेझ्विदेन्हूटशी बोलले."

"डेनिस कोण?"

"होय. तो इंग्लिश माणूस; पण काही हरकत नाही. त्याची मतं आपल्याला हवी तशी आहेत. तो पार्लमेंट सदस्य आहे. अर्थातच नॅशनॅलिस्ट पार्टीचा. तो एटिएनबरोबर बरेचदा शिकारीला जायचा. एटिएन नेहमी म्हणायचा, 'ज्याला कुणाला खेळायचंय टेनिस, त्यांच्यासाठी माझं नाव डेनिस'. पण एटिएन किती विनोदी होता तुला माहीतच आहे. दुर्दैव आपलं! असो; पण एटिएन गेला तेव्हा डेनिस खूपच सहृदयतेने वागला. पार केपटाउनहून तो त्याच्या अंत्ययात्रेसाठीही आला होता. आठवतोय तुला? उंच, देखणा, अगदी करारी जिवणी असलेला. अलीकडेच त्याची बायको गेली. थायरॉईडने. मी त्याला लाल आणि पांढऱ्या रंगाच्या कार्नेशन्सचा एक शोकप्रदर्शक गुच्छही पाठवला होता. त्याच्या ते लक्षात होतं. तो म्हणाला..."

"लेट्टी, मुलांना सोडवण्याबद्दल तो काय बोलला?"

"नाही. ते नाही होऊ शकत. कारण सुरक्षा पोलीसदलावर पार्लमेंटची हुकमत चालत नाही; पण तो म्हणाला की तुम्ही सिनेटर बॉशला भेटलात, तर फायदा होईल कारण त्या माणसाने स्थानिक आदिवासींसाठी बरंच कार्य केलंय."

"तू त्याला ओळखतेस का?"

"नाही. म्हणजे तशी प्रत्यक्ष ओळखत नाही; पण एकदा कुठल्या तरी समारंभात मी त्याच्या शेजारी बसले होते. बापरे! महाभयंकर कंटाळवाणा मनुष्य आहे तो. संपूर्ण रात्र तो विकास योजनांबद्दलच बोलत होता आणि त्याला मी आठवतही असेन की नाही शंकाच आहे. नृत्य करण्यातही त्याला रस नव्हता आणि तसंही एटिएनचं आणि त्याचं अजिबात पटत नसे. एटिएनने आपल्या फार्मवर आदिवासींना मुळीच ठेवू नये असं त्याचं मत होतं. त्या साऱ्यांना वाळवंटात पाठवून द्या, तो म्हणायचा, तीच त्यांची खरी कर्मभूमी आहे."

डिऑनला आशेचा एक किरण दिसला. "हाच योग्य माणूस आहे लेट्टी! हाच

आपल्याला मदत करू शकेल. आपण त्याला कोबाविषयी सांगायाला हवं. तू ते काम करू शकशील का?''

''छे छे! मला नाही वाटत.''

डिऑनने क्षणभर विचार केला. ''तो डेनिस कोण, तो तुला मदत नाही का करू शकणार? म्हणजे तू जर त्याच्याशी परत बोललीस आणि सिनेटर बॉशबरोबर एक भेट ठरवू शकलीस...?''

''अगदी लबाड आहेस तू,'' लेट्टी खुदखुदत म्हणाली.

''माफ कर. मला ठाऊक आहे की तो इंग्लिश आहे, पण मला वाटलं की त्या निमित्ताने तुला इस्टेटीपासून काही काळ तरी दूर जायला एक निमित्त मिळेल. एटिएन असताना त्याच्याबरोबरच्या प्रिटोरियाच्या भेटी तुला किती आवडायच्या मला ठाऊक आहे.''

''हो ना! ते खूपच सुंदर दिवस होते. तो मला 'ॲन्स्टेज'मध्ये दुधाळ चहा प्यायला न्यायचा आणि 'फाइनलेडीज' मधून माझ्यासाठी नवीन पोशाख विकत घ्यायचा. युनियन बिल्डिंगजवळच्या बागेत आम्ही फिरत असू आणि मग जॅकरांडाच्या फुलांच्या जांभळ्या पाकळ्यांचा वर्षाव आमच्या डोक्यावर व्हायचा...'' बोलता बोलता तिचा कंठ रुद्ध झाला, ''तुझा भाऊ खरंच एक खूप चांगला माणूस होता. त्याला परमेश्वरानं इतक्या लवकर आपल्यातून का ओढून न्यावं?'' ती मुसमुसू लागली. ''मला आणि आन्द्रेला ख्रिसमसमध्ये त्याची अनुपस्थिती खूपच जाणवते.''

डिऑनला जाणवलं की आता दिखाऊ का होईना पण चार सांत्वनाचे शब्द बोलणं फार गरजेचं आहे. तो म्हणाला, ''बिच्चारी लेट्टी! इतकी सारी वर्षं तू खरंच फार धीरानं निभावलीस. आज एटिएन असता तर तो नक्कीच म्हणला असता की, तुला आता नक्कीच एका चांगल्या बदलाची आवश्यकता आहे. तू प्रिटोरियाला येच.''

तिने जोरात नाक शिंकरलं. ''इथे मला खूप कामं आहेत. पुढच्याच आठवड्यात वुमेन्स फेडरेशनची मीटिंग आहे. झालंच तर चर्चमधल्या आनंदमेळ्यासाठी मी केक बनवायचं कबूल केलंय. आन्द्रेही...''

''अर्थातच तुझ्या येण्याजाण्याचा, राहण्याचा खर्च मी करेन.''

''ओह्! आरामशीर हॉटेलात राहणं, नोकरचाकर दिमतीला असणं किती सुखाचं असेल आणि मला फाइनलेडीमध्ये थोडीफार खरेदीही करता येईल.''

''माझ्या खर्चाच्या अंदाजपत्रकात ते नक्कीच बसेल.''

मग युनियन बिल्डिंगच्या जवळच्या एका हॉटेलात रात्रीच्या जेवणाची वेळ ठरवण्यात आली. डेनिसला त्या जेवणाला आमंत्रित करण्यात येईल. लेट्टी आपला

नवीन खरेदी केलेला पोशाख घालेल आणि डिऑनला डेनिसपुढे आपली बाजू मांडण्याची संधी मिळेल, असं ठरलं.

मध्यंतरीच्या काळात मार्टाने पोलीसस्टेशनवर दोन पार्सलं पोहोचवली होती. प्रत्येकाला एक शर्ट, वाळलेले जर्दाळू आणि थोडं खारवलेलं मांस होतं. शर्टाच्या कॉलरीमध्ये फिक्या पेन्सिलीने लिहिलेल्या लांबलचक पट्टीच्या चिठ्ठ्या होत्या. त्या पट्टीवरच्या मजकुरात शक्य तेवढी ममता आणि धीराचे शब्द गुंफण्याचा प्रयास तिने केला होता. ते शर्ट मुलांना नक्कीच मिळाले असते; पण कॉलरी उसवून आतल्या चिठ्ठ्या पाहण्याचं त्यांच्या लक्षात येईल का? कॉलरीचा अनैसर्गिक कडकपणा त्यांना जाणवेल अशी तिला आशा होती. तिची पार्सलं तपासणाऱ्या शिपायाच्या ते लक्षात आलं नव्हतं. कॉलरीवरचे टाके कदाचित कोबाच्या लक्षात येतील. तिला हेही जाणवेल की अनेक वर्षांपूर्वी सक्सेसमधल्या कोठीच्या खोलीत, तिच्या उत्तरीयावर मार्टाने घातलेल्या टाक्यांच्या मानाने यात खूपच सुधारणा झाली होती; पण कॉलर उसवून परत का शिवण्यात आली आहे, असा विचार ती करेल का?

मार्टाने परमेश्वरावर हवाला ठेवून वाट पाहायला सुरुवात केली.

मग मार्टाने स्वत:ची एक दिनचर्या आखून घेतली. तिच्या मनातल्या दिवसागणिक वाढत्या भीतीवर ताबा मिळविण्यासाठी ती छोट्या छोट्या गोष्टींत मन रमवू लागली. रात्रभर डोळ्याला डोळा न लागलेली मार्टा सकाळी उठल्यावर तोंडावर थंड पाण्याचे सपकारे मारत, माश्यांच्या विष्ठेचे डाग पडलेल्या आरशात पाहत, 'सारं काही ठीक होईल' असं स्वत:ला समजावीत असे. मग ती पोलीस स्टेशनच्या परिघातल्या स्वत:च्या चकरा चालू करत असे. त्या संपूर्ण चौकाला ती चार प्रदक्षिणा घालत असे. चार हा आकडा शुभ होता. मुलांबद्दल निदान आणखी काही वाईट बातमी तरी अजून कळली नव्हती. तेव्हा आशेला जागा होती.

नंतर मार्टाने सार्वजनिक टेलिफोन बूथमध्ये जाऊन तिची मैत्रीण ॲना डेवेटशी संपर्क साधण्याचा प्रयत्न केला. ॲना अगदी तुसडेपणे बोलली, पण त्यांनी बाहेर भेटायचं ठरवलं. ॲनाने त्या जागेचं 'आपण जिथे सहलीला गेलो होतो तिथे' असं वर्णन केलं. ती जागा म्हणजे काही दिवसांपूर्वीच त्यांनी जिथे सोनेरी सूर्यप्रकाशाची संध्याकाळ घालवली होती, ते जोबर्ट पार्कच असणार असं मार्टाला वाटलं आणि ती तिथे पोहोचली.

ॲनाशी बातचीत फारशी आशादायक नव्हती. ॲना म्हणाली की तिचा फोन टॅप करण्यात आला होता आणि तिची अशीही समजूत होती की, तिच्या आणि

नागरी हक्कांसाठी लढणाऱ्या तिच्या वकील नवऱ्याच्या हालचालींवर पाळत ठेवण्यात येत होती. 'इथे येतानाही मी खूपच सावधगिरी बाळगलीय. माझा कुणी पाठलाग करत नाहीये याची मला खात्री आहे. पण मॅनी आणि कोबाच्या भल्यासाठी आपला संबंध न जोडला जाणंच श्रेयस्कर आहे; कम्युनिस्ट विचारप्रणालीच्या माणसांशी संबंध असणं सध्याच्या परिस्थितीत तुमच्या हिताचं नाही.'

मग त्यांनी सार्वजनिक टेलिफोन बूथच्या माध्यमातून एकमेकांच्या संपर्कात राहायचं ठरवलं. ॲनाने तिला सांगितलं की खटला चालवल्याखेरीज डांबून ठेवायची मुभा देणाऱ्या त्या कायद्याची मुदत, नव्वद दिवसांवरून एकशे ऐंशी दिवसांपर्यंत वाढवण्याची चर्चा होती. ती असंही म्हणाली की जाबू झोंडोच्या आईला जर त्याचं पत्र मिळालं असेल, तर त्याचा अर्थ असा होता की लवकरच त्याची सुटका होईल.

"अलीकडे ते कैद्यांकडून अशी पत्रं लिहून घेतात, म्हणजे मग सुटका झाल्यावर एखाद्या कैद्याने जर त्यांच्यावर छळणुकीचा आरोप केला, तर ते त्या पत्राची प्रत पुरावा म्हणून सादर करतात." मार्टाचा चेहरा पांढराफटक पडला. "काळजी करू नकोस गं. मला खात्री आहे ते मॅनीचा कुठल्याही प्रकारे छळ करत नसणार. तो तर किशोरवयीन मुलगा आहे."

"जाबूही फक्त सतरा वर्षांचा आहे." मार्टा उत्तरली.

नंतर मार्टा पुन्हा सुरक्षा पोलिसांच्या मुख्य ठाण्याजवळच्या फोनबूथवर गेली. त्यांना तिच्यावर नजर ठेवायची तर खुशाल ठेवू देत, तिच्या मनात आलं. इथून तीही त्यांच्यावर नजर ठेवू शकत होती.

टेलिफोन डिरेक्टरी उघडून तिने सरकारी खात्यांची यादी चाळायला सुरुवात केली. तुरुंग, न्याय, शिक्षण, मानसिक आरोग्य, टेलिफोन ऑपरेटर्स, सेक्रेटरी, मदतनीस, साहाय्यक आणि एकदा तर एक मंत्रीसुद्धा! या सगळ्यांशी ती हुज्जत घालत होती– भुकेने वखवखलेल्या त्या मशीनच्या तोंडात एकामागून एक नाणी कोंबत. तिने आपलं म्हणणं लेखी स्वरूपात द्यावं, परत फोन करावा–उद्या, परवा, पुढच्या आठवड्यात, पुढच्या महिन्यात. डिऑनने तिला पाहिलं तेव्हा ती हताशपणे बूथच्या काचेवर डोकं ठेवून उभी होती.

"काळजी करू नको. लेट्टी प्रयत्न करतेय." मार्टाने तुच्छतेने नाक उडवलं.

"तसं नाही. तिची खरंच मदत करायची इच्छा आहे."

"मला ठाऊक आहे आणि ही अशी भानगड म्हणजे तिला पर्वणीच."

"होय आणि जर या अशा नाट्यमय प्रसंगात ती आपल्या नवीन पोशाखात फिरू शकत असेल तर नक्कीच!" मार्टाने कशीबशी मान हलवली. डिऑनच्या

त्या विनोदानेही तिच्या चेहऱ्यावर, हास्याची अस्पष्ट लकेरही उमटू शकली नाही.

दुसऱ्या दिवशी पुन्हा ती त्या टेलिफोन बूथवर गेली; पण तिने फोन उचलला नाही. कारण ज्याला फोन करावा, असं कुणी नव्हतंच. तिला तिथे नुसतंच उभं रहायचं होतं. त्या अडचणीच्या, चिताडलेल्या, मूत्राच्या दुर्गंधीने परमाळणाऱ्या खोक्यात.

"कदाचित त्यांच्या कोठड्या अशाच असतील," गोंधळून तिच्याकडे पाहणाऱ्या डिऑनला ती म्हणाली. "एवढ्याच आकाराच्या आणि जर त्यांना शारीरिक विधींसाठी जर फक्त एक बादली देण्यात आली असेल, तर अशाच दुर्गंधीयुक्त."

"पण मार्टा, तू थंडीने काकडलीयस."

"त्यांनाही थंडी वाजत असेल."

तिला तिथेच सोडून डिऑन सुरक्षा पोलीसदलाच्या मुख्य ठाण्यात इन्स्पे. स्टेनबरोबर मुलाखतीची वेळ मिळेल का हे पाहायला गेला. मार्टा बूथमध्ये राहिली. फोन करू इच्छिणाऱ्या एखाद्या माणसाने तिच्या बाहेर येण्याची वाट पाहून त्रासून बूथच्या दरवाज्यावर टकटक केली, तर तेवढ्यापुरतीच ती बाहेर येत असे.

मग ती एका बेकरीत गेली आणि एक मोठा खोका भरून डोनट्स विकत घेतले. तो खोका न उघडता तसाच घेऊन ती जेव्हा पोलीस ठाण्यांच्या युरोपियनेतर लोकांसाठी असलेल्या प्रवेशद्वारापाशी गेली, तेव्हा तिला आत सोडण्यात आलं नाही; पण दिवसचे दिवस तिथे वाट पाहणाऱ्या कृष्णवर्णीय स्त्रिया एकेक करून बाहेर येत होत्या. त्यांच्यापाशी तिने श्रीमती झोंडोची चौकशी केली. कुणीतरी तिला सांगितलं की तिची आई आजारी झाल्यामुळे श्रीमती झोंडो नाताळला परत गेलीय. जाबूची अजूनही सुटका झाली नव्हती. मार्टाच्या आग्रहाखातर आणि काळ्यांच्या भाषेवर असलेल्या तिच्या प्रभुत्वाने प्रभावित होऊन, त्यांनी तिच्या हातातल्या खोक्यातला गोड पाव खाल्ला. त्यांच्यातल्या काही जणांनी, त्या दिवशी उष्टावलेलं ते पहिलंच अन्न असणार, मार्टाच्या मनात आलं.

दिवस जात होते, तसं हातात डोनट्सचा खोका घेतलेली मार्टा हे तिथलं नित्य परिचयाचं दृश्य झालं. त्या मार्टाशी गप्पा मारू लागल्या. बोलण्याचा विषय बहुधा त्यांची बेपत्ता झालेली मुलं हाच असे. त्या म्हणायच्या, आता परत आली की मुलांना अजिबात नजरेआड होऊ देणार नाही, त्यांना शाळेच्या अभ्यासाला जुंपणार. माराने काळेनिळे झालेले, हाडं मोडलेले, त्यांचे देह कसे आणि कुठे पुरणार हे कधीच तोंडातून काढत नसत.

लेट्टी आणि डेनिस बेझ्विदेन्हूतबरोबरचं ते लांबच लांब न संपणारं जेवण,

डेनिसच्या अगदी अलीकडच्या, टेनिस मॅचमधल्या विजयाची हकिकत प्रत्येक फटक्याच्या वर्णनासह ऐकत डिऑनने कसंबसं पार पाडलं.

"म्हातारा जाम ऐकत नव्हता," डेनिस म्हणाला. "मग शेवटी मला त्याला फसवे टॉपस्पिन आणि चोरटे ड्रॉप शॉट मारावे लागले." लेट्टीकडे बघून डोळा मारत तो म्हणाला, "ते तितकंसं न्यायीपणाचं नव्हतं, पण शेवटी युद्धात आणि प्रेमात सगळं क्षम्य असतं, नाही का?"

सिनेटर बॉशपाशी कोबाचा विषय काढण्यात लेट्टी वा डेनिस कुणालाच रस दिसत नव्हता. डिऑन वैफल्यग्रस्त होऊन परतला. 'टेनिसडेनिसला' ही तसंच वाटत असावं अशी आशा करत.

आणखी एक आठवडा गेला आणि डिऑनला खर्चाची चिंता भेडसावू लागली. आवक काहीच नव्हती. लेट्टीच्या महागड्या हॉटेलची एकेक बिलं भरताना त्याची दमछाक होत होती. त्याला परत काम सुरू करणं भाग होतं. आपलं विश्रामगृह पुन्हा उघडून, थोडीफार जाहिरात करून प्रवासी गिऱ्हाइकं मिळवायलाच हवी होती. कदाचित त्या प्रकाशकानेही मार्टासाठी काम पाठवलं असण्याची शक्यता होती. काही काळासाठी तरी त्यांना जोहान्सबर्ग सोडून इम्पालालाला परत जायला हवं, नाही का? त्याने मार्टाला विचारलं.

"तू जा हवं तर, मी इथेच राहणार."

"पण मार्टा, तू इथे राहून काय करू शकतेस? घरी निदान तुझं मन रमवायला चार इतर गोष्टीतरी असतील."

"माझ्या मुलांवरचं मन काढून मला ते इतरत्र रमवायचं नाहीच आहे. तुला समजत कसं नाही? मी परत चाकोरीत जाऊ शकत नाही. सरकार जेव्हा आपल्या नागरिकांची अशी ससेहोलपट करतं, तेव्हा सामान्य चाकोरीबद्ध जिणं अशक्य आहे."

"मला कबूल आहे; पण पैशाची तंगी आहे आणि..."

"गरज पडली तर मी जेप्पा स्ट्रीट पोलीस ठाण्याच्या दरवाज्यात झोपेन. मला पर्वा नाही. पण मी माझ्या मुलांना अशी वाऱ्यावर सोडून जाणार नाही."

"मुलांना वाऱ्यावर सोडणार? पैसा उभा करणं गरजेचं आहे याचा उच्चार केला, याचा अर्थ मी मुलांना वाऱ्यावर सोडायला निघालोय असा होतो का? हे तुझं बोलणं मला मुळीच आवडलेलं नाहीये मार्टा."

डिऑन गेला तो तीन आठवडे जोहान्सबर्गला परतला नाही. इम्पालालावर जाऊन त्याने राक्षसासारखं काम केलं. घरांची दुरुस्ती केली, प्रवासी एजंटांशी बोलणी करून लॉजमध्ये प्रवासी गिऱ्हाइकं आणण्याची सोय केली. चौकसखोर

शेजाऱ्यांपासून मॅनीचा ठावठिकाणा लपवून ठेवला. जेव्हा तो परतला तेव्हा त्याने सोबत मार्टासाठी बदलायला कपडे, फार्ममधल्या झाडावरची आव्हाकाडोची फळं आणि प्रकाशकाकडून मार्टासाठी आलेली एक कामाची ऑर्डर आणली होती. मार्टाने तिच्याकडे ढुंकूनही बघितलं नाही.

मार्टा आणि मुलांखेरीज फार्म किती सुनासुना वाटत होता याचा डिऑनने उच्चारही केला नाही. तसंच शहरातला दारूचा गुत्ता त्याला किती खुणावत होता याचाही. तो मार्टाची निराशा करू शकत नव्हता. पुन्हा एकदा तर नाहीच नाही.

त्या रात्री बोर्डिंग हाउसमधल्या पलंगावर ते शेजारी शेजारी झोपले खरे, पण त्यांचे हात एकमेकांत गुंफले नाहीत. डिऑन परत इम्पालालाला गेल्यावर मार्टाने आपल्या नवीन कामाला सुरुवात केली.

ती तुरुंगात डांबून ठेवलेल्या व्यक्तींची माहिती त्यांच्या कुटुंबीयांकडून गोळा करत होती. त्या महितीच्या आधारे न्यायमंत्र्यांना देण्यासाठी एक निवेदन बनवण्याचा तिचा विचार होता. ती सतत त्याविषयीच बोलत असे. ॲनाने तिला फोन केला तेव्हाही ती तिला म्हणाली, ''मी एवढंच करू शकते ॲना. मी काही कुणी क्रांतिकारक नाही. मी फक्त सनदशीर मार्गाने जे जमेल ते करतेय.''

''मार्टा, अगं प्रत्येकाने काहीतरी धाडसी, मोठंच काम केलं पाहिजे असं थोडंच आहे? मी एकदा असं ऐकलं होतं की कुठल्याही चळवळीला, उद्दिष्टाला खरा हातभार लागतो तो लोक आपापल्या घरात, कुटुंबात जे करतात त्यामुळेच. तू आणि डिऑन तुमच्यासाठी काम करणाऱ्या लोकांना न्यायाने, सहृदयतेने वागवता. तुमच्या मुलाला वाढवताना तुम्ही त्याच्या मनात कृष्णवर्णीयांविषयी कुठलाही पूर्वग्रह किंवा आकस बाळगू दिलेला नाहीयेत, उलट...''

मार्टा हसायला लागली.

''माफ कर,'' ॲनाही हसून म्हणाली, ''मला तसं म्हणायचं नव्हतं!'' पण मार्टा आता एवढ्या जोरजोरात हसत होती की तिला आधारासाठी फोन बूथच्या दोन्ही भिंतींना हात धरावे लागले. तिला कळत होतं की तो काहीसा उन्माद होता; पण हसणं थांबल्यावर जेव्हा तिने आपल्या डोळ्यांतले अश्रू निपटून ॲनाचा निरोप घेतला, तेव्हा तिला खूपच हलकं वाटत होतं.

२०

सुरक्षा पोलीस दलाच्या मुख्य ठाण्यातल्या प्रतीक्षागृहात सिनेटर बॉश त्यांना भेटला. डोईवरचे सर्व केस पांढरेशुभ्र झालेला तो, अगदी पूर्णपणे लोकनेता वाटत होता. तो उंच होता आणि त्याच्या उभं राहण्याच्या पद्धतीत कमालीचा आत्मविश्वास होता. जणू सरकार आणि परमेश्वर दोघंही आपल्या बाजूने असल्याची त्याला पूर्ण खात्री होती. आपल्याहून अधिकाराने वरिष्ठ माणसाच्या हस्ते आपल्यावर कुरघोडी करण्यात आल्याच्या जाणिवेने इनस्पेक्टर स्टेनच्या चेहऱ्यावर एक नाराजीचा भाव होता.

मार्टाचा अजूनही विश्वास बसत नव्हता की डिऑनची चिकाटी आणि तिचे अथक प्रयत्न, निवेदन यांनी जे दरवाजे उघडू शकले नव्हते, ते लेट्टीच्यानं सताड उघडले होते.

आपल्या गावरान नखऱ्याची आणि गालावरच्या मोहक खळ्यांची मुक्त हस्ताने उधळण करीत लेट्टीने हजेरी लावलेल्या मदिरापानाच्या आणि जेवणाच्या असंख्य समारंभांतून अखेरीस ती डिऑनची आणि सिनेटरची मुलाखत ठरवण्यात यशस्वी झाली होती. कोबाची केस ही भूमिपुत्रांना आपल्या मातृभूमीत परत पाठवण्याच्या सरकारी धोरणाच्या अंमलबजावणीची सुवर्णसंधी आहे, हे लक्षात आल्यावर सिनेटरने मग जरूर तो पत्रव्यवहार केला होता.

मार्टा एवढी थकून आणि खचून गेली होती की, एकदाची मुलांची सुटका होतेय या आनंदापुढे, त्या परिस्थितीचा फायदा घेऊन कोण नाव वा प्रसिद्धी मिळवतेय याची तिला पर्वा नव्हती. तिथल्या स्वागतिकेने जेव्हा तिच्या गळ्यात घालण्यासाठी ओळखपत्र पुढे केलं, तेव्हा तिने कृतज्ञतेने आपली मान झुकवली.

मग त्यांना एका भक्कम काचेच्या दरवाज्यातून हॉस्पिटलसारख्या हिरव्या

रंगाच्या ऑफिसात नेण्यात आलं. त्यांना बसायला सांगण्यात आलं, पण तो नुसताच उपचार होता. कॅप्टन स्टेन टेबलाच्या पाठीमागे गेला आणि आपली नजरही वर न उचलता म्हणाला, "मी सगळी कागदपत्रं तयार ठेवली आहेत. श्री. मरायसनी फक्त इथे सही करायची आहे."

सही करण्यासाठी गडबडीने पुढे झालेल्या डिऑनने टेबलावरून पेन खाली पाडलं. कॅप्टन स्टेन ते जमिनीवरून उचलण्यासाठी वाकला असता सिनेटर बॉशने आपलं सोन्याच्या निबचं फाउंटन पेन त्याला देऊ केलं.

एकदाचा तो सोपस्कार पार पडला. कॅप्टन स्टेनने जेव्हा त्यांना सांगितलं की त्यांनी सर्व आरोप मागे घेतले आहेत आणि सध्या तरी त्यांना कुटुंबातल्या इतर कोणाचीही जबानी घ्यायची नाहीय, तेव्हा डिऑनच्या चेहऱ्यावरचा तो सुटकेचा आणि कृतज्ञतेचा विनम्र भाव पाहून मार्टाच्या मनात संमिश्र भावना दाटून आल्या.

सिनेटरने गंभीरपणे मान हलवली. दरवाज्यावर एक आदरयुक्त थाप पडली आणि गणवेषातला एक पोलीस दरवाज्यातून आत डोकावला. स्टेनने खूण केली आणि काही क्षणांत तो पोलीस एका मुलाला त्या ऑफिसात घेऊन आला.

मॅनी डोळे मिचकावत उभा होता. शाळेच्या खाकी अर्ध्या चड्डीत आणि उघड्या गळ्याच्या सदऱ्यात तो अगदी कोवळा आणि फिकुटलेला दिसत होता. त्याच्या पायात काहीही नव्हतं. आपल्या खुर्चीतून झटक्याने उठून मार्टा त्याच्याजवळ गेली. "बाळा! माझ्या बाळा–" त्यांच्या उघड्या अंगावरून तिचे डोळे मारहाणीच्या खुणा धुंडत फिरले. त्याचं शरीर अगदी नितळ होतं, पण त्याच्या डोळ्यांतलं ते अपार दुःख, कारुण्य तिला पाहवेना. ती त्याला आपल्याजवळ ओढू गेली; पण त्याच्या त्या आखडून घेतलेल्या स्नायूंमुळेच जणू तो ताठ उभा राहू शकत होता, अशा पवित्र्याने बिचकून ती तेथेच थबकली.

त्याचे भकास डोळे जणू तिला विनवत होते की इथे नको, या सगळ्या लोकांच्या देखत नको.

आपल्या मुलाचे खांदे पकडून डिऑन त्याच्याकडे हसत पाहत राहिला. जरुरीपेक्षा जास्तच वेळ, असं मार्टाला वाटलं.

"तू मोठा झालायस," ती म्हणाली. मग सिनेटरने आफ्रिकन गोऱ्या तरुण पिढीने आपला वंश शुद्ध राखण्याविषयीचं आपलं भाषण सुरू केल्याने ती गप्प झाली.

ते ऐकताना ती आतल्याआत संतापाने धुमसत होती.

त्यांना परत स्वागतकक्षात नेण्यात आलं.

"कोबा? कोबा कुठं आहे?" मॅनीने विचारलं.

"त्या आदिवासी मुलीलाही आता सोडवायचंय. तिला स्टेशनवर नेऊन तिच्या

मूळ भूमीकडे जाणाऱ्या गाडीत बसवण्यात येईल– दक्षिण आफ्रिकन रिपब्लिकच्या सरकारच्या सौजन्याने,'' स्टेन म्हणाला, ''सिनेटर साहेबांची प्रेस कॉन्फरन्स झाल्यानंतर.''

''पण आता कुठं आहे ती?'' मॅनीचे डोळे कावरेबावरे झाले. तो अस्वस्थपणे आपले पाय आपटू लागला.

त्याचा थंडगार पडलेला हात आपल्या हातात घेऊन मार्टा म्हणाली, ''मला वाटतं मला ठाऊक आहे ती कुठाय ते, चल.''

युरोपियनेतरांच्या विभागाबाहेर त्यांना घोंगडी गुंडाळलेली एक छोटीशी आकृती पोलिसांच्या व्हॅनमध्ये बसवली जाताना दिसली. मार्टाच्या हाताला हिसका देऊन मॅनी पळाला. तो गाडीपाशी पोहोचेपर्यंत गाडीचे दरवाजे बंद झाले होते. गाडीच्या जाळीवर हात आपटत तो म्हणाला, ''कोबा, तू आहेस ना?''

''याऊ! तू!'' त्या छोट्याशा बांधलेल्या आकारातून हळूच उच्चारले गेलेले शब्द त्याने ऐकले.

मग एका काळ्या पोलिसाने त्याला धक्का देऊन बाजूला केलं आणि ती त्याच्या नजरेआड झाली.

आपल्याला मागे खेचत नेत असल्याचं मॅनीला जाणवलं. त्याच्या मागे गोंगाट ऐकू येत होता– काळ्या बायकांची बडबड, ओसा, झुलू, सोथो, वेगवेगळ्या भाषांमधल्या आवाजाचं मिश्रण आणि मधेच त्याच्या आईचा आवाज. खडबडीत हातांनी त्याच्या डोक्यावर थोपटलं. त्याचं अभिनंदन केलं. त्या हसणाऱ्या स्त्रियांच्या डोक्यावरून त्याला व्हॅन सुरू झाल्याने थरथरणारा कोबाच्या जाळीचा पिंजरा दिसला.

''धन्यवाद! भगिनी धन्यवाद! होय. हाच माझा मॅनी, माझा मुलगा! पुन्हा एकदा धन्यवाद! तुमचीही प्रतीक्षा लवकरच संपुष्टात येवो. तुझा सिफो लवकरच सुखरूप घरी परतेल. श्रीमती झोंडोला सांगा की तिच्या जाबूसाठी मी देवाची करुणा भाकेन.''

त्या घोळक्यापासून ती दूर होऊ पाहत होती. आपण त्यांना फसवलंय असं तिला वाटत होतं. इतके दिवस ती त्यांच्यातलीच एक बनून राहिली होती. तिला त्यांनी आपल्यासारखीच मुलाच्या सुटकेसाठी तळमळणारी आई म्हणून स्वीकारलं होतं; पण ती तशी नव्हती. इथेही तिच्या वर्णामुळे, वंशामुळे तिला काही खास अधिकार लाभले होते. तिने सिनेटरची मदत नाकारायला हवी होती का? तिला ठाऊक होतं की इथल्या कुठल्याच आईची तिच्याकडून तशी अपेक्षा नसेल, पण त्यामुळे तिला फारसं बरं वाटत नव्हतं.

आनंदाने उजळलेल्या त्या चेहऱ्यांमधून तिने आपल्या मुलाकडे पाहिलं. त्याच्या लाल झालेल्या डोळ्यांत अगतिकता होती. ''आम्हाला आता जायला हवं. कृपा करून आम्हाला जाऊ द्या,'' ती त्या बायांना म्हणाली.

बायकांच्या त्या गर्दीला हलकेच हटवत पुढे येत डिऑन म्हणाला, ''आम्हाला

आता सोडाल तर बरं होईल, कारण–'' मार्टाच्या नजरेला नजर भिडताच तो म्हणाला, ''कारण आमची मुलगी त्या पोलिसांच्या गाडीत आहे. आम्हाला तिच्यामागे जायला हवं.''

गर्दी बाजूला हटली. बायांनी टाळ्या वाजवल्या. एक आवाज झुलू भाषेत ओरडला, ''महाशय तुम्ही आणि आम्हाला गोड पाव खाऊ घालणारं तुमचं सगळं कुटुंब, तुमचं भलं होवो.''

डिऑन तिला घेऊन जात असताना मार्टाची मान झुकलेलीच होती.

समोरच्या बाजूला 'फक्त गोऱ्यांसाठी' असं लिहिलेल्या पाटीखाली उभी राहून लेट्टी त्यांची वाट बघत होती. फिकट निळ्या रंगाचा ड्रेस आणि त्याला मॅचिंग हॅट घातलेली नीटनेटकी लेट्टी, डेनिस बेझ्विदेन्हूतशी गप्पा मारत होती. पार्लमेंटच्या उद्घाटन समारंभाला चालल्यासारखा थाट दिसतोय हिचा, मार्टाच्या मनात आलं. पुढे झुकून लेट्टीनं मार्टाच्या कानापाशी चुंबनसूचक आवाज केला. मग आपल्या हातामोजे घातलेल्या हातानं आपल्या जावेच्या गालावर थोपटत ती म्हणाली, ''काही काळजी करू नकोस मार्टजी, दूध आणि बेसनाच्या लेपानं निघून न जाण्यासारखे कुठलेच डाग नाहीयेत इथं.''

मार्टाच्या गळ्यावरची नस तटतटली आणि तिच्या डोळ्यांत एक हिंस्र चमक आली. घाईघाईने त्या दोघींच्या मध्ये पडत डिऑन म्हणाला, ''चला चला बायांनो! आपल्याला स्टेशनवर जायला हवं. तिथे फोटोग्राफर्सच्या उपस्थितीत औपचारिक निरोपसमारंभ होणार आहे.''

हॅटच्या रुंद किनारीखाली लेट्टीचे डोळे खट्याळपणे भिरभिरले. ''मी गाडी चालवणार,'' असं म्हणून तिने बिनदिक्कत गाडी एकेरी वाहतुकीच्या रस्त्यावर विरुद्ध दिशेने घातली. समोरून येणाऱ्या रहदारीतल्या गाड्या तिच्या मर्सिडीझला उद्देशून रागारागाने हॉर्न वाजवत होत्या. ''ऊफ्!'' खुदूखुदू हसत तिने गाडी रिव्हर्स गिअरमध्ये टाकून मागे घ्यायचा प्रयत्न केला. त्यात गाडी एकदा उजवीकडे तर एकदा डावीकडे अशी बोटीसारखी डुलू लागली. ''माफ करा. ही हॅट–''

''मग ती काढून ठेव.'' मार्टा फिस्कारली.

''ती काढूनही फारसा उपयोग होणार नाही. कारण हेअरड्रेसरने माझ्या डोक्यावर एवढा स्प्रे मारून ठेवलाय की मला वाटतं, मानेवरचं माझं डोकं इकडेतिकडे हलूच शकणार नाही.''

''लक्ष दे लेट्टी,'' डेनिस म्हणला आणि त्याचा पाय प्रवाशाच्या बाजूच्या फूटबोर्डवर ब्रेक लावल्यासारखा जोरात दाबला गेला.

''अरे देवा! ते वळण होतं का?''

गाडीच्या चाकावरची कॅप घासल्याचा आवाज ऐकून डिऑन विव्हळला तर मार्टाला जोरात हसावंसं वाटून गेलं. आपल्या हँडबॅगेतून रुमाल काढून तिने तो तोंडाला लावला. हे योग्य नाही; पण तिला माहीत होतं की हे सुटकेचं हसू होतं. तिच्या आयुष्यातल्या सगळ्यांत वाईट सहा आठवड्यांनंतर आज तिचा मुलगा तिच्याबरोबर होता– सुरक्षित. तो वाळला होता, अस्वच्छही होता आणि त्याच्या नजरेत पूर्वी नसलेली समज आली होती. पण तो जिवंत होता आणि कोबाही!

मागच्या लांबलचक सीटवरून मॅनी पुढे झुकला. त्याला वाटत होतं, तो जणू तुरुंगातून सुटून एखाद्या सिनेमाच्या सेटवर आला होता. पंतप्रधानांची पत्नी असल्यासारखा थाटमाट केलेली त्याची चुलती, आपल्या मर्सिडीज गाडीने रस्त्यावर उभ्या केलेल्या गाड्यांची वाट लावत होती. काही आठवड्यांतच दहा वर्षांनी वय वाढल्यासारखी दिसणारी त्याची आई हसून स्वतःला समजावत होती. त्याच्या वडिलांचा रविवारी वापरायचा खास सूट आता अचानक त्यांना खूप ढगळ होत होता आणि ते अगदी आतुरतेने, पुढच्या सीटवर बसलेल्या त्या परक्या इसमाच्या बॉक्सची रग्बीटीम जगात सर्वोत्कृष्ट असल्याच्या मताला मान डोलवत होते आणि हे सगळं तेव्हा, जेव्हा कोबा निघून जात होती! कायमची!

तो तुरुंगात होता तेवढ्यात सगळं जगच उलटंपालटं झाल्यासारखं वाटत होतं. आता ते दबलेल्या किंकाळ्यांचं, कोठड्यांचे दरवाजे दाणकन लावल्याचे आवाज येणारं, काळोखातल्या हुंदक्यांचं आणि कबुलीजबाबाच्या दहशतीने अक्षरशः चड्ड्या पिवळ्या करणारं जगच त्याला, या बाहेरच्या जगापेक्षा अधिक सामान्य वाटू लागलं होतं.

ह्या जगाला वेड लागलं होतं. त्याला त्यात राहायचंच नव्हतं. कोबा जर कलहारी वाळवंटात जाणार असेल तर तोही तिच्यासोबत जाईल. तिथे ते या सगळ्या मूर्खपणापासून दूर असतील. तिथं ते कुणालाही न भिता, न लाजता एकमेकांवर मनसोक्त प्रेम करू शकतील.

स्टेशनवर पोहोचल्यावर गाडी पार्क करतानाही लेट्टीने शक्य तेवढं नाटक केलं. मॅनी अस्वस्थपणे आपल्या घाणेरड्या बोटांनी तिच्या सीटच्या पाठीवर टकटक करीत राहिला. आपली शिवशिवणारी बोटं डिऑनने जबरदस्तीने दाबून ठेवली. ''आभारी आहे,'' लेट्टीने गाडीचं इंजिन बंद करण्यापूर्वीच तो म्हणाला, ''आम्ही तुम्हाला आत भेटतो. चालेल ना?''

''हो हो. तुम्ही पुढे व्हा. मला जरा माझा मेकअप ठीकठाक करू देत. मी फार वेळ नाही लावणार. माझ्याजवळ कॉम्पॅक्ट आहे तेव्हा मला बायकांच्या प्रसाधनगृहापर्यंत जाण्याची गरज नाही.''

''लेट्टी, हा औपचारिक समारंभ आहे.'' आपली कॉलर नीट करत डेनिस म्हणाला.

''ठाऊक आहे मला, म्हणून तर मला माझं नाक तेलकट दिसायला नकोय.''

''पण आपण सिनेटरचं भाषण चुकवता कामा नये– गोऱ्यांच्या आणि स्थानिक लोकांच्या स्वतंत्र प्रगतीबद्दलचं. आपण ज्याचा पुरस्कार करतो ते प्रत्यक्षातही आणतो, हे सर्वांना दाखवून देणं फार महत्त्वाचं आहे. ही खोसियान मुलगी, ही म्हणजे एक फारच चांगली संधी आहे. काय? तर तू तुझा मेकप कर, मी पुढे होतो.''

''नको, थांब, झालंच आहे माझं,'' गालाला खळी पाडत लेट्टी म्हणाली, ''पण मी जाऊन याची खात्री करून घेते की ते भोचक पत्रकार मॅनीचा फोटो वगैरे काढत नाहीयेत. आपल्याला कुठलीच कुप्रसिद्धी नकोय.''

स्टेशनवरच्या गर्दीतून वाट काढत मॅनी केव्हाच पुढे निघून गेला होता.

पण त्याला खूपच विचित्र वाटत होतं. एखाद्या गरगरणाऱ्या यंत्रात शिरल्यासारखं. कानाचे पडदे फाडणारे आवाज, बल्बचा चकचकाट, हालचाल, त्याच्या मार्गात पदोपदी अडथळा आणणारे लोक आणि त्यांचं सामान. त्याला कुठे जायचं होतं? तो गोंधळून थांबला. त्याला चक्कर येते असं वाटू लागलं. त्यापेक्षा त्याची काळोखी कोठडी बरी होती. त्या कोठडीत त्याला परत घेणार असतील तर त्याची त्यांचा मार खायची, गोट्यांवरच्या लाथा खायचीही तयारी होती.

मग त्याला आपल्या दंडावर एका मजबूत हाताची पकड जाणवली. त्याला आधार देणारी. ''चल बाळा! या बाजूने चल.''

'फक्त गोरे' व 'गोरेतर' असे भाग पाडण्यासाठी मध्यात अडथळे उभे केले होते. अडथळ्यांच्या पलीकडे गणवेश घातलेले हमाल गोऱ्या प्रवाशांच्या सामानाच्या ट्रॉल्या ढकलत होते. सूट आणि हॅट घातलेले पुरुष, फुलाफुलांच्या कापडाचे झगे व हातमोजे घातलेल्या स्त्रिया. त्याअलीकडे मात्र प्रत्येक पुरुष आणि स्त्री स्वत:चं सामान स्वत:च वाहत होते. गाठोडी, खोकी, मुलं, ट्रंका सगळं त्या गाडीच्या डब्यात कोंबायला धडपडत होते. मॅनीला निळ्या गणवेषातल्या शिपायांची एक तुकडी दिसली; पण ते त्या गोऱ्यासाठी असलेल्या हिश्शात होते.

''ती तिकडे असणार.'' त्याला घाईघाईने वाटेतल्या लोकांना बाजूला करत जाताना त्याच्या आईवडिलांनी पाहिलं. ते त्याच्यापर्यंत पोहोचले तेव्हा मॅनी एका तरुण पोलिसाशी हुज्जत घालत होता.

''तू आणखी पुढे जाऊ शकत नाहीस मुला. तिकडे आमदारसाहेब प्रेसवाल्यांशी बोलतायत.''

''आमदार गेला ××× त ती माझी मैत्रीण आहे.''

''तोंड सांभाळून बोल.''

सुगंधाच्या लाटेवर स्वार होऊन लेट्टी तेवढ्यात तिथे पोहोचली. मॅनी आणि तो पोलीस या दोघांच्यामध्ये ती घुसली. "माफ करा साहेब," पोलीस तिच्या हॅटची कड लागू नये म्हणून एक पाऊल मागे सरकला. आपली मान मागे करून गोड हसत ती त्याला म्हणाली, "या फोटोंमध्ये मी आमदारसाहेबांच्या बाजूला उभी असणार आहे; पण इथे एवढी गर्दी आहे की मला पुढे जाताच येत नाहीये. मला तुमच्यासारख्या दणकट तगड्या माणसाच्या मदतीची गरज आहे." फिकट निळ्या रंगाचा हातमोजा घातलेल्या हाताने तिने त्याच्या खांद्यावर हलकेच थापटलं. त्याने तत्परतेने आपला मजबूत रुंद खांदा बघ्यांच्या त्या गच्च दाटीत घुसवला आणि रस्ता मोकळा केला.

ह्या संधीचा फायदा घेऊन मॅनी त्या गर्दीत घुसला. त्याला लगेचच ती दिसली. आमदारांच्या शेजारी उभी असलेली छोटीशी, केस पिंजारलेली, निर्विकार चेहऱ्याची. आमदारांनी आपला हात तिच्या डोक्यावर ठेवला, तेव्हा कॅमेऱ्याचे फ्लॅश फटाफट उडाले, पण कोबाच्या चेहऱ्यावरची रेषही हलली नाही.

तिच्यापाशी धावत जावं आणि तिला आपल्या बाहूंत कवळून या साऱ्यापासून दूर घेऊन जावं अशी तीव्र भावना मॅनीला झाली; पण त्यांच्यातलं जेमतेम पाच फुटांचं अंतर पाच मैलांसारखं भासत होतं. तो अडखळला, बावरला. ते तिथे असलेल्या पोलिसांमुळे नाही, तर ज्या निर्विकारपणे कोबाची नजर त्याच्या आरपार जाऊन, क्षितिजापाशी रेल्वेचे रूळ एकमेकांना भिडल्यासारखे भासत होते तिथे खिळली होती, त्यामुळे. किंचित हसून त्याने आपला हात कमरेपर्यंत वर उचलला आणि चोरटेपणाने हलवला. कोबाने त्याची दखलही घेतली नाही.

डेनिसबरोबर लेट्टी तिथं पोहोचली. आपल्या एका हाताने तिने सिनेटरच्या खांद्याला धरले तर दुसरा हात डेनिसच्या हातात गुंफला. सिनेटर काहीसा गोंधळल्यासारखा वाटला. कॅमेऱ्याकडे पाहून लेट्टीने एक चमकदार हास्य केलं.

फोटोचं काम झाल्यावर सिनेटर, त्याचा गोतावळा, लेट्टी, डेनिस सगळे निघून गेले. हातकड्या घालून एका काळ्या पोलिसाच्या हातात हात अडकवलेल्या कोबाला, गोरेतरांसाठीच्या भागात ढकलण्यात आलं. तिच्या मागोमाग जात मॅनी पुटपुटला, "कोबा..." तिने मागे वळूनही पाहिलं नाही. पोलिसाने तिला पायऱ्यांवरून उचलून गाडीच्या डब्यात ठेवलं. इंजीन सुरू झालं आणि डबा थरथरू लागला.

मॅनी सुन्न होऊन उभा राहिला. त्याला खात्री होती की तिने हाक ऐकली होती. तिच्या पाठीवरचे स्नायू ताठरल्याचं त्यानं पाहिलं होतं. मग ती त्याची दखल का घेत नव्हती? ते पकडले जाण्याचं खापर ती त्याच्यावर फोडत होती का? तुरुंगात त्यांनी तिला काय केलं होतं? त्याचं तिच्यावर होतं, तसंच तिचंही त्याच्यावर प्रेम नव्हतं का? त्याचं हृदय विदीर्ण होऊ लागलं.

"तिला जाऊ दे बाळा," त्याच्या बाजूला उभी असलेली, त्याला कवटाळायला आसुसलेली त्याची आई म्हणाली. तो धडपडला. इतका थकून गेला होता! पण त्याने आपले खांदे ताठ केले.

"मा, तुझ्याकडे मला देण्यासाठी एक अधेली आहे का?"

मार्टाला आश्चर्य वाटलं; पण तिने आपल्या पर्समधून एक नाणं काढून त्याला दिलं.

"आभार," आणि तो फलटावरून धावत सुटला; पलीकडे गेला आणि दिसेनासा झाला.

गाडीच्या खिडकीत बसलेल्या कोबाने त्याला धावत जाताना पाहिलं. तिला आश्चर्य वाटलं. त्याच्या काळजातलं दु:ख तिला स्वत:च्या हृदयातही जाणवत होतं. तिने जेव्हा त्याला त्या गर्दीत पाहिलं तेव्हा त्याच्यावरून आपली नजर दूर ठेवण्याच्या प्रयासात तिची उरलीसुरली ताकद खर्ची पडली होती आणि आता तिचा तो दोस्त दूर पळून चालला होता. कदाचित हेच अधिक सुसह्य ठरलं असतं.

मार्टाने काचेवर टकटक केलं. पोलिसाने काच खाली केली आणि कोबाला बाहेर वाकायला हरकत नसल्याचं सुचवलं.

"माझ्या बाळा! कशी आहेस तू? जे काही झालं त्याबद्दल मला माफ कर. सगळ्याबद्दलच, अगदी सुरवातीपासूनच्या सगळ्याबद्दल माफ कर मला." आपले हात एकमेकांवर चोळत मार्टा म्हणाली, "तुझ्या बाबतीत मी जे काही केलं ते चुकलंच कोबा. तुला तशाप्रकारे इम्पालालावर ठेवून तर मी ते आणखीच कठीण केलं. डिऑनचं बरोबर होतं. पहिल्यापासून त्याचंच बरोबर होतं. त्याला तुझं भविष्य स्पष्ट दिसत होतं, जे मी नाही पाहू शकले." मार्टा रडत होती. दगडगोट्यांवरून पुराचं पाणी वाहावं तसा तिच्या चेहऱ्यावरच्या वांगांवरून आसवांचा पूर वाहत होता.

खिडकीच्या कडेवर ठेवलेल्या तिच्या हाताला स्पर्श करीत कोबा म्हणाली, "आजी म्हणते की भल्या माणसांनी चांगल्या मनाने केलेली कुठलीच गोष्ट चुकीची किंवा वाईट असू शकत नाही."

"तुझ्या आजीची ओळख करून घ्यायला मला आवडलं असतं. मला माफ कर, मी तुझ्याकडे तिची कधीच चौकशी केली नाही. कितीतरी गोष्टी ज्या मला करायच्या होत्या, करायला हव्या होत्या, त्या..." मार्टाने आपला हात कोबाच्या केसांवर ठेवला.

"मी तुम्हाला माझ्या केसांच्या वेण्या घालू द्यायला हव्या होत्या." कोबा हळूच म्हणाली. ब्रेक सोडल्याने डबा हलला. एक पाऊल मागे सरकून मार्टा डिऑनच्या जवळ उभी राहिली. त्याने तिचा हात हातात घेतला आणि आपली हॅट उंचावून कोबाला अभिवादन केलं. ती त्याच्याकडे बघून हसली. "तुमची भेट मी अजूनही

जपून ठेवलीय.'' तुरुंगातून निघताना तिला परत करण्यात आलेल्या तिच्या चीजवस्तूंमधला छोटा चाकू बाहेर काढून ती म्हणाली. कितीतरी वर्षांपूर्वी त्याने तो तिच्या गुहेच्या बाहेर ठेवला होता.

इंजिनाची धडधड वाढली आणि मॅनी वाटेतल्या अडथळ्यांवरून उड्या मारत, कोबाच्या दिशेने धावत आला. ती खिडकीतून आणखी बाहेर वाकली. त्याने एक पुरचुंडी तिच्या हातात दिली.

''हे घे,'' तो धापा टाकत म्हणाला, ''हे मोगांगो नाहीयेत; पण खारवलेले आहेत.''

कोबाने त्या शेंगदाण्याकडे पाहिलं आणि आपला निर्धार हळूहळू वितळू लागलायसं तिला वाटलं. तिने आपला चेहरा त्यांच्याकडे झुकवला. भीत भीत त्याने तो आपल्या हातांच्या ओंजळीत घेतला. तिच्या पापण्या हळूच मिटताना आणि फुलपाखराच्या मखमली तपकिरी पंखांसारख्या फडफडताना त्याला दिसल्या. तिच्या हलकेच उघडलेल्या पापण्यांत दोन अश्रू थबकले होते. तो तिच्या ओठांचं चुंबन घेऊ गेला; पण कोबा मागे सरकली.

''नाही.''

मॅनी झटक्यात मागे झाला. त्याचा चेहरा वेदनेनी पिळवटला. त्याची खात्री पटली की कोबाला आता तो नको होता. तिला निर्णयाचं स्वातंत्र्य असतं तरीही तिने आपल्या माणसांच्यात परत जाणंच निवडलं असतं. तिने खरं तर त्याला ते खूप पूर्वीच सांगितलं होतं. फक्त त्यानेच ते मनावर घेतलं नव्हतं.

आपल्या अर्ध्या चड्डीचा खिशाच्या आतल्या त्याच्या मुठी वळल्या गेल्या. मग तिने त्याला स्वत:च्या एवढं जवळ का येऊ दिलं होतं? तिचं त्याच्यावर प्रेम असल्याचा आभास का निर्माण केला होता? ती सगळी मारहाण त्याने विनाकारणच सहन केली होती तर! सुरक्षा पोलिसांनी त्याला जितक्या वेळा हे कबूल करायला सांगितलं होतं की ती केवळ एक रांड होती आणि तो तिला यापुढे कधीही भेटणार नव्हता, त्या प्रत्येक वेळी त्याने आवेशाने आपलं तिच्यावर प्रेम असल्याच्या आणि आपण तिच्याशी लग्न करणार असल्याच्या वल्गना कशासाठी केल्या होत्या?

कोबाला तर त्याची गरज नव्हती आणि आसही नव्हती. ती तिच्या जमातीची होती आणि तो कधीच त्या जमातीचा घटक बनू शकत नव्हता. तिच्या चेहऱ्याकडे अखेरचं पाहताना त्याचं तोंड घट्ट आवळलं गेलं, तो मृदू चेहरा आता परका वाटू लागला होता.

कोबाने आपलं तोंड गाडीच्या खिडकीतून आत घेतलं. खूप काळपर्यंत मुळापासून उखडल्या गेलेल्या कंदासारखं काहीसं तिला वाटत होतं. शुष्क, कडवट, सुरकुतायला लागलेलं. आक्रसलेलं. ती आता बेडूकडोळ्या मुलाचं चुंबन घेऊ शकत नव्हती. तिच्यातला सगळा रस, सगळा ओलावाच आटून गेला होता.

मी फारच जास्त काळ या परक्या आयुष्यात उघड्यावर पडले. तीक्ष्ण नख्यांच्या पंजेवाल्यांना माझे लचके तोडून चांगलीच मेजवानी झोडायला मिळाली.

गाडीत एक कैदी असल्याची बातमी एव्हाना त्या खच्चून भरलेल्या डब्यात सर्वत्र पसरली होती. गोऱ्या सरकारला – पोलीससंरक्षण देण्याची गरज भासण्याएवढ्या – महत्त्वाच्या वाटणाऱ्या त्या काळ्या मुलीकडे डब्यातले, कुतूहल अनावर झालेले प्रवासी आपल्या माना लांब करून पाहत होते.

त्यांच्या रोखलेल्या नजरा तिला जाणवत होत्या. त्यांच्या मनात काय विचार येत होते याची तिला पर्वा नव्हती. आगगाडी किंवा तिथले प्रवासी यांची तिला आता भीती वाटत नव्हती. या प्रवासाच्या अखेरीला तिच्यापुढे काय वाढून ठेवलं होतं याची तिला अधिक भीती वाटत होती. त्या लोकांची, जे तिच्याकडे केवळ रिकामटेकड्या कुतूहलाने पाहणार नव्हते. तिचे स्वतःचे, तिच्या जमातीचे लोक तिला स्वीकारतील का नाकारतील?

गाडीच्या ड्रायव्हरने एक शिट्टी फुंकली आणि गाडी हलली. तिने स्वतःला सावरलं. आता करण्यासारखं तिच्या हातात काहीच उरलं नव्हतं. बेडूकडोळ्या मुलासोबत रात्री घालवल्या तेव्हाच, हे होणार याची तिला कल्पना होती. आपला आतला आवाज ऐकून ती जर मार्टाकडून प्रवासापुरते पैसे घेऊन निघून गेली असती तर... पोलिसांकडून पकडले जाण्याआधीच... पण आता या जर-तर ला काहीच अर्थ नव्हता. ती स्वतःहून इम्पालाला सोडून कधीच गेली नसती. तुरुंगातल्या त्या यातनापर्वानंतरही तिला मनात कुठेतरी खात्री होती. ती जागा, ती माणसं या साऱ्याची तिला सवय झाली होती. एखाद्या अंजिराच्या झाडाच्या मुळांनी खडकांमधून वाट शोधत मातीला घट्ट धरून ठेवावं, तशी तीही त्या मातीत रुजली होती. खोलवर.

तिने उसासा सोडला. 'ती' दृष्टी असणं आणि या साऱ्याचा शेवट क्लेशकारक असणार आहे हे भविष्य दिसणं, याचा काहीही उपयोग झाला नव्हता. तिची आजी किंवा तिचे फासे, बेडूकडोळ्या मुलाच्या हृदयाला झालेली जखम तिला किती महागात पडणार आहे हे तिला सांगू शकले नव्हते.

खिडकीतून परत डोकं बाहेर काढत ती म्हणाली, "मॅनी," तो दचकला. तिने यापूर्वी त्याचं नाव कधीच घेतलं नव्हतं. "तू मला मीठ दिलंस तर मी तुला मध दिला. ते सगळं व्यर्थ नाही जाणार. कधीच विसरू नकोस."

गाडी स्टेशनातून बाहेर पडली तसं तिने आपल्या तळव्याचं चुंबन घेऊन अलगद त्याच्या दिशेने उडवलं.

■■■

बुकर पारितोषिक
सन २००६ मध्ये
नामांकन झालेली कादंबरी

कॅरी मी डाउन

जॉनच्या विचित्र मानसिक अवस्थेमुळे
घरातील नाते-संबंध बिघडतात.
तो आपल्या आईचा
खून करण्याचा प्रयत्न करतो.
त्याची रवानगी
सुधारगृहात होते.
पौगंडावस्थेतील मुलाच्या मनाचा
ठाव घेण्याचा कौशल्यपूर्ण प्रयत्न...

पौगंडावस्था बनवते; राक्षस किंवा देवही!

लेखक
एम. जे. हायलंड

अनुवाद
पुलिंद सामंत

जॉन इगन या बाराव्या वर्षात पदार्पण करणाऱ्या मुलाला
आपल्यातील अचाट शक्तीची जाणीव होते.
ती म्हणजे– लोकांनी केलेले 'असत्य-कथन' शोधून काढण्याची...
या अचाट शक्तीच्या आधारे जॉन आपले नाव
'गिनिज बुक ऑफ रेकॉर्ड'मध्ये नोंदविण्याचा प्रयत्न करतो...
पौंगडावस्थेतील जॉनच्या अशा वागण्यामुळे
घरातील नातेसंबंध बिघडतात...
त्याचे वागणे इतके पराकोटीला पोहचते की,
तो आपल्या आईचा खून करण्याचा प्रयत्न करतो...
त्यातून त्याची रवानगी सुधारगृहात होते...
...एवढं सगळं घडतं ते जॉनच्या विचित्र मानसिक अवस्थेमुळे...
या अवस्थेतील म्हणजे 'पौंगडावस्थेतील मुलाच्या मनाचा
ठाव घेण्याचा केलेला कौशल्यपूर्ण प्रयत्न!...'

खऱ्या वडिलांचा शोध घेण्याच्या धुंदीत
मोठ्या हिकमतीनं तिनं फाईल मिळवली.
त्याच्या आधारानं एक फोटो आणि
तिला दोघांच्यात साम्य दिसू लागलं.
पण खरंच तेच तिचे वडील होते? की...?
एक सत्यकथा...

सर्चिंग फॉर डॅडी

लेखक
ख्रिस्तिन जोआना हार्ट

अनुवाद
डॉ. प्रमोद जोगळेकर

ती चार वर्षांची असताना तिला मरून जावंसं वाटलं.
आपल्यावर प्रेम करणारे आईवडील आपल्याला मिळतील अशी
लहानग्या ख्रिस्तीनची अपेक्षा होती,
पण आधी आनाथालयांमध्ये आणि नंतर बाहेरच्या जगात
ठोकरा खाताना तिच्या वाट्याला काय आलं, तर फक्त अवहेलना, तिरस्कार,
अपमान आणि विलक्षण एकाकीपणा.
एकाकी ख्रिस्तीननं इंग्लंडच्या इतिहासातील
सर्वांत भयंकर खुन्याशी आपलं नातं आहे असं मानलं.
त्या परिस्थितीपेक्षा आयुष्यात आणखी भीषण
ते काय असणार असं तिला वाटलं खरं,
पण सत्य काय ते तिला लवकरच कळणार होतं.